A-TÌ-ĐẠT-MA THI THIẾT TÚC LUẬN
A-TÌ-ĐẠT-MA GIỚI THÂN TÚC LUẬN
CÂU-XÁ LUẬN THẬT NGHĨA SỚ

GIÁO HỘI PHẬT GIÁO VIỆT NAM THỐNG NHẤT
ỦY BAN PHIÊN DỊCH TRUNG ƯƠNG

ĐẠI TẠNG KINH VIỆT NAM

THANH VĂN TẠNG

Tập 32

LUẬN BỘ VII

___

A-TÌ-ĐẠT-MA THI THIẾT TÚC LUẬN

Việt dịch: Thích Nhuận Giác | Hiệu đính & chú thích: Thích Nhuận Thịnh

A-TÌ-ĐẠT-MA GIỚI THÂN TÚC LUẬN

Việt dịch & chú thích: Thích Nhuận Châu

CÂU-XÁ LUẬN THẬT NGHĨA SỚ

Việt dịch: TN. Thông Đạo | Hiệu đính & chú thích: TN. Thông Tánh

HỘI ĐỒNG HOẰNG PHÁP

PL. 2568 - DL. 2024

ĐẠI TẠNG KINH VIỆT NAM
THANH VĂN TẠNG - Tập 32 – LUẬN BỘ VII
A-TÌ-ĐẠT-MA THI THIẾT TÚC LUẬN
Việt dịch: Thích Nhuận Giác | Hiệu đính & chú thích: Thích Nhuận Thịnh
Chuyết văn, sửa lỗi: Tâm Huy
A-TÌ-ĐẠT-MA GIỚI THÂN TÚC LUẬN
Việt dịch & chú thích: Thích Nhuận Châu
Chuyết văn, sửa lỗi: Tâm Huy
CÂU-XÁ LUẬN THẬT NGHĨA SỚ
Việt dịch: TN. Thông Đạo | Hiệu đính & chú thích: TN. Thông Tánh
Chuyết văn, sửa lỗi: Tâm Quang

Ban Báo Chí & Xuất Bản Hội Đồng Hoằng Pháp
Ấn hành lần thứ nhất, quý IV/2024

Trách nhiệm xuất bản: Thích Nguyên Siêu
Trình bày: Quảng Hạnh Tuệ, Nhã Luân
Thiết kế bìa: Quảng Pháp, Nhuận Pháp

https://hoangphap.org

MỤC LỤC PHÂN TÍCH

A-TÌ-ĐẠT-MA GIỚI THÂN TÚC LUẬN

CÂU-XÁ LUẬN THẬT NGHĨA SỚ

GIỚI THIỆU CÔNG TRÌNH PHIÊN DỊCH
ĐẠI TẠNG KINH VIỆT NAM

Yo vo, ānanda,
mayā dhammo ca vinayo ca desito paññatto,
*so vo mamaccayena satthā.**

I. SƠ LƯỢC QUÁ TRÌNH PHIÊN DỊCH

Trước khi nhập Niết-bàn, đức Phật có di giáo tối hậu cho các chúng đệ tử: "Pháp và Luật mà Ta đã thuyết và quy định, là Đạo Sư của các ngươi sau khi Ta diệt độ." Phụng hành di giáo của đức Thế Tôn, các vị Trưởng lão A-la-hán đã thực hiện cuộc kiết tập lần thứ nhất tại thành Vương Xá, cùng hòa hiệp phúng tụng tất cả những điều đã được Phật giảng dạy trong suốt bốn mươi lăm năm giáo hóa; nền tảng của văn hiến Phật giáo mà về sau được gọi là Tam tạng được thành lập từ đó.

Kể từ đó, giáo pháp của đức Thích Tôn theo bước chân du hóa của các Thánh đệ tử lan tỏa khắp bốn phương. Nơi nào Giáo pháp được truyền đến, nơi đó bốn chúng đệ tử học tập và hành trì theo phương ngôn của bản địa, như điều đã được đức Phật chỉ giáo: *anujānāmi, bhikkhave, sakāya niruttiyā buddhavacanaṃpariyāpuṇitun"ti.* "Này các tỳ-kheo, Ta cho phép các ngươi học Phật ngôn bằng chính phương ngữ của mình." Y cứ theo lời dạy này, ngay từ khởi thủy Phật ngôn đã được chuyển thể qua nhiều phương ngữ khác nhau. Khi các bộ phái Phật giáo phát triển, mỗi bộ phái cố gắng thành lập Tam tạng Thánh điển theo phương ngữ của địa phương được xem là căn cứ địa. Khi

---

* Này *Ānanda*! Pháp và Luật mà Ta đã thuyết và qui định, là Đạo Sư của các ngươi sau khi Ta diệt độ.

mà hệ thống văn tự tại cổ Ấn Độ chưa phổ biến, sự lưu truyền Thánh điển bằng khẩu truyền là phương tiện chính. Do khẩu truyền, những biến âm do khẩu âm của từng địa phương khác nhau thỉnh thoảng cũng ảnh hưởng đến một vài thay đổi nhỏ trong các văn bản. Những biến thiên âm vận ấy trong nhiều trường hợp dẫn đến những giải thích khác nhau về một điểm giáo nghĩa giữa các bộ phái. Tuy nhiên, nhìn từ đại thể, các giáo nghĩa trọng yếu vẫn được hiểu và hành trì như nhau giữa tất các các truyền thống, nam phương cũng như bắc phương. Điều có thể được khẳng định qua các công trình nghiên cứu tỉ giảo về văn bản trong hai nguồn văn hệ Phật giáo hiện tại: Pali và Hán tạng. Các bản Hán dịch xuất xứ từ A-hàm, và các bản văn Pali hiện đọc được, đại bộ phận đều tương ưng với nhau. Do đó, những điều được cho là dị biệt giữa hai truyền thống nam và bắc phương, mà thường hiểu lệch lạc là Tiểu thừa và Đại thừa, chỉ là sự khác biệt bởi môi trường lịch sử văn minh theo các địa phương và dân tộc. Đó là sự khác biệt giữa nguyên thủy và phát triển. Phật pháp truyền sang phương nam, đến các nước Nam Á, nơi đó sự phát triển văn minh và các định chế xã hội chưa đến mức phức tạp, nên giáo pháp của Phật được hiểu và hành gần với nguyên thủy. Về phương bắc, tại các vùng đông bắc Ấn, và tây bắc Trung Quốc, nhiều chủng tộc dị biệt, nhiều nền văn hóa khác nhau, và do đó cũng xuất hiện nhiều định chế xã hội khác nhau. Phật pháp được truyền vào đó, một thời đã trở thành quốc giáo của nhiều nước. Thích ứng theo sự phát triển của đất nước ấy, từ ngôn ngữ, phong tục, định chế xã hội, giáo pháp của đức Phật cũng dần dần được bản địa hóa.

Thánh điển Tam tạng là nguồn suối cho tất cả nhận thức về Phật pháp, để học tập và hành trì, cũng như để nghiên cứu. Kinh tạng và Luật tạng là tập đại thành Pháp và Luật do chính đức Phật giảng dạy và quy định, là sở y cho tri thức và hành trì của Thánh đệ tử để tiến tới thành tựu cứu cánh Minh và Hành. Kinh và Luật cũng bao gồm những diễn giải của các Thánh đệ tử được thân truyền từ kim khẩu của đức Phật. Luận tạng, theo truyền thống Thượng tọa bộ nam phương, và cũng theo truyền thống Hữu bộ, do chính đức Phật thuyết. Nhưng các đại luận sư như Thế Thân (*Vasubandhu*), cũng như hầu hết các nhà nghiên cứu Phật học trên thế giới hiện đại, đều không công nhận truyền thuyết này, mà cho rằng đó là tập đại thành các công trình phân tích, quảng diễn, và hệ thống hóa những điều đã được Phật thuyết trong Pháp và Luật. Kinh và Luật tạng được thành lập trong một khoảng thời gian nhất định, trực tiếp hoặc gián tiếp từ kim khẩu của Phật, và là sở y chung cho tất cả các bộ phái Phật giáo, bao gồm cả Phật giáo Đại thừa, mặc dù có những sai biệt do vấn đề truyền khẩu với các khẩu âm và phương ngữ khác nhau, theo thời gian và địa vức.

Luận tạng là bộ phận Thánh điển phản ánh lịch sử phát triển của Phật giáo, bao gồm các phương diện tín ngưỡng tôn giáo, tư duy triết học, nghiên cứu khoa học, định chế và tổ chức xã hội chính trị. Tổng quát mà nói, đó không chỉ là phản ánh lịch sử phát triển của nội bộ Phật giáo, mà trong đó cũng phản ánh toàn bộ văn minh tại những nơi mà giáo lý của đức Phật được truyền đến. Điều này cũng được chứng minh cụ thể bởi lịch sử Việt Nam.

Mỗi bộ phái Phật giáo tự xây dựng cho mình một nền văn hiến Luận tạng riêng biệt, tập hợp các luận giải giáo nghĩa, bảo vệ kiến giải Phật pháp của mình, bài trừ các quan điểm dị học. Đây là nền văn hiến đồ sộ, liên tục phát triển trên nhiều khu vực địa lý khác nhau. Cho đến khi Hồi giáo bành trướng tại Ấn Độ, Phật giáo bị đào thải. Một bộ phận văn hiến Phật giáo được chuyển sang Tây Tạng, qua các bản dịch Phạn Tạng, và một số lớn nguyên bản Phạn văn được bảo trì. Một bộ phận khác, lớn nhất, gần như hoàn chỉnh nhất, văn hiến Phật giáo được chuyển dịch sang Hán tạng, bao gồm hầu hết mọi xu hướng tư tưởng dị biệt của Phật giáo phát triển trong lịch sử Ấn Độ, từ Nguyên thủy, Bộ phái, Đại thừa, cho đến Mật giáo.

Truyền thuyết ghi rằng Phật giáo được truyền vào Trung Hoa dưới đời Hán Minh Đế, niên hiệu Vĩnh bình thứ 10 (Tl. 65), và bản kinh Phật đầu tiên được dịch sang Hán văn là Kinh Tứ thập nhị chương, do Ca-diếp Ma-đẳng và Trúc Pháp Lan. Nhưng truyền thuyết này không được nhất trí hoàn toàn giữa các nhà nghiên cứu lịch sử Phật giáo Trung Quốc. Điều chắc chắn là Khương Tăng Hội, quê quán Việt Nam, xuất phát từ Giao Chỉ (Việt Nam), đã đưa Phật giáo vào Giang Tả, miền Nam Trung Hoa. Các công trình phiên dịch và chú giải của

Khương Tăng Hội đã chứng tỏ rằng trước đó, tức từ năm thứ 247 kỷ nguyên Tây lịch, thời gian được nói là Tăng Hội vào đất Kiến nghiệp, quy y cho Tôn Quyền, Phật giáo đã phát triển đến một hình thái nhất định tại Việt Nam, cùng một số kinh Phật được phiên dịch. Điều này cũng được củng cố thêm bởi những điều được ghi chép trong Mâu Tử Lý Hoặc Luận. Có lẽ do hậu quả của thời kỳ Bắc thuộc, hầu hết những điều được tìm thấy trong hành trạng của Khương Tăng Hội và trong ghi chép của Mâu Tử đều bị xóa sạch. Chỉ tồn tại những gì được ghi nhận là truyền từ Trung Quốc.

Dịch giả Phạn Hán đầu tiên tại Trung Quốc được khẳng định là An Thế Cao (đến Trung Quốc trong khoảng Tl. 147 – 167). Tất nhiên trước đó hẳn cũng có các dịch giả khác mà tên tuổi không được ghi nhận. Lương Tăng Hựu căn cứ trên bản Kinh lục xưa nhất của Đạo An (Tl. 312 – 385) ghi nhận có chừng 134 kinh không rõ dịch giả; và do đó cũng không xác định trước hay sau An Thế Cao.

Sự nghiệp phiên dịch Phật kinh Phạn Hán liên tục từ An Thế Cao, cho đến các đời Minh, Thanh được tập thành trong 32 tập của Đại Chánh, bao gồm Thánh điển Nguyên thủy, Bộ phái, Đại thừa, Mật giáo, 1692 bộ. Những trước tác của Trung Hoa, từ sớ giải, luận giải, cho đến sử truyện, du ký, v.v., tập thành từ tập 33 đến 55 trong Đại Chánh, gồm 1492 tác phẩm. Số tác phẩm được ấn hành trong Tục tạng chữ Vạn còn nhiều hơn thế nữa. Đây là hai bản Hán tạng tương đối đầy đủ nhất, trong đó tạng Đại Chánh được sử dụng rộng rãi trên quy mô thế giới.

Sự nghiệp phiên dịch Kinh điển ở nước ta được bắt đầu rất sớm, có thể trước cả thời Khương Tăng Hội, mà dấu vết có thể tìm thấy trong *Lục độ tập kinh*. Ngôn ngữ phiên dịch của Khương Tăng Hội là Hán văn. Hiện chưa có phát hiện nào về các bản dịch Kinh Phật bằng tiếng quốc âm. Suốt trong thời kỳ Bắc thuộc, do nhu cầu tinh thông Hán văn như là sách lược cấp thời để đối phó sự đồng hóa của phương bắc, Hán văn trở thành ngôn ngữ thống trị. Vì vậy công trình phiên dịch Kinh điển thành quốc âm không thể thực hiện. Bởi vì, công trình phiên dịch Tam tạng tại Trung Hoa thành tựu đồ sộ được thấy ngay, chủ yếu do sự bảo trợ của triều đình. Quốc âm chỉ được dùng như là phương tiện hoằng pháp trong nhân gian.

Cho đến thời Pháp thuộc, trước tình trạng vong quốc và sự đe dọa bởi văn hóa xâm lược, văn hóa dân tộc có nguy cơ mất gốc, cho nên sơn môn phát động phong trào chấn hưng Phật giáo, phổ biến kinh điển bằng tiếng quốc ngữ qua ký tự La-tinh. Từ đó, lần lượt các Kinh điển quan trọng từ Hán tạng được phiên dịch theo nhu cầu học và tu của Tăng già và Phật tử tại gia. Phần lớn các Kinh điển này đều thuộc Đại thừa, chỉ một số rất ít được trích dịch từ các A-hàm. Dù Đại thừa hay A-hàm, các Kinh Luận được phiên dịch đều không theo một hệ thống nào cả. Do đó sự nghiên cứu Phật học Việt Nam vẫn chưa có cơ sở chắc chắn. Mặt khác, do ảnh hưởng ngữ pháp Phạn, các bản dịch Hán hàm chứa một số vấn đề ngữ pháp Phạn Hán khiến cho ngay cả các nhà chú giải Kinh điển lớn như Cát Tạng, Trí Khải cũng phạm phải rất nhiều sai lầm. Chính Ngạn Tông, người tổ chức dịch trường theo lệnh của Tùy Dạng đế đã nêu lên một số sai lầm này. Cho đến Huyền Trang, vì phát hiện nhiều sai lầm trong các bản Hán dịch nên quyết tâm nhập Trúc cầu pháp, bất chấp lệnh cấm của triều đình và các nguy hiểm trên lộ trình.

Ngày nay, do sự phát hiện nhiều bản Kinh Luận quan trọng bằng tiếng Sanskrit, cũng như sự phổ biến ngôn ngữ Tây Tạng, mà phần lớn Kinh điển Sanskrit được phiên dịch, nên nhiều công trình chỉnh lý được thực hiện cho các bản dịch Phạn Hán. Thêm vào đó, do sự phổ biến ngôn ngữ Pali, vốn được xem là ngôn ngữ Thánh điển gần với nguyên thuyết nhất, một số sai lầm trong các bản dịch A-hàm cũng được chỉnh lý, và tỉ giảo, khiến cho lời dạy của Đức Thích Tôn được thọ trì một cách trong sáng hơn.

Trên đây là những nhận thức cơ bản để Ban phiên dịch Đại Tạng Kinh Việt Nam y theo đó mà thực hiện các bản dịch. Trước hết, là bản dịch các kinh A-hàm đang được giới thiệu ở đây. Các kinh thuộc bộ A-hàm được dịch sang Hán rất sớm, kể từ thời Hậu Hán với An Thế Cao. Nhưng phần lớn các truyền bản này đều phát xuất từ Tây vực, từ các nước Phật giáo thịnh hành thời đó như Quy-tư, Vu-điền. Do khẩu âm và phương ngữ nên trong các truyền bản được nói là Phạn văn đã hàm chứa khá nhiều sai lạc. Điều này có thể thấy rõ qua sự so sánh các đoạn tương đương Pali, hay các dẫn chứng trong Đại Tì-bà-sa, Du-già sư địa. Thêm vào đó, các dịch giả hầu hết đều học Phật và học tiếng Sanskrit tại các nước Tây Vực chứ không trực tiếp tại Ấn Độ như La-thập và Huyền Trang, nên trình độ ngôn ngữ Phạn có hạn chế. Các vị ấy khi vừa đặt chân lên Trung Hoa, do khát vọng thâm thiết của các Phật tử Trung Hoa, muốn có thêm kinh Phật để học và tu, cho nên trong khi chưa tinh thông tiếng Hán, mà công trình phiên dịch lại được thôi thúc cần thực hiện. Vì không tinh thông Hán ngữ nên công tác phiên dịch luôn luôn qua trung gian một người chuyển ngữ. Quá trình phiên dịch đi qua nhiều giai đoạn mà chính người chủ dịch không thể quán triệt, cho nên trong các bản dịch hàm chứa những đoạn văn rất tối nghĩa, và nhiều khi nhầm lẫn. Trong tình hình như vậy, một bản dịch Việt từ Hán đòi hỏi rất nhiều tham khảo để hy vọng tiếp cận với nguyên bản Sanskrit đã thất lạc, và cũng từ đó mà hy vọng có thể tiếp cận với lời Phật dạy hơn, điều mà các bản Hán dịch do trở ngại ngôn ngữ đã không thể thực hiện được.

Đại Tạng Kinh Việt Nam chủ yếu căn cứ trên Đại Chánh Đại Tạng Kinh, Nhật Bản, gồm 100 tập, được biên tập khởi đầu từ niên hiệu Đại Chánh (Taisho) thứ 11, Tl. 1922, cho đến niên hiệu Chiêu Hòa (Showa) thứ 9, Tl. 1934, tập hợp trên 100 nhà nghiên cứu Phật học hàng đầu của Nhật Bản, dưới sự chủ trì của Cao Nam Thuận Thứ Lang (Takakusu Junjiro) và Độ Biên Hải Húc (Watanabe Kaigyoku). Để bản sử dụng là bản in của chùa Hải Ấn, Triều Tiên, được gọi là bản Cao-lệ. Công trình chỉnh lý văn bản căn cứ các khắc bản Tống, Nguyên, Minh, cùng một số khắc bản và thủ bản tại Hoa và Nhật khác như tả bản Thiên Bình, bản Liêu của Cung nội sảnh, bản chùa Đại Đức, bản chùa Vạn Đức, v.v. Một số bản văn được phát hiện tại các vùng trong Tây Vực như Vu Điền, Đôn Hoàng, Quy Tư, Cao Xương, cũng được dùng làm tham khảo. Nhiều đoạn văn từ Pali và Sanskrit cũng được dẫn dưới cước chú để đối chiếu đoạn Hán dịch mà người biên tập nghi ngờ là không chính xác hoặc thuộc về dị bản nào đó.

Nội dung Đại tạng Đại Chánh được phân làm ba phần chính: phần thứ nhất, gồm 32 tập, là các bản dịch Phạn Hán bao gồm Kinh, Luật, Luận, được thuyết bởi chính kim khẩu của Phật, hay được kiết tập bởi các Thánh đệ tử, hoặc được trước tác bởi các Luận sư. Phần thứ hai, từ Đại Chánh tập 33 đến tập 55, trước tác của Trung Hoa, bao gồm các sớ giải Kinh, Luật, Luận, và luận thuyết riêng biệt của các tông phái Phật giáo Trung Hoa, các sử truyện, truyện ký, du ký, truyền kỳ; các bản Hán dịch thuộc ngoại giáo như Thắng luận, Số luận, Ba tư giáo, Thiên chúa giáo, các tập ngữ vựng Phạn Hán, giáo khoa Phạn Hán, các Kinh lục. Phần thứ ba, từ tập 56 đến 85, tập họp các trước tác của Nhật Bản, gồm các sớ giải Kinh, Luật, Luận, phần lớn căn cứ trên các bản sớ giải Trung Hoa mà giải nghĩa rộng thêm, và các luận thuyết của các tông phái tại Nhật Bản. Còn lại 12 tập sưu tập các đồ tượng, tranh ảnh, phần lớn là các đồ hình mạn-đà-la của Mật tông. 3 tập cuối, tổng mục lục, liệt kê nội dung các bản Đại tạng lưu hành.

Ban phiên dịch Đại Tạng Kinh Việt Nam chọn Đại Chánh tạng làm để bản, phiên dịch tất cả tác phẩm được ấn hành trong đó. Phàm lệ để thực hiện bản dịch tạm thời được quy định như sau:

1. Đại Tạng Kinh Việt Nam bao gồm tất cả các bản dịch tiếng Việt của Tam Tạng Kinh Điển Phật giáo đã xuất hiện ở nước ta từ trước đến nay, qua các thời kỳ với nhiều dịch giả khác nhau, để cho thấy quá trình hình thành Đại Tạng Kinh Việt Nam qua lịch sử.

2. Về bản đáy, bản dịch Việt căn cứ trên ấn bản Đại Chánh Tân Tu Đại Tạng Kinh 100 tập, mỗi tập trên dưới 1000 trang chữ Hán cỡ 10pt và sẽ được đánh số theo thứ tự của số ghi trong bản in Đại Chánh. Mỗi trang của bản in Đại chính được chia làm ba cột: a, b, c. Số trang và cột này đều được ghi trong bản dịch để tiện tham khảo.

3. Vì thế, một bản kinh chữ Hán có thể có nhiều bản dịch tiếng Việt, nên sau số thứ tự của Đại Chánh, sẽ đánh thêm các mẫu tự A, B, C... để phân biệt các bản dịch tiếng Việt khác nhau của cùng một bản kinh chữ Hán đó.

4. Về xử lý văn bản trong khi phiên dịch, phần lớn căn cứ công trình hiệu đính và đối chiếu của bản Đại Chánh. Ngoài ra, tham khảo thêm các công trình hiệu đính và đối chiếu khác.

5. Giữa các ấn bản có những điểm khác nhau, bản Việt sẽ lựa chọn hoặc hiệu đính theo nhận thức của người dịch.

6. Trong bản Hán, nếu chỗ nào xét thấy văn dịch hay từ ngữ không phù hợp với giáo nghĩa truyền thống phổ biến, người dịch sẽ tham khảo các Kinh, Luật, Luận cần thiết để hiệu chính. Những hiệu chính

này được giải thích ở phần cước chú.

7. Bản Hán dịch thực hiện căn cứ phần lớn trên sự truyền khẩu. Do đó những từ phát âm tương tự dễ đưa đến ngộ nhận, như *sam* Pāli hay *sama* và *samyak*; *cala* và *jala*; *muti* và *muṭṭhi*, v.v... Trong những trường hợp này, người dịch sẽ tham chiếu các kinh tương đương, các bản Hán biệt dịch, suy đoán tự dạng nguyên thủy có thể có trong Phạn bản để hiệu chính. Những hiệu chính này đều được ghi ở phần cước chú.

8. Do các truyền bản khác nhau giữa các bộ phái, để có nhận thức về giáo nghĩa nguyên thủy, chung cho tất cả, cần có những nghiên cứu đối chiếu sâu rộng. Công việc này ngoài khả năng hiện tại của các dịch giả. Tuy nhiên, trong trường hợp có thể, những điểm dị biệt giữa các truyền bản sẽ được ghi nhận và đối chiếu. Những ghi nhận này được nêu ở phần cước chú.

9. Bản Hán dịch được phân thành số quyển. Bản dịch Việt không chia số quyển như vậy, nhưng sẽ ghi ở phần cước chú mỗi khi bắt đầu một quyển khác.

10. Các từ Phật học trong một số bản Hán dịch nếu không phổ biến, do đó có thể gây khó khăn cho việc đọc và nghiên cứu, trong các trường hợp như vậy, tuy vẫn giữ nguyên dịch ngữ của bản Hán, nhưng dịch ngữ tương đương thông dụng hơn sẽ được ghi trong phần cước chú. Trong trường hợp có thể, sẽ ghi luôn dịch giả của những dịch ngữ này và xuất xứ của chúng từ bản dịch nào để tiện việc tham khảo.

11. Các kinh sách tham khảo trong cước chú đều được viết tắt theo quy định phổ thông của giới nghiên cứu quốc tế; xem quy định về viết tắt ở cuối mỗi tập của Đại tạng kinh Việt Nam.

II. PHƯƠNG ÁN THỰC HIỆN

Dự án thực hiện bao gồm các công trình phiên dịch, biên tập, và ấn hành, một Hội Đồng phiên dịch Đại Tạng Kinh Việt Nam được thành lập, được điều phối bởi Tổng biên tập, với các nhiệm vụ được phân phối như sau:

1. Ủy ban Phiên dịch. Để hoàn tất một bản dịch, các công tác sau đây cần được thực hiện:

a. Phiên dịch trực tiếp: Các văn bản lần lượt được phân phối đến các vị có trình độ Hán văn tương đối, kiến thức Phật học cơ bản, và khả năng ngôn ngữ cần thiết, phiên dịch trực tiếp từ Hán sang Việt.

b. Hiệu đính và chú thích: nhiệm vụ chủ yếu của phần hiệu chính là đọc lại bản dịch thô và bổ túc những sai lầm có thể có trong bản dịch. Trong thực tế, người hiệu đính còn phải làm nhiều hơn thế nữa.

Trước hết là phần chỉnh lý văn bản. Phần này đáng lý phải thực hiện trước khi phiên dịch. Việc chỉnh lý văn bản thoạt tiên có vẻ đơn giản, vì người dịch chỉ lưu ý một số nhầm lẫn trong việc khắc bản của để bản. Những điểm khác nhau giữa các bản khắc hầu hết được ghi ở cước chú trong ấn bản Đại Chánh, người dịch chỉ cần hiểu rõ nội dung đoạn dịch thì có thể lựa chọn những từ thích hợp trong cước chú. Tuy nhiên, do hạn chế về trình độ Phật pháp và khả năng tham khảo nên đa số người dịch không chọn được từ chính xác. Mặt khác, ngay cả các từ trong cước chú không phải hoàn toàn chính xác. Ngay cả Đại sư Ấn Thuận cũng phạm phải một số sai lầm khi chọn từ, vì không tìm ra các đoạn Pali hoặc Sanskrit tương đương nên phải dựa trên ức đoán. Những ức đoán phần nhiều là sai. Mặt khác, nhiều sai lầm không phải do tả bản hay khắc bản, mà do chính từ truyền bản. Bởi vì, kinh điển từ Ấn Độ truyền sang hầu hết đều do khẩu truyền. Những biến đổi trong khẩu âm, phát âm, khiến nhầm lẫn từ này với từ khác, làm cho ý nghĩa nguyên thủy của giáo lý sai lạc. Người dịch từ Hán văn mà không có trình độ Phạn văn nhất định thì không thể phát hiện những sai lầm này. Điều đáng lưu ý những sai lầm này xuất hiện rất nhiều và rất thường xuyên trong nhiều bản dịch Phạn Hán.

Phần hiệu đính tập trung trên cú pháp Phạn mà ảnh hưởng của nó trong các bản dịch khiến cho nhiều khi ngay cả những vị tinh thông Hán, ngay cả các nhà chú giải kinh điển nổi tiếng cũng phải nhầm lẫn. Để hiểu rõ nội dung bản dịch Hán, cần thiết phải tìm lại nguyên bản Phạn để đối chiếu. Đại sư Cát Tạng đã vấp phải sai lầm khi không có cơ sở để phân tích mệnh đề Hán dịch là năng động hay thụ động, do đó đã nhầm lẫn người giết với kẻ bị giết. Đó là một đoạn văn trong *Thắng man* mà nguyên bản Phạn của kinh này đã thất lạc, nhưng đoạn văn tương đương lại được tìm thấy trong trích dẫn của *Sikṣasamuccaya* của *Sāntideva*. Nếu không tìm thấy đoạn Sanskrit được trích dẫn này thì không ai có thể biết rằng Cát Tạng đã nhầm lẫn.

Rất nhiều kinh điển trong nguyên bản Phạn đã bị thất lạc. Ngay cả những tác phẩm quan trọng như Đại Tì-bà-sa chỉ tồn tại trong bản dịch của Huyền Trang. Nhiều đoạn được trích dẫn trong bản dịch *Câu-xá*, mà Phạn văn đã được phát hiện, cũng giúp người đọc Đại Tì-bà-sa có manh mối để đi sâu vào nội dung. Đọc một bản văn mà không nắm vững nội dung của nó, nghĩa là chính dịch giả cũng không hiểu, hoặc hiểu sai, sao có thể hy vọng người đọc hiểu được đoạn văn phiên dịch? Do đó, công tác hiệu đính không đơn giản chỉ bổ túc những khuyết điểm trong bản dịch về lối hành văn, mà đòi hỏi công phu tham khảo rất nhiều để nắm vững nội dung nguyên tác trong một giới hạn khả dĩ.

Đại Tạng Kinh Việt Nam là bản dịch Việt từ Hán tạng, do đó không thể tự tiện thay đổi nội dung dù phát hiện những sai lầm trong bản Hán. Những sai lầm mang tính lịch sử, do đó không được phép loại bỏ tùy tiện. Tuy vậy, bản dịch Việt cũng không thể bỏ qua những nhầm lẫn được phát hiện. Những phát hiện sai lầm cần được nêu lên, và những hiệu đính cũng cần được đề nghị. Những điểm này được ghi ở phần cước chú để cho bản Việt vẫn còn gần với bản Hán dịch.

Trên đây là một số điều kiện tất yếu để thực hiện một bản dịch tương đối khả dĩ chấp nhận. Trong tình hình hiện tại, chúng ta chỉ có rất ít vị có thể hội đủ điều kiện yêu cầu như trên. Do đó, dự án thực hiện hướng đến chương trình đào tạo, không đơn giản chỉ là đào tạo chuyên gia dịch thuật, mà là bồi dưỡng những vị có trình độ Phật học cao với khả năng đọc và hiểu các ngôn ngữ chuyển tải Thánh điển, chủ yếu các thứ tiếng Pali, Sanskrit, Tây Tạng và Hán. Trong tình hình nghiên cứu Phật học hiện tại trên thế giới, người muốn nghiên cứu Phật học mà không biết đến các ngôn ngữ này thì khó có thể nắm vững giáo nghĩa căn bản. Và đây cũng là điều mà Ngạn Tông đã nêu rõ trong các điều kiện tham gia dịch thuật trong viện phiên dịch bảo trợ bởi Tùy Dạng Đế, mặc dù Ngạn Tông chỉ yêu cầu hiểu biết Phạn văn nhưng đồng thời cũng yêu cầu kiến thức uyên bác, không chỉ tinh thông Phật điển mà còn cả thư tịch ngoại giáo.

Chi tiết chương trình đào tạo cần được trình bày trong một dịp khác.

2. Ủy ban Ấn hành. Công tác ấn hành gồm các phần:

a. Sửa lỗi chính tả của các bản dịch. Hiện tại lỗi chính tả trong các bản dịch do các Thầy, Cô, và Phật tử tự nguyện chỉnh sửa. Nhưng chỉ là công tác nghiệp dư, do không chuyên trách, và do đó cũng thiếu kinh nghiệm trong việc phát hiện lỗi, nên các bản in phổ biến tồn tại khá nhiều lỗi chính tả.

b. Trình bày bản in. Công tác này tùy thuộc điều kiện kỹ thuật vi tính. Sơ khởi, ban ấn hành chưa đủ điều kiện để có những vị thành thạo sử dụng kỹ thuật vi tính trong việc trình bày văn bản. Công việc này hiện tại do các Thầy, Cô phụ trách, với trình độ kỹ thuật do tự học, và tự phát. Vì vậy, trong nhiều trường hợp không khắc phục được lỗi kỹ thuật nên hình thức trình bày của bản văn chưa được hoàn hảo như mong đợi.

Sự nghiệp phiên dịch được định khoảng 15 năm, hoặc có thể lâu hơn nữa. Hình thức Đại Tạng Kinh do đó không thể được thiết kế một lần hoàn hảo. Trong diễn tiến như vậy, tất nhiên trình độ kỹ thuật được cải tiến theo thời gian, khiến cho hình thức trình bày cũng cần thay đổi cho phù hợp với thời đại. Hậu quả sẽ khó tránh khỏi là sự không đồng bộ giữa các tập Đại Tạng Kinh ấn hành trước và sau.

c. Ấn loát. Sau khi hình thức trình bày được chấp nhận, bản dịch được đưa đi nhà in. Trách nhiệm ấn loát được giao cho nhà in với các khoản được ghi thành hợp đồng. Vấn đề ấn loát như vậy tương đối ổn định. Tuy nhiên, cũng cần có người chuyên trách để theo dõi quá trình ấn loát, hầu tránh những sai sót kỹ thuật có thể có do nhà in.

d. Phát hành, phổ biến và vận động. Một nhiệm vụ không kém quan trọng là phát hành và phổ biến Đại Tạng Kinh. Công việc này đáng lý do một ban phát hành chuyên trách. Nhưng trong điều kiện nhân sự hiện tại, một Ban như vậy chưa thể thành lập, do đó ban ấn hành kiêm nhiệm. Thêm nữa, công trình phiên dịch là sự nghiệp chung của toàn thể Phật tử Việt Nam, không phân biệt Giáo hội, hệ phái, do đó cần có sự tham gia và cống hiến của chư Tăng Ni, Phật tử, bằng hằng sản và hằng tâm, bằng tâm nguyện cá nhân hay tập thể dưới các hình thức hỗ trợ và bảo trợ bằng vật chất hoặc tinh thần, cống hiến bằng tất cả khả năng vật chất và trí tuệ. Công việc vận động này để cho được hữu hiệu với sự tham gia tích cực của nhiều chúng đệ tử cũng cần được chuyên trách bởi một ban vận động. Trong điều kiện nhân sự hiện tại, ban ấn hành kiêm nhiệm.

HẬU TỪ

Trải qua trên dưới 2 nghìn năm du nhập, những giáo nghĩa căn bản mà đức Phật đã giảng được học và hành tại Việt Nam, đã đem lại nhiều an lạc cho nhiều cá nhân và xã hội, đã góp phần xây dựng tình cảm và tư duy của các cộng đồng cư dân trên đất nước Việt. Thế nhưng, sự nghiệp phiên dịch cũng như ấn hành để phổ biến Thánh điển, làm nền tảng sở y cho sự học và hành, chưa được thực hiện trên quy mô rộng lớn toàn quốc.

Sự nghiệp phiên dịch tại Trung Quốc trải qua gần hai nghìn năm, với thành tựu vĩ đại, tập đại thành và bảo tồn kho tàng Thánh điển thoát qua nhiều trận hủy diệt do những đức tin mù quáng, quàng tín. Sự nghiệp ấy đại bộ phận do các quốc vương Phật tử tích cực bảo trợ, đã là sự nghiệp chung của toàn thể nhân dân theo từng giai đoạn đặc biệt của lịch sử. Việt Nam tuy cũng có các minh quân Phật tử, nhưng do tác động bởi các yếu tố chính trị xã hội nên chưa từng được tổ chức quy mô dưới sự bảo trợ của triều đình. Chỉ do yêu cầu thực tế học và hành mà một số kinh điển được phiên dịch, nhưng chưa đủ để lập thành nền tảng tương đối hoàn bị cho sự nghiên cứu sâu giáo nghĩa.

Gần đây, vào năm 1973, một Hội đồng phiên dịch Tam tạng lần đầu tiên trong lịch sử được thành lập. Chủ tịch: Thượng tọa Thích Trí Tịnh, Tổng thư ký: Thượng tọa Thích Quảng Độ, với các thành viên quy tụ tất cả các Thượng tọa và Đại đức đã có công trình phiên dịch và có uy tín trên phương diện nghiên cứu Phật học, dưới sự chỉ đạo của Viện Tăng Thống, Giáo hội Phật giáo Việt Nam Thống nhất. Chương trình phiên dịch được soạn thảo trên quy mô rộng lớn, nhưng do bởi hoàn cảnh chiến tranh cho nên chỉ mới thực hiện được một phần nhỏ. Một phần của thành quả này về sau được ấn hành năm 1993 bởi Viện Nghiên cứu Phật học Việt Nam, trực thuộc Giáo hội Phật giáo Việt Nam, dưới danh hiệu "Đại Tạng Kinh Việt Nam." Thành quả này là các Kinh thuộc bộ A-hàm được phân công bởi Hội đồng Phiên dịch Tam tạng, trong đó, *Trường A-hàm* và *Tạp A-hàm* do TT Thiện Siêu, TT Trí Thành và ĐĐ Tuệ Sỹ thuộc Viện Cao đẳng Phật học Hải đức Nha Trang; *Trung A-hàm* và *Tăng nhất A-hàm* do TT Thanh Từ, TT Bửu Huệ, TT Thiền Tâm thuộc Viện Cao đẳng Phật học Huệ Nghiêm Saigon.

Ngoài ra, một phần phân công khác cũng đã được hoàn thành như:

TT Trí Nghiêm: Đại Bát Nhã (Huyền Trang dịch, 600 cuốn) thuộc bộ Bát-nhã. TT Trí Tịnh: Kinh *Ma-ha Bát-nhã-ba-la-mật* (Đại phẩm) thuộc bộ Bát-nhã; Kinh *Diệu pháp Liên hoa* (La-thập dịch), thuộc bộ Pháp hoa; Kinh Đại phương Quảng Phật Hoa nghiêm (bản Bát thập) thuộc bộ Hoa nghiêm, và toàn bộ Đại bảo tích.

Các bản dịch này cũng đã được ấn hành nhưng do bởi đệ tử của các Ngài chứ chưa đưa vào Đại Tạng Kinh Việt Nam.

Những vị được phân công khác chưa thấy có thành quả được công bố.

Mặc dù với nỗ lực to lớn, nhưng do hoàn cảnh nhiễu nhương của đất nước nên thành tựu rất khiêm nhượng. Thêm nữa, các thành tựu này cũng chưa hội đủ điều kiện và thời gian thuận tiện được hiệu đính và biên tập theo tiêu chuẩn nghiên cứu và phiên dịch Phật điển trong trình độ nghiên cứu Phật giáo hiện đại của thế giới, do đó cũng chưa thể được dự phần trong sự nghiệp phiên dịch và nghiên cứu Phật học trên quy mô quốc tế, như cống hiến của Phật giáo Việt Nam cho cộng đồng nhân loại trong sự nghiệp hoằng dương Chánh pháp chung của toàn thể Phật tử thế giới vì lợi ích và an lạc của hết thảy mọi loài chúng sanh.

Sự nghiệp như vậy không thể là cống hiến cá biệt của một cá nhân hay tập thể, của một Giáo hội hay hệ phái, mà là sự nghiệp chung của toàn thể Tăng tín đồ Phật giáo Việt Nam, không chỉ một thế hệ, mà liên tục trong nhiều thế hệ, cùng tồn tại và tiến bộ theo đà thăng tiến của xã hội và nhân loại. Trên hết là báo đáp ân đức của Phật Tổ, đã vì an lạc của chúng sanh mà trải qua vô vàn khổ hành, qua vô số a-tăng-kỳ kiếp. Thứ đến, kế thừa sự nghiệp hoằng pháp lợi sanh của Thầy Tổ để cho ngọn đèn Chánh pháp luôn luôn được thắp sáng trong thế gian.

Vì vậy, chúng tôi khẩn thiết, trên nương nhờ uy thần nhiếp thọ của Chư Phật và Thánh Tăng, cùng với sự tán trợ của chư vị Trưởng lão hiện tiền trong hàng Tăng bảo, kêu gọi sự hỗ trợ cống hiến bằng tất cả tâm nguyện và trí lực, bằng tất cả hằng sản và hằng tâm, của bốn chúng đệ tử Phật, cho sự nghiệp hoằng pháp đệ nhất tối thắng này được tiến hành vững chắc và liên tục từ thế hệ này cho đến nhiều thế hệ tiếp theo, duy trì ngọn đèn Chánh pháp tồn tại lâu dài trong thế gian vì lợi ích và an lạc của hết thảy chúng sanh.

Mùa Phật đản Pl. 2552 – Mậu Tý 2008
Trí Siêu – Tuệ Sỹ
cẩn bạch

GIÁO HỘI PHẬT GIÁO VIỆT NAM THỐNG NHẤT
HỘI ĐỒNG PHIÊN DỊCH TAM TẠNG LÂM THỜI

DUYÊN KHỞI

Kể từ phong trào chấn hưng Phật giáo vào thập niên 1930, chư vị dịch giả đã cố gắng phiên âm và phiên dịch Kinh điển từ Hán văn hay chữ Nôm sang chữ quốc ngữ để sử dụng trong sinh hoạt thiền môn Việt Nam cũng như để đem giáo lý Phật đi vào quần chúng. Những nỗ lực như vậy rất đáng trân trọng, nhưng vẫn còn là những đóng góp từ cá nhân, mang tính cấp thời, chưa có sự phối hợp đồng bộ, và chưa đủ tầm mức học thuật để giới thiệu Thánh điển Phật giáo tiếng Việt đến với cộng đồng dân tộc.

Vài thập niên sau đó thì chữ quốc ngữ qua ký tự La-tinh mới được phổ cập trong thiền môn, và kinh sách Phật giáo bằng tiếng Việt, phiên dịch cũng như trước tác, mới được bừng khai, không những tạo nên các phong trào tu học của quần chúng khắp nước, mà còn là sự dẫn đạo tư tưởng của Phật giáo Việt Nam đối với các thế hệ trưởng thành trong chiến tranh qua sự thành lập Giáo Hội Phật Giáo Việt Nam Thống Nhất (GHPGVNTN), đồng thời kiến lập Đại Học Vạn Hạnh, một viện đại học tư thục Phật giáo đầu tiên tại Nam Việt Nam vào năm 1964.

Từ nguồn nhân lực dồi dào với nhiều vị pháp sư, học giả được đào tạo trong và ngoài nước, cũng như các cơ sở giáo dục Phật giáo được trải rộng khắp miền Trung và Nam Việt, Viện Tăng Thống GHPGVNTN đã có nền tảng vững chắc về học thuật để quyết định thành lập Hội Đồng Phiên Dịch Tam Tạng; và qua Hội nghị Toàn thể Hội đồng Phiên dịch Tam Tạng tổ chức tại Viện Đại Học Vạn Hạnh vào các ngày 20, 21,

22 tháng 10 năm 1973, hội nghị đã đưa ra dự án phiên dịch với mục lục tổng quát các Kinh điển truyền bản Hán tạng cần phiên dịch, phân chia công việc, cũng như giới thiệu thành viên của Hội đồng Phiên dịch Tam Tạng gồm 18 vị Pháp sư như sau:

HỘI ĐỒNG PHIÊN DỊCH TAM TẠNG 1973

A. *Ủy Ban Phiên Dịch:*

1. Hòa thượng Trưởng lão Thích Trí Tịnh   (1917 – 2014)
    Trưởng Ban

2. Hòa thượng Trưởng lão Thích Minh Châu   (1918 – 2012)
    Phó Trưởng Ban

3. Hòa thượng Trưởng lão Thích Quảng Độ   (1928 – 2020)
    Tổng Thư Ký

4. Hòa thượng Trưởng lão Thích Trí Quang   (1923 – 2019)

5. Hòa thượng Trưởng lão Thích Đức Nhuận   (1924 – 2002)

6. Hòa thượng Trưởng lão Thích Bửu Huệ   (1914 – 1991)

7. Hòa thượng Trưởng lão Thích Trí Thành   (1921 – 1999)

8. Hòa thượng Trưởng lão Thích Nhật Liên   (1923 – 2010)

9. Hòa thượng Trưởng lão Thích Thiện Siêu   (1921 – 2001)

10. Hòa thượng Trưởng lão Thích Huyền Vi   (1926 – 2005)

B. *Thành Viên Bổ Sung:*

1. Hòa thượng Trưởng lão Thích Đức Tâm   (1928 – 1988)

2. Hòa thượng Trưởng lão Thích Huệ Hưng   (1917 – 1990)

3. Hòa thượng Trưởng lão Thích Thuyền Ấn   (1927 – 2010)

4. Hòa thượng Trưởng lão Thích Trí Nghiêm   (1911 – 2003)

5. Hòa thượng Trưởng lão Thích Trung Quán   (1918 – 2003)

6. Hòa thượng Trưởng lão Thích Thiền Tâm   (1925 – 1992)

7. Hòa thượng Trưởng lão Thích Thanh Từ   (1924 –)

8. Hòa thượng Thích Tuệ Sỹ   (1943 – 2023)

Sau gần 50 năm kể từ khi Hội đồng Phiên dịch Tam Tạng được thành lập, nhiều Kinh điển đã được phiên dịch, góp phần đáng kể vào kho tàng Thánh điển Phật giáo Việt Nam, nhưng có thể nói rằng dự án phiên dịch đưa ra thời ấy, vẫn chưa hoàn tất. Lý do thứ nhất, do hoàn cảnh chiến tranh và bất toàn xã hội, các Kinh điển được dịch rồi vẫn không có đủ thời gian thuận tiện để được hiệu đính và nhuận sắc lại theo đúng tiêu chuẩn Phật điển hàn lâm. Thứ nữa, với nguồn tài liệu cổ ngữ, sinh ngữ dồi dào hiện nay cùng với phương tiện kỹ thuật vi tính, thông tin liên mạng, chư vị dịch giả có rất nhiều cơ hội để truy cập, tham khảo, đối chiếu các truyền bản khác nhau để có được định bản tiếng Việt đáng tin cậy, theo chuẩn mực quốc tế. Ngoài ra, chư vị thành viên Hội đồng Phiên dịch đã theo thời gian, tuần tự viên tịch khi công trình phiên dịch còn dang dở. Nay chỉ còn 2 trong số 18 vị dịch giả còn đương tiền, nhưng một vị đang trong tình trạng bất hoạt; vị duy nhất còn lại có thể tiếp tục đảm đương trọng nhiệm là Hòa thượng Thích Tuệ Sỹ. Xét thấy, đây cũng là phước duyên hy hữu cho Phật giáo Việt Nam cũng như cho công trình phiên dịch Tam Tạng do Viện Tăng Thống đề ra nửa thế kỷ trước:

a) Về phương diện học thuật, Hòa thượng Tuệ Sỹ là một trong số ít học giả uy tín trong việc nghiên tầm, phiên dịch, chú giải và giảng thuật về Tam Tạng Kinh điển từ nhiều thập niên qua; đã và đang đào tạo, nâng đỡ nhiều thế hệ Tăng Ni và Cư sĩ có trình độ Phật học và cổ ngữ có thể phụ trợ công trình phiên dịch;

b) Về phương diện điều hành, Hòa thượng Tuệ Sỹ chính thức tiếp nhận ấn tín Viện Tăng Thống từ Đức Đệ ngũ Tăng Thống, hàm nghĩa kế thừa sự nghiệp hoằng pháp của GHPGVNTN, đồng thời kế thừa công trình phiên dịch của Hội đồng Phiên dịch Tam Tạng được Hội đồng Giáo phẩm Trung ương Viện Tăng Thống thành lập năm 1973.

Từ những nhân duyên và điều kiện kể trên, công trình phiên dịch dang dở của chư vị tiền hiền tất yếu phải được Hòa thượng Tuệ Sỹ đưa vai gánh vác, không thể để cho gián đoạn. Đó là lý do, từ danh nghĩa Viện Tăng Thống GHPGVNTN, Hội Đồng Phiên Dịch Tam Tạng Lâm Thời (HĐPDTTLT) đã được thành lập vào ngày 03 tháng 12 năm 2021, theo Thông Bạch số 11/VTT/VP, nhằm kế thừa sự nghiệp phiên dịch Tam Tạng của chư vị Trưởng lão Hội Đồng Phiên Dịch Tam Tạng Viện Tăng Thống, với thành phần nhân sự như sau:

HỘI ĐỒNG PHIÊN DỊCH TAM TẠNG LÂM THỜI 2021*

Cố Vấn: Giáo sư Trí Siêu Lê Mạnh Thát (Việt Nam)
Chủ Tịch: Hòa thượng Thích Tuệ Sỹ (Việt Nam)
Chánh Thư Ký: Hòa thượng Thích Như Điển (Đức quốc)
Phó Thư Ký Quốc Nội: Hòa thượng Thích Thái Hòa (Việt Nam)
Phó Thư Ký Hải Ngoại: Hòa thượng Thích Nguyên Siêu (Hoa Kỳ)

Ủy Ban Duyệt Sách:

Hòa thượng Thích Tuệ Sỹ; Giáo sư Trí Siêu Lê Mạnh Thát.

Ủy Ban Phiên Dịch:

Hòa thượng Thích Đức Thắng (Việt Nam); Hòa thượng Thích Thái Hòa (Việt Nam); Thượng tọa Thích Nguyên Hiền (Việt Nam); Thượng tọa Thích Nhuận Châu (Việt Nam); Đại đức Thích Nhuận Thịnh (Việt Nam); Cư sĩ Đạo Sinh Phan Minh Trị (Việt Nam); Cư sĩ Trí Việt Đỗ Quốc Bảo (Đức quốc).

Ủy Ban Chứng Nghĩa Chuyết Văn:

Hòa thượng Thích Thiện Quang (Canada); Thượng tọa Thích Nguyên Tạng (Úc); Đại đức Thích Nhuận Thịnh (Việt Nam); Cư sĩ Tâm Huy Huỳnh Kim Quang (Hoa Kỳ); Cư sĩ Tâm Quang Vĩnh Hảo (Hoa Kỳ).

Những thành viên khác tùy theo nhu cầu sẽ được thỉnh cử sau.

Xét thấy công hạnh tu trì cũng như kiến văn của thành viên chưa thể sánh ngang với chư Tôn túc Trưởng lão Hội đồng Phiên dịch Tam Tạng 1973, do đó chỉ có thể thành lập Hội đồng Lâm thời để kế thừa việc phiên dịch Kinh-Luật-Luận theo khả năng. Trong điều kiện như thế, HĐPDTTLT sẽ không phiên dịch theo thứ tự lịch sử hình thành Thánh điển như Đại Chánh, mà theo phương pháp các Kinh Lục cổ điển, phân Thánh giáo thành Ba thừa: Thanh Văn Tạng, Bồ-tát Tạng và Mật Tạng. Cho đến khi nào sở học và đạo hạnh được nâng cao, đủ để xác định tín tâm trong hàng bốn chúng đệ tử, bấy giờ Hội đồng Phiên dịch Tam Tạng Lâm thời sẽ chuyển thành chính thức, và sẽ tuần tự thực hiện chương trình phiên dịch đúng theo đề xuất của Hội đồng Phiên dịch Tam Tạng 1973.

_____

* Xem thêm chú thích cuối bài.

Sự nghiệp phiên dịch Đại Tạng Kinh là sự nghiệp chung, hệ trọng và trường kỳ, của Tăng tín đồ Phật giáo Việt Nam trong và ngoài nước. Hình thành Đại Tạng Kinh tiếng Việt không những tạo điều kiện thuận lợi cho việc nghiên cứu và thực hành Phật Pháp đúng đắn cho tứ chúng đệ tử, khẳng định vị thế của Phật giáo Việt Nam đối với nhân loại và cộng đồng Phật giáo quốc tế, mà còn là sự phục hưng những giá trị văn hóa dân tộc nhằm góp phần vào việc xây dựng và phát triển đất nước. Nhận thức được tầm quan trọng này, chư vị lãnh đạo các Giáo hội Phật giáo Việt Nam Thống Nhất tại hải ngoại đã vận động thành lập Hội Đồng Hoằng Pháp vào ngày 08 tháng 5 năm 2021, với sự tán trợ của Viện Tăng Thống, nhằm mở rộng con đường hoằng pháp ngoài nước theo tiêu hướng của GHPGVNTN, cũng như để vận động yểm trợ và thúc đẩy công trình phiên dịch và ấn hành Đại Tạng Kinh Việt Nam tiến đến thành tựu viên mãn.

Để tri niệm ân sâu của chư lịch đại Tổ sư và chư vị Tôn túc trong Hội Đồng Phiên Dịch Tam Tạng 1973 trong sự nghiệp hoằng truyền chánh đạo, Hội Đồng Hoằng Pháp nguyện góp phần công đức, toàn tâm ủng hộ, cúng dường tâm lực, trí lực và tài lực để Đại Tạng Kinh Việt Nam chuẩn mực được lần lượt ấn hành, khởi đầu từ Thanh Văn Tạng, tháng 01 năm 2022, cho đến khi hoàn tất Bồ-tát Tạng và Mật Tạng trong thập niên tới.

Nguyện đem công đức Pháp thí này hồi hướng chánh pháp cửu trụ, tứ chúng an hòa, phát Bồ-đề tâm tiến tu đạo nghiệp; lại nguyện nhân loại được an vui, phúc lạc; sớm chấm dứt thiên tai dịch bệnh, khắp loài chúng sinh đều được lạc nghiệp an cư.

Ngưỡng vọng chư tôn Trưởng lão, chư Hòa thượng, Thượng tọa, Đại đức Tăng Ni cùng bốn chúng đệ tử trong và ngoài nước chứng minh và liễu tri.

Nam mô Công Đức Lâm Bồ-tát.

Phật lịch 2565, năm Tân Sửu
Ngày 01 tháng 01 năm 2022
Hội Đồng Phiên Dịch Tam Tạng Lâm Thời
Cẩn bạch

CHÚ THÍCH *(cập nhật 15/09/2024):*

Tham chiếu Quyết định số: 07.VTT/CTK/QĐ do Hòa Thượng Thích Tuệ Sỹ ký 21/09/2023; đồng thời tham chiếu Biên bản kỳ họp Ủy Ban Phiên Dịch Trung Ương mở rộng vào ngày 15/08/2024 và 29/08/2024, từ 9/2024 có những thay đổi về tổ chức và nhân sự sau:

- Tên gọi mới:

ỦY BAN PHIÊN DỊCH TRUNG ƯƠNG

- Nhân sự:

Chủ tịch:	Hòa Thượng Thích Như Điển
Chánh Thư Ký:	Hòa Thượng Thích Thái Hòa
Phó Thư Ký:	Hòa Thượng Thích Nguyên Siêu
Phụ tá đặc trách Giáo nghĩa	Tỳ-kheo-ni TN. Thanh Trì
Tiểu Ban Phiên Dịch Chuyên Trách:	

PHÀM LỆ

1. Đại Tạng Kinh Việt Nam bao gồm tất cả các bản dịch tiếng Việt của Tam Tạng Kinh Điển Phật giáo đã xuất hiện ở nước ta từ trước đến nay, qua các thời kỳ với nhiều dịch giả khác nhau, để cho thấy quá trình hình thành Đại Tạng Kinh Việt Nam qua lịch sử.

2. Về bản đáy, bản dịch Việt căn cứ trên ấn bản Đại Chánh Tân Tu Đại Tạng Kinh 100 tập, mỗi tập trên dưới 1000 trang chữ Hán cỡ 10pt và sẽ được đánh số theo thứ tự của số ghi trong bản in Đại Chánh. Mỗi trang của bản in Đại chính được chia làm ba cột: a, b, c. Số trang và cột này đều được ghi trong bản dịch để tiện tham khảo.

3. Vì thế, một bản Kinh chữ Hán có thể có nhiều bản dịch tiếng Việt, nên sau số thứ tự của Đại Chánh, sẽ đánh thêm các mẫu tự A, B, C... để phân biệt các bản dịch tiếng Việt khác nhau của cùng một bản Kinh chữ Hán đó.

4. Về xử lý văn bản trong khi phiên dịch, phần lớn căn cứ công trình hiệu đính và đối chiếu của bản Đại Chánh. Ngoài ra, tham khảo thêm các công trình hiệu đính và đối chiếu khác.

5. Giữa các ấn bản có những điểm khác nhau, bản Việt sẽ lựa chọn hoặc hiệu đính theo nhận thức của người dịch.

6. Trong bản Hán, nếu chỗ nào xét thấy văn dịch hay từ ngữ không phù hợp với giáo nghĩa truyền thống phổ biến, người dịch sẽ tham khảo các Kinh, Luật, Luận cần thiết để

hiệu chính. Những hiệu chính này được giải thích ở phần cước chú.

7. Bản Hán dịch thực hiện căn cứ phần lớn trên sự truyền khẩu. Do đó những từ phát âm tương tự dễ đưa đến ngộ nhận, như *sam* Pāli hay *sama* và *samyak*; *cala* và *jala*; *muti* và *muṭṭhi*, v.v... Trong những trường hợp này, người dịch sẽ tham chiếu các Kinh tương đương, các bản Hán biệt dịch, suy đoán tự dạng nguyên thủy có thể có trong Phạn bản để hiệu chính. Những hiệu chính này đều được ghi ở phần cước chú.

8. Do các truyền bản khác nhau giữa các bộ phái, để có nhận thức về giáo nghĩa nguyên thủy, chung cho tất cả, cần có những nghiên cứu đối chiếu sâu rộng. Công việc này ngoài khả năng hiện tại của các dịch giả. Tuy nhiên, trong trường hợp có thể, những điểm dị biệt giữa các truyền bản sẽ được ghi nhận và đối chiếu. Những ghi nhận này được nêu ở phần cước chú.

9. Bản Hán dịch được phân thành số quyển. Bản dịch Việt không chia số quyển như vậy, nhưng sẽ ghi ở phần cước chú mỗi khi bắt đầu một quyển khác.

10. Các từ Phật học trong một số bản Hán dịch nếu không phổ biến, do đó có thể gây khó khăn cho việc đọc và nghiên cứu, trong các trường hợp như vậy, tuy vẫn giữ nguyên dịch ngữ của bản Hán, nhưng dịch ngữ tương đương thông dụng hơn sẽ được ghi trong phần cước chú. Trong trường hợp có thể, sẽ ghi luôn dịch giả của những dịch ngữ này và xuất xứ của chúng từ bản dịch nào để tiện

việc tham khảo.

11. Các Kinh sách tham khảo trong cước chú đều được viết tắt theo quy định phổ thông của giới nghiên cứu quốc tế; xem quy định về viết tắt ở cuối mỗi tập của Đại Tạng Kinh Việt nam.

12. Quy ước các danh từ viết hoa

* Các từ gốc Sanskrit/Pāli:

a. Từ thường phiên âm: tất cả viết thường với gạch nối. Như *śūnyatā* = thuấn-nhã-đa tính, *kṣatriya* = sát-đế-lợi. Trừ các từ tôn kính, theo ngữ cảnh; như: *Nirvāṇa* = Niết-bàn; *Ācārya* = A-xà-lê; *Bhikṣu* = Tỳ-kheo v.v...

b. Từ đặc hữu (nhân danh, địa danh): Chữ đầu hoa, còn lại thường, với gạch nối. Như *Śariputra* = Xá-lợi-phất, *Śrāvastī* = Xá-vệ, *Kapilavastu* = Ca-tì-la-vệ.

c. Trường hợp vừa âm vừa nghĩa, phần phiên âm chữ đầu hoa, còn lại thường với gạch nối; phần nghĩa viết Hoa, như *Śariputra* = Xá-lợi Tử.

* Các từ thuần Việt, chưa có quy tắc chính thức, nhưng theo cách viết phổ thông hiện nay:

a. Từ phổ thông: tất cả không hoa, trừ trường hợp tôn kính hay đặc biệt.

b. Từ đặc hữu, nhân danh, địa danh: tất cả viết hoa.

Vạn Hạnh, Pl. 2550 - Dl. 2006
Trí Siêu và **Tuệ Sỹ** cẩn chí

BẢNG VIẾT TẮT

A	*Aṅguttara-Nikāya* – Tăng chi bộ kinh
Câu-xá	A-tỳ-đạt-ma-câu-xá luận, T 29 No 1558
Cf.	*confer*, Tham chiếu, so sánh
Cđ., Chân Đế	bản dịch của Chân Đế
cht.	chú thích
Ch.	Chương
...cho đến	Lặp lại nguyên văn đoạn trên
D	*Dīgha-nikāya*, Trường bộ kinh
Đại.	Đại Chánh Tân Tu Đại Tạng Kinh, Taisho
đd	đã dẫn
Dh, Dhp	*Dhammapada*, kinh Pháp cú
Du-già	Du-già sư địa luận, T 30 No 1579
ff.	following, tiếp theo
Ht., Huyền Trang	bản dịch của Huyền Trang
ibid.	*ibidem*, cùng chỗ đã dẫn, đã dẫn, dẫn thượng
M	*Majjhima-Nikāya* – Trung bộ kinh
n.	number, số hiệu
Niss.	*Nissaggiya*, Ni-tát-kỳ
NM	bản in đời Nguyên Minh
nt	như trên
Pl.	Pāli
S	*Samyutta-Nikāya* – Tương ưng bộ kinh
Pāc.	*Pācittiya*, Ba-dật-đề
Sdt.	sách dẫn trên
Sđd.	Sách đã dẫn
Skt.	Sanskrit

Sn	*Sutta-nipāta* – Kinh tập
T.	Taisho (大正), Đại chánh tân tu Đại tạng kinh, dẫn theo số sách, số trang, cột và dòng.
Tập dị	Tập dị môn túc luận
Th 1	*Theragāthā* – Trưởng lão kệ
Th 2	*Therīgāthā* – Trưởng lão ni kệ
thc.	tham chiếu
thk.	tham khảo
Tì-bà-sa	A-tì-đạt-ma Đại tì-bà-sa luận
Tl.	Tây lịch
TNM	bản in các đời Tống Nguyên Minh
tr.	Trang
TVT	Đại Tạng Kinh Việt Nam, Thanh Văn Tạng
vd.	ví dụ
Vin.	*Vinaya*, Luật tạng Pāli
Vsm.	*Visuddhimagga* – Thanh tịnh đạo luận
x.	xem
X.	Xuzang (續藏), Tục tạng, Vạn.
Wogihara	Phạn Hòa từ điển, Địch Nguyên Vân Lai (Wogihara Unrai)

A-TÌ-ĐẠT-MA
THI THIẾT TÚC LUẬN
ABHIDHARMA PRAJÑAPTIPĀDA ŚĀSTRA
阿毘達磨施設足論

❖

Pháp Hộ và Duy Tịnh
dịch Hán

Thích Nhuận Giác
Việt dịch

Thích Nhuận Thịnh
hiệu đính và chú thích

MÔN THỨ NHẤT
THẾ GIAN THI THIẾT TRONG
*ĐỐI PHÁP ĐẠI LUẬN*¹

(Xét trong bản Thích luận có môn này nhưng nguyên bản Phạn thì khuyết.)²

---

¹ Bản dịch Hán không ghi tên tác giả, bản dịch Tạng ngữ ghi tác giả là tôn giả Đại Mục-kiền-liên (*Maudgal gyi bu chen po*).

² Bản dịch tương đương của *Thế gian thi thiết* trong Tạng ngữ: *'jig rten gzhag pa (Lokaprajñapti), No. 4086*, I, pp. 1b-93a. Các phiến đoạn Sanskrit, xem: *Sankaranarayan, Kalpakam* et al. (2002), *Loka-prajñapti: A critical exposition of Buddhist cosmology*, New Delhi: Somaiya Publications, pp. 1-24.

MÔN THỨ HAI
NHÂN THI THIẾT TRONG
ĐỐI PHÁP ĐẠI LUẬN

[0514a21]³ Trong luận có hỏi: Nhân duyên từ đâu mà người nữ báu của Chuyển luân thánh vương⁴ có được tướng mạo như trời, hơn hẳn mọi người, sắc đẹp đoan trang nghiêm nghị, ai cũng vui vẻ khi nhìn thấy?⁵

Đáp: Người nữ báu của Chuyển luân thánh vương từ xa xưa đã tu nhân qua những việc làm rộng lớn, thường dùng các vật phẩm trong sạch để bố thí,⁶ chẳng hạn như những thứ đồ dùng trang nghiêm thanh tịnh, và với các thứ như vật thực ăn uống, y phục,⁷ hương thoa,⁸

---

³ Quyển 1.

⁴ 女寶, *'khor los sgyur ba'i rgyal pos bud med rin po che thos* – nữ báu (*strā-ratna*) do vua Chuyển luân (*rājacakravartin*) đạt được.

⁵ "*bud med de yang gzugs bzang zhing blta na sdug la mdzes pa, mi'i mdog las ni 'das, lha'i mdog ni ma thob pa yin te.*" Kpr. p. 939. "*Lại nữa, thân thể người phụ nữ ấy cũng rất đẹp, vẻ mỹ lệ mà ai cũng vui vẻ khi nhìn thấy, sắc đẹp ấy vượt hẳn loài người, ngay cả trong chư thiên cũng khó thấy.*" *blta na sdug:* *darśa-nīya* – vui vẻ khi nhìn thấy.

⁶ *dge sbyong dang, bram ze rnams dang, bkren pa rnams dang, sdug phongs pa rnams la sbyin pa* – đã bố thí cho các sa-môn, bà-la-môn, người bần cùng, người ăn xin.

⁷ 衣服; *gos;* *cīvara, vastra*

⁸ 塗香 đồ hương; *spos;* *gandha*

hương bột,[9] giường,[10] ghế,[11] phòng ốc,[12] cho đến đèn thắp,[13] v.v.[14] Do các nhân duyên như vậy nên người nữ báu của Chuyển luân thánh vương có được nữ báu tướng mạo như trời, hơn hẳn mọi người, sắc đẹp đoan trang nghiêm nghị, ai cũng vui vẻ khi nhìn thấy.

[0514a28] Lại hỏi: Do nhân gì người nữ báu của Chuyển luân thánh vương có màu da hài hòa, không trắng cũng không đen; vóc dáng cân đối không cao không thấp, cũng không béo không gầy?[15]

Đáp: Người nữ báu ấy từ xa xưa đã tu nhân qua những việc làm rộng lớn, thường làm bố thí, như dùng đủ các loại đồ ăn thức uống có đầy đủ sắc đẹp, hương thơm, vị ngon mà tự tay dâng cúng, khởi tâm khiêm tốn làm việc bố thí.[16] Từ các nhân duyên như vậy, nên các nữ báu có màu da hài hòa, không trắng cũng không đen; vóc dáng cân

---

[9] 粖香 mạt hương; ⓉⒷ byug pa; ⓈⓀⓉ vilepana

[10] 床 sàng; ⓉⒷ mla cha; ⓈⓀⓉ śayana

[11] 座 tọa; ⓉⒷ stan; ⓈⓀⓉ āsana

[12] 舍宇 xá vũ; ⓉⒷ gnas; ⓈⓀⓉ bhavana/ vihāra

[13] 燈明 đăng minh; ⓉⒷ mar me; ⓈⓀⓉ pradīpa

[14] "...rgyan rnams dang, zas dang, skom dang, bca' ba dang, bza' ba dang, gos dang, spos dang, me tog phreng dang, byug pa dang, mal cha dang, stan dang, gnas dang, mar me rnams byin te." Kpr. p. 940. "...Bố thí các thứ trang sức, thức ăn, nước uống, lương thực, cơm, y phục, hương bột, vòng hoa, hương xoa, giường nằm, ghế ngồi, chỗ ở, đèn..."

[15] "ci'i phyir bud med rin po che ha cang yang mi dkar ha cang yang mi sngo ste, pags pa'i mdog pri yang ku'i me tog ltar 'dug la, ha cang yang mi ring, ha cang yang mi thung ste, lus ran par 'dug pa dang, ha cang skem pa yang ma yin, ha cang sha che ba yang ma yin te sha ran par gyur ce na," Kpr. p. 941. "Tại sao nữ báu ấy có màu da không quá trắng (śukla), cũng không quá xanh (śāka), giống như hoa priyaṅgu; thân thể cân đối, không quá dài/cao cũng không quá ngắn/ thấp, không quá gầy cũng không quá béo."

[16] "...sbyin ba kha dog phun sum tshogs pa dang, dri phun sum tshogs pa dang, ro phun sum tshogs pa rnams rang gi lag nas gus par byas te, ma brnyas par dus su byin te." Kpr. p. 941. "...Người ấy bố thí các tặng phẩm có màu sắc tốt đẹp nhất, hương thơm nhất, vị ngon nhất, tự tay mình thực hiện một cách cung kính mà không hề khinh rẻ khi bố thí."

đối không cao không thấp, cũng không béo không gầy.

[0514b05] Lại hỏi: Do nhân gì người nữ báu của Chuyển luân thánh vương khi đến mùa lạnh lại được ấm áp, vừa ý vui vẻ?[17]

Đáp: Người nữ báu ấy từ xa xưa đã tu nhân qua những việc làm rộng lớn, như trong mùa đông lạnh rét, gió lớn thổi ùa, làm cho cảnh vật hoang tàn, người người lo sợ. Vào lúc ấy, người nữ báu này lại không gây não hại, ngược lại còn yêu thương, không gây hại đến cha mẹ,[18] bạn giỏi,[19] cho đến thầy dạy của mình,[20] hoặc cả chúng sa-môn, bà-la-môn khác, liền nhanh lấy các vật ấm áp để giúp đỡ mọi người, như quần áo, chiếu ngồi, hương xoa, hương bột, giường nằm, phòng ốc, bếp than,[21] đồ mồi lửa,[22] cho đến các vật dụng sưởi ấm khác cần dùng mang ra bố thí khắp nơi. Do nhân duyên như vậy, người nữ báu của Chuyển luân thánh vương khi đến mùa lạnh lại được ấm áp, vừa ý vui vẻ.

[0514b14] Lại hỏi: Do nhân gì người nữ báu của Chuyển luân thánh vương khi trời nóng bức lại được mát mẻ, vừa ý vui vẻ?[23]

Đáp: Người nữ báu ấy từ xa xưa đã tu nhân qua những việc làm rộng lớn, như khi giữa hè nóng bức, mặt trời hừng hực, dễ sinh côn trùng, khiến mọi người khổ sở bực bội. Khi đó người nữ báu không sanh cáu giận, ngược lại còn yêu thương đến cha mẹ, bạn giỏi, cho đến thầy dạy, hoặc cả chúng sa-môn, bà-la-môn khác. Người nữ ấy nhanh lấy các vật mát mẻ để giúp đỡ mọi người, như đồ quần áo,

---

[17] *"ci'i phyir bud med rin po che grang ba'i dus na lus rnams la reg na dro bar 'gyur zhe na."* **Kpr. p. 941.** *"Tại sao nữ báu ấy vào mùa lạnh lại có các thân phần ấm áp khi tiếp xúc?"*

[18] 父母 phụ mẫu; 🅣 *pha ma*; 🅢 *pitṛmātṛ*

[19] 知識 tri thức; Cf.: 🅣 *nye du*; 🅢 *bandhu* – quyến thuộc

[20] 師尊 sư tôn; 🅣 *bla ma lta bu*; 🅢 *guru-sthānīya*

[21] 爐炭 lô thán; 🅣 *zhugs ling*; 🅢 *bhraṣṭikā* - cái lò than

[22] 火具 hỏa cụ; 🅣 *zhugs thabs* – công cụ tạo ra lửa

[23] *"ci'i phyir bud med rin po che tsha ba'i dus na lus la reg na bsil bar 'gyur zhe na."* **Kpr. p. 942.** *"Tại sao nữ báu ấy vào mùa nóng lại có thân thể mát mẻ khi tiếp xúc?"*

chiếu ngồi, hương xoa, hương bột, giường nằm, phòng ốc, ghế ngồi gác chân, vòng tay quý giá,[24] hương thơm đa-ma-la và các thứ đồ vật khác được làm từ đa-ma-la[25] để bố thí rộng khắp. Từ nhân duyên như vậy, người nữ báu của Chuyển luân thánh vương khi vào mùa nóng lại được mát mẻ, vừa ý vui vẻ.

[0514b23] Lại hỏi: Do nhân gì các lỗ chân lông trên thân người nữ báu của Chuyển luân thánh vương lại có hương thơm của chiên-đàn, trong miệng thì tỏa ra hương thơm của hoa ưu-bát-la?[26]

Đáp: Người nữ báu ấy từ xa xưa đã tu nhân qua những việc làm rộng lớn, không sinh lòng cáu giận đối với cha mẹ, bạn giỏi, cho đến thầy dạy, hoặc cả chúng sa-môn, bà-la-môn khác, ngược lại thường yêu thương không hề cáu giận, liền lấy hương thơm từ trầm thủy, huân lục, uất-kim,[27] đa-ma-la và các loại hương đặc biệt khác mà bố thí rộng khắp. Từ nhân duyên như vậy, các lỗ chân lông trên thân của người nữ báu có mười hương chiên đàn, trong miệng thì tỏa ra mùi thơm của hoa ưu-bát-la.

[0514c01] Lại hỏi: Do nhân gì người nữ báu của Chuyển luân thánh vương khi theo hầu Chuyển luân thánh vương đều giữ được cung cách đúng lễ, đứng dậy trước, ngồi xuống sau, bất cứ việc gì cũng vâng mệnh làm theo, siêng năng không hề lười biếng, đã thế lại

---

24 〔Tib〕 *nor bu'i lam dang, nor bus spras pa'i lam dang* – con đường làm bằng châu báu, con đường có trang hoàng bằng các thứ châu báu

25 〔Tib〕 *shing ta ma la'i yal ga'i bsil yab dang, ta ma la'i lo ma las snod du byas pa* – cái mũ chống nắng/ cái quạt làm từ cành nhánh của cây *tamāla*, đồ đựng được làm từ lá của cây *tamāla*.

26 "*ci'i phyir bud med rin po che spu'i khung bu thams cad nas tsandan gyi dri 'byung la kha nas autpa la'i dri 'byung zhe na.*" **Kpr. p. 942**. *"Tại sao có hương thơm chiên-đàn phát sanh từ tất cả lỗ chân lông, có hương thơm hoa sen xanh phát sanh từ miệng của nữ báu?"* *tsandan gyi dri*, 〔Skt〕 *candanagandha*; 〔Tib〕 *autpa la'i dri*, 〔Skt〕 *ut-palagandha* – hương của hoa sen xanh.

27 〔Tib〕 *aa ka ru dang, rgya spos dang, gur kum dang, ka la nu sa ri dang* – trầm hương (*agaru*), cách hương (*tagara*), uất-kim (*kuṅkuma*), cà-ri (*kālānusārī*).

còn nói lời dịu dàng?[28]

Đáp: Suốt quãng thời gian dài, Chuyển luân thánh vương khi đứng hoặc ngồi, hễ làm công việc gì cũng đều lấy nghiệp thiện hoàn thành, nuôi dưỡng lớn mạnh đến chín muồi quả báo thù thắng hiện tiền.[29] Từ nhân duyên như vậy, Chuyển luân thánh vương nhận được lời nói dịu dàng và sự vâng lời của nữ báu.

[0514c06] Lại hỏi: Do nhân gì người nữ báu của Chuyển luân thánh vương có thể làm Chuyển luân thánh vương đẹp lòng vừa ý nhưng không vướng bịu vào tâm, hơn nữa thân thể và lời nói luôn nhẹ nhàng, hòa nhã?[30]

Trả lời: Chuyển luân thánh vương có đầy đủ các oai đức lớn. Vua chưa từng có tâm ý phân biệt này kia đối với chúng sinh, vượt ngoài dự tính của mọi người.[31] Từ nhân duyên như vậy, Chuyển luân thánh vương mới nhận được sự đẹp lòng vừa ý, nhưng không vướng bịu

---

[28] *"ci'i phyir bud med rin po che 'khor los sgyur ba'i rgyal po'i sngon du ldang zhing phyi nas nyal ba dang, ci bya ba'i lung nod pa dang, mkhas shing yid du 'ong bar byed la snyan par smra bar byed ce na."* **Kpr. p. 943**. *"Tại sao người nữ báu thức dậy trước, đi ngủ sau Chuyển luân thánh vương, làm theo lời dạy, cư xử đẹp lòng, nói lời dịu dàng?"*

[29] *"'khor los sgyur ba'i rgyal pos yun ring po nas bsnyen bkur byed pa 'thob par 'gyur ba'i las don yod pa dag byas shing bstsags pas de dag mngon du phyogs shing rnam par smin pa nye bar 'ongs te."* **Kpr. p. 943**. *"Do trong thời gian dài, Chuyển luân thánh vương đã tích lũy bằng cách thực hiện những việc làm có ích nhằm hướng đến sự phục vụ mọi người nên hiện tiền đạt được các dị thục ấy."*

[30] *"ci'i phyir bud med rin po che'i yid kyi dgu la yang 'khor los sgyur ba'i rgyal po'i yid dang 'gal bar mi byed na lus dang, ngag gis lta ga la byed ce na."* **Kpr. p. 943**. *"Tại sao ngay cả trong thẳm sâu ý niệm của người nữ báu ấy cũng không muốn làm trái với ý của Chuyển luân thánh vương, thì do đâu mà làm trái bằng thân thể hay lời nói?"*

[31] *"'khor los sgyur ba'i rgyal po ni dbang che bar grags pa'i sems can yin pas na, de'i phyir de sems dman pa'i mi la sems 'jug par mi 'gyur te."* **Kpr. p. 943**. *"Bởi vì vị Chuyển luân thánh vương ấy là chúng sanh đại cao quý, do đó ngài không có tâm hạ liệt, tâm không lay chuyển."*

vào tâm từ người nữ báu.

[0514c11] Lại hỏi: Do nhân gì người nữ báu của Chuyển luân thánh vương đều biết trước ý định vua lúc nào muốn đi hoặc khi nào muốn ngồi xuống liền đến trước vua thưa rằng: "An lạc thay, thưa Thánh vương! Thánh vương muốn đi chăng, Thánh vương muốn ngồi chăng, tôi đều sẽ đi theo ngài!"[32]

Trả lời: Người nữ báu ấy từ xa xưa đã tu nhân qua những việc làm rộng lớn, đầy đủ lòng từ, quán xét các chúng sanh trong Dục giới, có chúng sanh mong muốn làm việc nghĩa, mong muốn đối với lợi, mong muốn an lạc, hoặc nếu chúng sinh có ý không muốn về lợi, không cầu an lạc thì đều khởi lòng từ, dùng mắt từ để nhìn họ.[33] Từ nhân duyên như vậy, người nữ báu của Chuyển luân thánh vương đều biết trước ý định của vua lúc nào muốn đi hoặc khi nào muốn dừng.

[0514c18] Lại hỏi: Do nhân gì người nữ báu của Chuyển luân

---

[32] "ci'i phyir bud med rin po che gal te kha cig gis 'gro ba mthong na de dag 'di snyam du sems te, kye ma 'di ye 'gro na ci ma rung snyam du sems la, gal te 'greng ba dang, 'dug pa dang, 'phres pa mthong na yang de dag 'di snyam du sems te, kye ma 'di ye 'phres pa na ci ma rung snyam du sems she na." Kpr. p. 943-944. "Tại sao người nữ báu khi thấy những người nào đi thì suy nghĩ đến những người đó. Cô ấy suy nghĩ như vầy: 'Ôi! Cầu mong những người này đi luôn luôn được bình an!' Nếu thấy họ đứng, ngồi, nằm cũng suy nghĩ đến họ. Cô ấy suy nghĩ như vầy: 'Ôi! Cầu mong những người này nằm luôn luôn được bình an!'?"

[33] "'dod pa na spyod pa'i byams pa thob par 'gyur te, sems can don du 'dod pa gang yin pa rnams dang, phan par 'dod pa rnams dang, grub pa dang bde bar 'dod pa gang yin pa rnams dang, gnod par 'dod pa gang yin pa rnams dang, mi phan par 'dod pa dang, grub pa dang bde ba med par 'dod pa gang yin pa de dag thams cad la byams pa'i mig gis bltas te." Kpr. p. 944. "Cô ấy có được sự từ mẫn đối với Dục giới, nơi có chúng sanh tham muốn về tài sản, có chúng sanh tham muốn về lợi ích, có những chúng sanh tham muốn về sự hiện hữu và an lạc, có những chúng sanh tham muốn gây tổn hại kẻ khác, có chúng sanh không tham muốn về lợi ích, có những chúng sanh không tham muốn về sự hiện hữu và an lạc. Cô ấy đều nhìn họ bằng con mắt từ mẫn."

thánh vương vượt trội hơn những người nữ bình thường ở thế gian, như mặt trăng là sáng nhất giữa các vì sao?[34]

Trả lời: Người nữ báu ấy từ xa xưa đã tu nhân qua những việc làm rộng lớn, đó là tự mình không hề sát sanh, lại khuyên dạy người khác giữ giới không sát sanh. Tự mình không làm các việc trộm cắp, không tà dâm, không nói dối, không uống rượu, lại khuyên dạy mọi người khác đều tu trì.[35] Từ nhân duyên như vậy, người nữ báu của Chuyển luân thánh vương vượt trội hơn những người nữ khác, như mặt trăng là sáng nhất giữa các vì sao.

[0514c23] Lại hỏi: Do nhân gì người nữ báu của Chuyển luân thánh vương lại không có việc sinh đẻ?[36]

Trả lời: Vì tất cả mọi người nữ đều có chung một loại tổn hại, đó chính là nỗi khổ về thai nghén sinh đẻ. Người nữ báu ấy suốt quãng thời gian dài ít bệnh và khổ não, thường làm các việc thiện, những việc thiện ấy ngày càng hoàn thiện, nhờ vậy các kết quả tốt đẹp liền

---

[34] *"ci'i phyir bud med rin po ches ji ltar pa wa sangs kyis skar ma gzhan thams cad zil gyis non pa bzhin du bud med thams cad zil gyis non par 'dug ce na."* **Kpr, p. 944**. *"Tại sao người nữ báu ấy là áp đảo/ xuất sắc nhất trong số tất cả cô gái, giống như ngôi sao Kim (pa wa sangs, pa sangs;* **SKT** *śukra) là áp đảo/ làm lu mờ tất cả vì sao khác?"*

[35] *"...bdag nyid kyis kyang srog gcod pa spangs la, gzhan dag kyang srog god pa spong ba yang dag par 'dzin du bcug pa dang, bdag nyid kyis kyang ma byin par len pa dang 'dod pa la log par gyem pa dang, brdzun du smra ba dang, 'bru'i chang dang, bcos pa'i chang myos par 'gyur ba bag med pa'i gnas spangs la, gzhan dag kyang 'bru'i chang dang, bcos pa'i chang myos par 'gyur ba bag med pa'i gnas spong ba yang dag par 'dzin du bcug ste,"* **Kpr, p. 944**. *"Chính mình từ bỏ sự giết hại còn dạy người khác cũng từ bỏ sự giết hại. Chính mình cũng từ bỏ sự lấy vật chưa được cho, từ bỏ tà hành về dục, từ bỏ nói dối, từ bỏ nguyên nhân của sự phóng đãng là uống rượu nấu (surā-maireya), rượu lên men (maireya) còn dạy người khác từ nguyên nhân của sự phóng đãng là uống rượu nấu, rượu lên men."*

[36] *"ci'i phyir bud med rin po che'i bu 'byung bar mi 'gyur zhe na."* **Kpr, p. 945**. *"Tại sao người nữ báu không sanh con?"*

được thành tựu ngay thời hiện tại.[37] Từ nhân duyên như vậy, người nữ báu Chuyển luân thánh vương không có sinh đẻ.

[0514c28] Lại hỏi: Do nhân gì người nữ báu của Chuyển luân thánh vương có ý muốn qua đời sớm hơn Chuyển luân thánh vương?[38]

Trả lời: Người nữ báu ấy từ lâu dài không ngừng tu các nghiệp thiện, nhờ vậy các kết quả tốt đẹp liền được thành tựu ngay thời hiện tại.[39] Từ nhân duyên như vậy, người nữ báu Chuyển luân thánh vương có ý muốn qua đời sớm hơn Chuyển luân thánh vương.

[0515a02] Lại hỏi: Do nhân gì trong hàng người nữ chỉ có mỗi người nữ báu của Chuyển luân thánh vương được sanh về cõi trời?[40]

Trả lời: Người nữ báu ấy bản tính vốn hiền thiện, lại còn tu tập trọn vẹn mười nghiệp thiện.[41] Từ nhân duyên như vậy, trong hàng

---

[37] "…'di lta ste, mngal du bu 'chags pa de ni bud med rnams kyi nad yin la, bud med rin po ches ni yun ring po nas nad nyung bar 'gyur ba'i las 'bras bu yod cing rnam par smin pa yod pa dag byas shing bsags te, de dag rnam par smin par mngon du phyogs shing nye bar 'ongs te," **Kpr. p. 945.** *"Đó là, khi đứa trẻ ấy ra khỏi tử cung thì những người phụ nữ bị đau đớn, còn người nữ báu vì trong thời gian dài lâu đã thành tựu viên mãn nghiệp quả và dị thục ít bị bệnh nên hiện tiền đạt được dị thục ấy."*

[38] "ci'i phyir bud med rin po che sngar 'chi bar 'gyur la 'khor los sgyur ba'i rgyal po phyis 'chi bar 'gyur zhe na." **Kpr. p. 945.** *"Tại sao nữ báu chết trước khi Chuyển luân thánh vương chết?"*

[39] "…bud med rin po ches yun ring po nas khyim thab dang 'bral bar mi 'gyur ba'i las 'bras bu yod cing rnam par smin pa yod pa dag byas shing bsags pas de dag rnam par smin pa mngon du phyogs shing nye bar 'ong ste," **Kpr. p. 945.** *"Người nữ báu ấy trong thời gian dài lâu đã thành tựu viên mãn nghiệp quả và dị thục không thoát li (viyoga/ vipravāsa) gia đình/ đời sống vợ chồng nên hiện tiền đạt được dị thục ấy."*

[40] "ci'i phyir bud med rin po che thams cad mtho ris su nye bar 'gro zhe na." **Kpr. p. 945.** *"Tại sao người nữ báu ấy đi đến được tất cả cõi trời?"*

[41] "bud med rin po che de ni rang bzhin gyis dge ba'i steng du dge ba bcu'i las kyi lam rnams yang dag par blangs te gnas pas na." **Kpr. p. 945.**

người nữ chỉ có mỗi người nữ báu của Chuyển luân thánh vương được sanh về cõi trời.

[0515a06] Lại hỏi: Do nhân gì Chuyển luân thánh vương có báu đại thần trông giữ kho tàng?[42]

Trả lời: Chuyển luân thánh vương từ xa xưa đã tu nhân qua những việc làm rộng lớn, đó là nếu khi gặp lúc thời tiết cực lạnh hay cực nóng thì trong lúc cực nóng hay cực lạnh ấy vua đều không sinh lòng cáu giận đối với cha mẹ, bạn giỏi cho đến thầy dạy, hoặc cả chúng sa-môn, bà-la-môn khác, ngược lại còn thường yêu thương không hề cáu giận. Vua tùy lúc đảm nhiệm việc cung cấp đầy đủ những loại thuốc hay, các món ăn uống ưa thích ngon ngọt nhất hoặc các vật cần dùng khác. Khi các vị ấy nhận đủ rồi thì ai cũng có thân thể sạch sẽ, y phục đầy đủ, cả ngày lẫn đêm đều sống trong sự vui sướng an lạc.[43] Từ nhân duyên như vậy, Chuyển luân thánh vương có được báu đại thần trông giữ kho tàng.

Vị đại thần trông giữ kho tàng ấy giàu có tự tại, quyến thuộc đông đảo, có nhiều kho tàng châu báu, tiền tài, lương thực sung túc, tiêu dùng rồi lại có thêm nhiều. Đó là quả báo được sanh ra từ nghiệp thiện, lại có đầy đủ thiên nhãn thấy được kho tàng ẩn giấu là có chủ hay không chủ, nằm dưới nước hay trong lòng đất, ở gần hay xa. Vị đại thần ấy cũng đến chỗ của Chuyển luân thánh vương, siêng năng hiến cúng phong phú và đầy đủ mọi thứ mà không chán nản, cung kính thưa vua rằng:

"Thiên tử có việc cần dùng đến tiền của châu báu hay việc gì khác, tôi đều có thể dâng cúng lên Ngài."

"Người nữ báu có bản tánh hiền thiện (prakṛti-bhadratā), còn tiếp thọ và gìn giữ mười thiện nghiệp đạo cao thượng."

[42] *"ci'i phyir 'khor los sgyur ba'i rgyal pos khyim bdag rin po che thob ce na."* **Kpr. p. 945.** *"Tại sao Chuyển luân thánh vương có được người báu giữ nhà (gṛhapatiratna)?"*

[43] *"...lus ma gsher ba dang, gos ma brlan par de'i nyin mtsan du bde ba la reg par gnas te."* **Kpr. p. 946.** *"...thân thể không ẩm, y phục không ướt, ngày lẫn đêm an trú nơi cảm thọ an lạc."*

Không lâu sau đó,[44] một vị Chuyển luân thánh vương có ý định thử lòng vị đại thần trông giữ kho tàng, liền sai giong thuyền báu du hành,[45] bèn cho gọi đại thần trông giữ kho tàng, rồi nói:

"Nay ông phải mang tiền bạc châu báu, v.v., đến cho ta, ta đang cần dùng!"

Lúc ấy vị đại thần trông giữ kho tàng thưa với Chuyển luân thánh vương kia:

"Xin Thánh vương cho thuyền cập bến, tôi sẽ dâng những gì Thánh vương cần đến. Nếu thuyền không cập bến thì việc này khó thực hiện được."

Bấy giờ vua liền cho thuyền báu quay lại neo nơi bến sông. Vị thần trông giữ kho tàng đến trước vua, gối phải quỳ xuống đất, trang nghiêm cung kính thực hiện tẩy tịnh xong, hai tay cầm lấy bốn cái bình báu quý giá được làm thành từ kim loại, bên trong chứa đầy các thứ châu báu dâng lên trước vua,[46] rồi tâu lên Thánh vương lời rằng:

---

[44] 過去一時; [Tib] de nas; [Skt] tatas, atha.

[45] "de nas 'khor los sgyur ba'i rgyal pos khyim bdag rin po che sad par 'dod de chu la 'gro ba'i grur zhugs nas chu'i nang na 'dug bzhin du khyim bdag rin po che la bsgo ba khyim bdag nga la nor dgos so." **Kpr. p. 946.** "Sau đó, chuyển luân thánh vương muốn thử lòng vị quan báu giữ nhà ấy nên lên chiếc thuyền đang đi trên mặt nước, khi đang ngồi trong thuyền ở trên nước, ông ra lệnh cho vị quan báu giữ nhà ấy rằng: 'Này người giữ nhà! Ta đang cần châu báu!'"

[46] "de nas khyim bdag rin po che stan las langs te bla gos phrag pa gcig tu gzar nas pus mo g.yas pa'i lha nga gru'i nang du btsugs te, lag pa gnyis chu'i nang du bcug nas lcags zangs zung bzhi gser dngul rdungs su byas pa dang, rdungs su ma byas pas gang ba phyung nas 'khor los sgyur ba'i rgyal po la phul te, lha nor 'di dag lags kyi, 'di las nor gyi dgos pa mdzad nas lhag ma 'di nyid du dor bar gsol, 'di la chos nyid ni 'di yin te." **Kpr. p. 947.** "Sau đó vị quan báu giữ nhà ấy đứng dậy khỏi chỗ mình ngồi, cởi một bên vai của thượng y, đầu gối của chân bên phải quỳ xuống mặt thuyền, dùng cả hai tay luồn vào trong nước lấy lên bốn cặp bình sắt và đồng chứa đầy vàng bạc đã được đúc [thành thỏi] và chưa được đúc [dạng bột] dâng lên Chuyển luân thánh vương, rồi

"Cúi mong Thánh vương nhận lấy các thứ châu báu quý giá của tôi hiến cúng."

Lại thưa kệ rằng:

> *Mưa nhỏ sạch, mát từ trời cao,*
> *Dạo đây nóng bức hạ dâng trào,*[47]
> *Nguyện dâng của báu xin vua nhận,*
> *Cùng phát dân nghèo chẳng xót trao,*
> *Đó đây nhận lãnh cùng vui sướng*
> *Người được của rồi khởi lòng thương.*
> *Nghiệp thiện nhờ ấy rộng không cùng*
> *Được tiền phú quý khó thể dung*
> *Thần lực thiên nhãn liền có đủ*
> *Thánh vương chức vị đặng đăng cùng.*[48]

[0515b05] Lại hỏi: Do nhân gì vị đại thần trông giữ kho tàng được giàu sang, nhiều kho rộng lớn cất chứa của cải, tiêu dùng rồi lại có thêm nhiều?

Trả lời: Vị đại thần trông giữ kho tàng từ xa xưa đã tu nhân qua những việc làm rộng lớn, như bố thí thức ăn, quần áo, vòng hoa, hương thoa, giường nằm, phòng ốc, đèn sáng đến tất cả sa-môn, bà-la-môn, những người nghèo khổ, người lạ qua lại, cho đến những người ăn xin. Từ nhân duyên như vậy, vị đại thần trông giữ kho tàng được giàu sang, nhiều kho rộng lớn cất chứa của cải, tiêu dùng rồi lại có thêm nhiều.

[0515b11] Lại hỏi: Do nhân gì vị đại thần trông giữ kho tàng những quả báo từ nghiệp thiện sinh ra lại có đầy đủ thiên nhãn, có thể thấy rõ kho tàng ẩn giấu là có chủ hay không chủ, hoặc dưới nước

---

thưa rằng: 'Thưa nhà vua! Những thứ báu này là của ngài. Thỉnh cầu ngài sử dụng số của báu này theo mục đích, phần còn lại xin hãy từ bỏ nó. Đây là việc đúng như pháp!"

[47] *"char bab yul ngan byung ba dang, ,sos ka'i dus la bab pa'i tshe,"* **Kpr. p. 947.** *"Vào mùa hạ mà bỗng có mưa tưới xuống vùng đất khổ."*

[48] *"'khor los sgyur bas thob par gyur."* **Kpr. p. 947.** *"Sẽ được làm Chuyển luân vương."*

hay trong đất, hoặc gần hay xa.

Trả lời: Vị đại thần trông giữ kho tàng từ xa xưa đã tu nhân qua những việc làm rộng lớn, đối với cha mẹ, bạn giỏi cho đến thầy dạy, hoặc cả chúng sa-môn, bà-la-môn khác không sinh lòng cáu giận, ngược lại thường yêu thương không hề cáu giận, lại đối với khắp thế gian nơi nào tối tăm u ám thì làm đèn chiếu sáng, cung cấp đèn đuốc và công cụ thắp sáng, làm tan đi màn tối tăm u ám trở nên sáng rực.[49] Từ nhân duyên như vậy, vị đại thần trông giữ kho tàng, những quả báo từ nghiệp thiện sinh ra lại có đầy đủ thiên nhãn, thấy rõ các kho tàng nằm ẩn trong đất hay dưới nước, ở xa hay gần.

[0515b20] Lại có bài tụng rằng:

> Món ngon, mặc đẹp cùng hoa hương
> Tâm sạch cung phụng xưa nay thường
> Mở cửa bố thí tự tay hiến
> Lại dùng đèn sáng tỏa muôn phương.
> Được chức trông kho quan đại thần
> Đứng hầu bên cạnh Chuyển luân thân
> Của báu sung túc giàu bực nhất
> Thấy rõ kho sâu bởi mắt thần.

[0515b25] Lại hỏi: Do nhân gì Chuyển luân thánh vương có được báu đại thần tướng soái?[50]

Trả lời: Chuyển luân thánh vương từ xa xưa đã tu nhân qua những việc làm rộng lớn, đối với cha mẹ, bạn giỏi cho đến thầy dạy, hoặc cả chúng sa-môn, bà-la-môn khác không sinh lòng cáu giận, ngược lại

---

[49] "mun pa snang ba med pa mun nag mar me med par mar me'i 'bru mang dang, mar me'i snying po dang, mar me'i snod rnams byin pa dang, sgron ma rnams dang, mar me rnams dang, snang ba rnams byas nas, de lta bu dag dang, gzhan yang mun pa chen po med par byas te," **Kpr.** **p. 948.** "Đêm tối không có ánh sáng, trong bóng đêm không có ngọn đèn thì cho nhiều ngọn đèn, cho cái bấc đèn (dīpa-vartikā), cung cấp các đồ chứa [dầu] đèn, nhiên liệu, đèn dầu, những thứ như thế được thắp sáng lên khiến bóng đêm to lớn ấy không còn nữa."

[50] 主兵臣寶; blon po rin po che; pariṇāyakaratna

thường yêu thương không hề cáu giận, nơi tối tăm mù ám thì làm đèn chiếu sáng, đem cho những thứ đèn đuốc khiến trở nên sáng tỏ. Từ nhân duyên như vậy, Chuyển luân thánh vương có được báu đại thần tướng soái.

Vị đại thần tướng soái ấy thông minh hiểu rộng, khéo phủ dụ, khéo quan sát, đầy đủ trí tuệ. Khi thân cận vua thì dùng việc có ý nghĩa và lợi ích trong đời hiện tại theo chánh pháp để giúp đỡ và can gián nhà vua, cũng dùng việc có ý nghĩa và lợi ích trong đời khác để giúp đỡ và can gián nhà vua. Hoặc đang lúc chỉ huy quân đội thì hiểu rõ ý vua, những gì đáng giữ lại thì giữ, thứ gì đáng bỏ đi liền bỏ; không làm nhọc sức vua, cũng không tự tiện dùng đến bốn chủng binh, không làm binh lính mệt mỏi nên tất cả binh lính đều tự nguyện quy phục.[51]

[0515c07] Lại có bài tụng rằng:

Biết chỗ u tối ở thế gian
Đèn đuốc cầm soi tạo muôn vàn
Ban cho vật sáng hầu chiếu tỏa
Mọi nơi khắp chốn hiện rõ ràng.

---

[51] *"de 'khor los sgyur pa'i rgyal po'i thang du song nas tshe 'di'i don la yang 'dzud par byed, tshe phyi ma'i don la yang 'dzud par byed, tshe 'di dang phyi ma'i don la yang 'dzud par byed do, ,de ni 'khor los sgyur ba'i rgyal po la dpung dbul bar 'os pa yang 'bul bar byed la, dpung bstsal bar 'os pa yang bstsal bar byed do, ,de ni 'gro ba yang 'khor los sgyur ba'i rgyal po'i dpung gi tshogs yan lag bzhi pa yang ngal ba dang, dub par mi byed la, zham ring byed pa gzhan dag gi yang ngal ba dang, dub par yang mi byed do."* **Kpr. p. 949.** *"Mỗi khi thân cận (samīpamupasaṃkramya) vua Chuyển luân thì vị ấy cũng hướng nhà vua đến những điều lợi ích trong đời này, hướng nhà vua đến những điều lợi ích trong đời sau, cũng hướng nhà vua đến những điều lợi ích trong cả đời này và đời sau. Đối với quân đội của vua Chuyển luân, khi ban thưởng thì cũng ban thưởng thích hợp, khi sai khiến quân đội thì cũng sai khiến thích hợp. Khi đi lại cũng không khiến cho bốn chủng binh của vua Chuyển luân khổ nhọc và mệt mỏi; cũng không khiến những nô bộc khác khổ nhọc và mệt mỏi."* Bốn chủng binh: tượng binh, mã binh, xa binh, bộ binh.

Với hàng trí thức cùng mẹ cha
Phạm-chí, sa-môn chốn gần xa
Cúng dâng đèn sáng nhiều vô kể
Phá màn tăm tối xán lạn ra.
Bởi có việc lành thí an vui
Làm bao chuyện tốt vượt hơn người
Thánh vương nhờ quả thiện lành ấy
Được thần tướng soái trí tuyệt vời.

[0515c14] Lại hỏi: Vì đâu vị đại thần tướng soái thông minh sắc bén, khéo phủ dụ, khéo quan sát, đầy đủ trí tuệ?[52]

Trả lời: Vị đại thần tướng soái ấy từ những kiếp sống xa xưa đã hình thành cái nhân xa xưa, cho đến nhiều đời rất xa xôi về trước, đã chấm dứt, đã diệt, khi được làm người đã qua lại, thân cận, cung kính thỉnh vấn các bậc sa-môn, bà-la-môn thông minh sắc bén, có đầy đủ trí tuệ, khéo suy nghiệm, rằng:

"Thế nào là thiện? Thế nào là bất thiện? Thế nào là có tội? Thế nào là chẳng phải tội? Những gì nên làm để được sự tối thắng lại không vướng các nghiệp xấu ác?"

Dựa vào những điều đã nghe được mà y pháp tu tập, thường khéo suy nghiệm, hay khéo tư duy. Nếu có sự hay nhân nào thì siêng năng cầu thỉnh thưa hỏi, làm rất nhanh chóng việc ấy, đi khắp nơi xem xét nhân đó, quyết chí nhưng vô cùng cẩn trọng, gấp gáp mà đi.[53] Từ nhân

---

[52] *"ci'i phyir blon po rin po che mkhas shing gsal ba yid gzhungs pa ci la yang thogs pa med pa'i shes rab dang ldan par gyur ce na,"* **Kpr. p. 950.**
"Tại sao vị tướng soái báu ấy là bậc có trí và tinh thông sáng suốt, cũng tại sao có được trí tuệ vô ngại (apratigha)?"

[53] *"blon po rin po ches ni sngon gyi srid pa dang, sngon gyi gnas dang, sngon gyi lus dang, sngon gyi bdag nyid thob pa dang, sngon gyi tshe rabs gzhan dag dang, 'das pa dang, zad pa dang, 'gags pa dang, bral ba dang, rnam par gyur pa dang, yongs su zad pa dag tu dge sbyong dang bram ze mkhas shing gsal la yid gzhungs pa dang, byang zhing shin tu rtogs par byed pa gang yin pa de dag gi thad du song nas bsten par byas shing bsnyen bkur byas te, dge ba ni gang yin, mi dge*

duyên như vậy, vị đại thần tướng soái thông minh sắc bén, khéo phủ dụ, khéo quan sát, đầy đủ trí tuệ.

[0515c24] Lại có bài tụng rằng:

Thân cận bậc trí từ xa xưa
Gieo thiện, chiêm ngẫm một lòng ưa
Tâm màn lợi ích cao quý phát
Nơi nơi khắp chốn thối lùi chưa.
Nhờ sức lực đây tướng soái quan
Thông minh, trí tuệ đến vô vàn
Mau nhanh phát dõng lòng tinh tấn
Được quả Thánh Vương tiến đại quan.

---

ba ni gang yin, kha na ma tho ba dang bcas pa ni gang yin, kha na ma tho ba med pa ni gang yin, ci zhig byas na legs par 'gyur la sdig par mi 'gyur zhes yongs su dris shing yongs su dri ba byas so, ,de dag las thos nas kyang de bzhin du bdag nyid kyis kyang bsgrubs so, ,gzhan yang blon po rin po che ni rtog par byed cing sems pa'i rang bzhin can du gyur to, ,gzhan yang blon po rin po che la 'bras bu 'am, rgyu'i sgo nas bsten pa gang yin pa de dag bsgral zhing kun tu bsgral ba'i phyir shin tu bsgrim pa drag po la zhugs te," **Kpr. p. 950.** "Vị tướng soái báu ấy vào thời quá khứ, đã chấm dứt, đã diệt, đã cách xa, đã thay đổi (viparin-ata), đã tận (parikṣīṇa), khi đã có sự hiện hữu trong đời quá khứ (pūrvabhāva), sự an trú ở trong đời quá khứ (pūrvanivāsa), thân thể trong đời quá khứ (pūrvakāya), đạt được tự thể trong đời quá khứ (pūrvātmaka), có được những sự tôn kính trong đời quá khứ (pūrva-manya), vị ấy thân cận và phụng sự những sa-môn, bà-la-môn mẫn tuệ và thấu đạt, là những người đã biết rõ và làm bằng sự tinh thông, và hỏi điều cần được hỏi rằng cái gì là thiện, cái gì là bất thiện, cái gì là có tội (sāvadya), cái gì là vô tội, điều gì chân chánh cần phải làm mà không gây tội lỗi? Rồi chính mình thực hiện được những điều giống như đã nghe từ các vị ấy. Hơn nữa, vị tướng soái báu ấy còn phân tích, tư duy những điều ấy. Và nữa, vị tướng soái báu ấy y cứ vào phương thức hoặc quả, hoặc nhân, những việc gì là sự cứu tế thì vì cứu tế nên cấp bách và dũng cảm đi đến nơi đó."

MÔN THỨ BA
NHÂN THI THIẾT TRONG
ĐỐI PHÁP ĐẠI LUẬN

[0516a01] Bài tụng nói tổng kết:

> *Chuyển luân thánh vương có đủ đầy*
> *Xe quý, voi ngựa cùng báu châu*
> *Nữ báu, chủ kho thêm tướng soái*
> *Tướng đẹp, không bệnh, tuổi thọ lâu,*[54]
> *Ý vui tự tại, con cái đông.*[55]
> *Nghĩa rộng nói trong Uẩn thứ ba.*[56]

Như trong luận đã nói Chuyển luân thánh vương tức đồng với Như lai, bậc Ứng cúng, Chánh biến tri.[57]

[0516a07] Lại có bài tụng rằng:

> *Như luận đã nói Chuyển luân vương*
> *Tựa đồng Vô thượng đại Pháp vương*[58]

---

[54] "tshe dang nad med kha dog bzang," **Kpr. p. 951.** "Tuổi thọ, không bệnh, sắc đẹp."

[55] 多子 đa tử; bu mang ba; bahuputra - có nhiều con trai.

[56] "phung po gsum par bsdus pa yin," **Kpr. p. 951.** "Tóm tắt trong uẩn/ chương/ môn thứ ba."

[57] "'khor los sgyur ba ji ltar rgyal po yin pa bzhin du de bzhin gshegs pa dgra bcom pa yang dag par rdzogs pa'i sangs rgyas kyang de dang 'dra bar blta bar bya ste," **Kpr. p. 951.** "Cần phải thấy rằng vua Chuyển luân như thế nào thì đức Như lai – bậc A-la-hán Chánh đẳng giác (Tathāgatārhat-samyak-saṃbuddha) cũng như thế ấy!"

[58] 無上大法王; chos kyi rgyal po bla na med; Anuttara-dharmarājan.

>   *Chốn đây cảnh giới đại địa này*
>   *Chuyển Pháp luân lớn làm lợi thương.*
>   *Chuyển luân thánh vương địa vị ngai*
>   *Nên xem không khác quả Như lai*
>   *Khởi phát lòng thương trùm thế giới*
>   *Bậc Đại vắng lặng độ khắp người.*[59]

[0516a12] Như Chuyển luân thánh vương có xe báu, cần phải biết rằng điều này không khác gì với đức Như Lai, bậc Ứng cúng, Chánh đẳng Chánh giác xuất hiện nơi thế gian để tuyên thuyết về pháp cao quý là con đường chân chánh gồm tám chi phần. Người nào ứng dụng con đường chân chánh gồm tám chi phần mà đức Phật đã giảng dạy ấy thì đoạn diệt được tất cả phiền não trên thế gian, lại chẳng còn chướng ngại gì đối với các pháp.[60]

[0516a16] Lại nói kệ sau:

>   *Chuyển luân thánh vương có xe quý*
>   *Muôn nơi khắp chốn đều hàng quy*
>   *Như Phật diễn nói tám cửa chánh*
>   *Dẹp trừ oán kết, chúng ma quỷ.*[61]

---

[59] "thub pa 'jig rten kun la phan," **Kpr, p. 951.** *"Đấng Mâu-ni làm lợi ích cho toàn bộ thế gian."*

[60] "'khor los sgyur ba'i rgyal po'i 'khor lo rin po che ji lta pa bzhin du, de bzhin gshegs pa dgra bcom pa yang dag par rdzogs pa'i sangs rgyas kyi 'phags pa'i lam yan lag brgyad pa yang de dang 'dra bar blta bar byas te, 'phags pa'i lam yan lag brgyad pas bcom ldan 'das kyis nyon mongs pa thams cad spangs nas chos thams cad la sgrib pa med pa brnyes so," **Kpr, p. 951.** *"Cần phải thấy rằng vua Chuyển luân có bánh xe báu như thế nào thì đức Như lai – bậc A-la-hán Chánh đẳng giác cũng có thánh đạo gồm tám chi phần (āryāṣṭāṅgamārga) như thế ấy. Bằng thánh đạo gồm tám chi phần, sau khi đoạn trừ tất cả phiền não, đức Thế tôn đã đạt sự vô chướng ngại đối với tất cả pháp."*

[61] "de bzhin sangs rgyas lam gyi byin, ,bdud kyi 'ching ba gcod par mdzad," **Kpr, p. 952.** *"Cũng giống như vậy, đức Phật đã trao cho con đường, đã cắt đứt sự trói buộc của ma."*

[0516a19] Như Chuyển luân thánh vương có báu voi đẹp, cần phải biết rằng điều này không khác gì với đức Như lai, bậc Ứng cúng, Chánh đẳng Chánh giác đã thuyết pháp bốn thần túc. Người nào ứng dụng bốn thần túc mà đức Phật đã giảng dạy ấy thì đoạn diệt được tất cả phiền não trên thế gian, lại chẳng còn chướng ngại gì đối với các pháp.[62]

[0516a22] Lại nói kệ sau:

> *Long tượng màu trắng của Luân Vương*
> *Không trung bay nhảy tự tại thường*
> *Bốn túc Phật bày không sai khác*
> *Cù-đàm tên gọi giáo hóa hay.*[63]

[0516a25] Như Chuyển luân thánh vương có ngựa báu, cần phải biết rằng điều này không khác gì với đức Như lai, bậc Ứng cúng, Chánh đẳng Chánh giác đã thuyết về pháp bốn chánh đoạn. Người nào ứng dụng pháp bốn chánh đoạn mà đức Phật đã giảng dạy thì đoạn diệt được tất cả phiền não trên thế gian, lại chẳng còn chướng ngại gì đối với các pháp.[64]

---

[62] *"'khor los sgyur ba'i rgyal po'i glang po rin po che ji lta ba bzhin du, de bzhin gshegs pa dgra bcom pa yang dag par rdzogs pa'i sangs rgyas kyi rdzu 'phrul gyi rkang pa bzhi yang de dang 'dra bar blta bar bya ste, rdzu 'phrul gyi rkang pa bzhis bcom ldan 'das kyis nyon mongs pa thams cad spangs nas chos thams cad la sgrib pa med pa brnyes so,"* **Kpr, p. 952.** "Cần phải thấy rằng vua Chuyển luân có voi báu như thế nào thì đức Như lai – bậc A-la-hán Chánh đẳng giác cũng có bốn thần túc (caturṛddhipāda) như thế ấy. Bằng bốn thần túc, sau khi đoạn trừ tất cả phiền não, đức Thế tôn đã đạt sự vô chướng ngại đối với tất cả pháp."

[63] *"ji ltar rgyal po'i glang po che, ,dkar zhing mkha' la 'gro bar gyur, ,gau ta ma grags ldan gyi, ,rdzu 'phrul rkang rnams de dang 'dra,"* **Kpr, p. 952.** "Vua Chuyển luân có voi báu màu trắng và phi hành nơi không trung như thế nào, thì đấng mệnh danh Gautama cũng có các phẩm chất thần thông như thế ấy."

[64] *"'khor los sgyur ba'i rgyal po'i rta rin po che ji lta ba bzhin du, de bzhin gshegs pa dgra bcom pa yang dag par rdzogs pa'i sangs rgyas kyi*

[0516a29] Lại có bài tụng rằng:

> *Luân vương có ngựa đẹp quý xanh*
> *Thuần phục nuôi dưỡng chạy rất nhanh*
> *Bốn chánh Phật dạy không sai khác*
> *Chứng ngay tịch tĩnh, vô vi rành.*
> *Tướng ngựa oai phong, đỉnh đầu đen*
> *Tốt vậy Luân vương mãi cõi quen*
> *Pháp bốn chánh cần tương đồng thế*
> *Cù-đàm tên gọi tự tại khen.*[65]

[0516b05] Như Chuyển luân thánh vương có viên ngọc quý, cần phải biết rằng điều này không khác gì với đức Như lai, bậc Ứng cúng, Chánh đẳng Chánh giác xuất hiện nơi đời có đầy đủ thiên nhãn. Bởi đức Như Lai có đầy đủ thiên nhãn, Ngài dùng thiên nhãn ấy đều thấy biết rõ ràng mỗi loại chúng sinh có điều ham muốn hay chuyện vui thú gì.[66]

---

yang dag pa'i spong ba bzhi yang de dang 'dra bar blta bar bya ste,
yang dag pa'i spong ba bzhis bcom ldan 'das kyi nyon mongs pa thams
cad spangs nas chos thams cad la sgrib pa med pa brnyes te," **Kpr. p.**
952. *"Cần phải thấy rằng vua Chuyển luân có ngựa báu như thế nào thì*
đức Như lai – bậc A-la-hán Chánh đẳng giác cũng có bốn chánh cần
(catuḥsamyakprahāṇa) như thế ấy. Bằng bốn chánh cần, sau khi đoạn
trừ tất cả phiền não, đức Thế tôn đã đạt sự vô chướng ngại đối với tất
cả pháp."

[65] *"nga yi shing rta legs par bcas pa tshul khrims yin, ,ngo tsha shes pa kha*
lo pa ste srab mda' dran, ,yang dag spong ba bzhi ni skad mi 'byin pa'i
rta, ,nga ni des par zhi ba 'dus ma byas par song, ,ji ltar sprin shugs
rgyal po'i rta, ,sngo la mgo bo gnag pa bzhin, ,gau ta ma ni grags ldan
gyi, ,yang dag spong rnams de dang 'dra," **Kpr. p. 952.** *"Ta có cỗ xe ngựa*
tốt là giới luật; tàm là người đánh xe, dây cương là chánh niệm; bốn
chánh cần là con ngựa không phát ra âm thanh; Ta là người đã điều
phục nên tịch tĩnh vô vi. Vua có ngựa mạnh mẽ giữa đám mây; đầu
xanh, sắc đen thế nào; đức Gautama danh thơm có các chánh cần
cũng như thế ấy."

[66] *"'khor los sgyur ba'i rgyal po'i nor bu rin po che ji lta ba bzhin du, de*
bzhin gshegs pa dgra bcom pa yang dag par rdzogs pa'i sangs rgyas

[0516b08] Lại có bài tụng rằng:

Luân vương có ngọc lưu ly sáng
Chiếu rõ mọi nơi khắp thế gian
Thiên nhãn Như Lai cùng không khác
Thấy rõ muôn nơi không gì ngăn.[67]

[0516b11] Như Chuyển luân thánh vương có người nữ báu, cần phải biết rằng điều này không khác gì với đức Như lai, bậc Ứng cúng, Chánh đẳng Chánh giác có pháp hỉ giác chi.[68]

[0516b13] Lại có bài tụng rằng:

Nữ báu hiền thục của Luân Vương
Khiến người muốn ngắm lại yêu thương

kyi lha'i spyan yang de dang 'dra bar blta bar bya ste, lha'i spyan gyis ni bcom ldan 'das kyis gang gi tshe bzhed pa dang, ji snyed bzhed pa de'i tshe dang de snyed gzigs so," **Kpr. p. 952**. "Cần phải thấy rằng vua Chuyển luân có viên ngọc quý như thế nào thì đức Như lai – bậc A-la-hán Chánh đẳng giác cũng có thiên nhãn như thế ấy. Bằng thiên nhãn, khi nào đức Thế tôn muốn và muốn thấy cái gì thì khi ấy Ngài thấy được cái ấy."

[67] "ji ltar nor bu bai d'ūrya, ,kho ra khor yug snang ba bzhin, ,sangs rgyas kyi ni spyan gyis kyang, ,kho ra khor yug kun tu gzigs," Kpr, pp. 952-953. "Ví viên châu lưu ly (vaiḍūryamaṇi) tỏa sáng muôn nơi, con mắt của đức Phật cũng thấy khắp nơi như thế."

[68] "'khor los sgyur ba'i rgyal po'i bud med rin po che ji lta ba bzhin du, de bzhin gshegs pa dgra bcom pa yang dag par rdzogs pa'i sangs rgyas kyi dga' ba yang dag byang chub kyi yan lag kyang de dang 'dra bar blta bar bya ste, dga' ba yang dag byang chub kyi yan lag gis bcom ldan 'das kyis nyon mongs pa thams cad spangs nas chos thams cad la sgrib pa med pa brnyes so," **Kpr. p. 953**. "Cần phải thấy rằng vua Chuyển luân có nữ báu như thế nào thì đức Như lai – bậc A-la-hán Chánh đẳng giác cũng có hỉ giác chi (prītisaṃbodhyaṅga) như thế ấy. Bằng hỉ giác chi, sau khi đoạn trừ tất cả phiền não, đức Thế tôn đã đạt sự vô chướng ngại đối với tất cả pháp."

Pháp hỉ giác chi cũng như thế
Cù-đàm danh xưng khéo an vui.[69]

[0516b16] Như Chuyển luân thánh vương có báu vị đại thần trông giữ kho tàng, cần phải biết rằng điều này không khác gì với đức Như lai, bậc Ứng cúng, Chánh đẳng Chánh giác có bốn hạng người thường thân cận Ngài, đó là Sát-đế-lợi, Bà-la-môn, Phệ-xá và Thủ-đà-la. Khi đức Phật Thế tôn xuất hiện thì họ cung kính, lại cúng dường đến Ngài các món ăn uống, y đắp, cho đến các thứ giường nằm, thuốc trị bệnh.[70]

[0516b20] Lại có bài tụng rằng:

Đồng với Chuyển luân đại thánh vương
Của tiền vật báu số không lường
Cù-đàm tên gọi vang lừng lẫy
Bốn hàng cung kính lại cúng dường.[71]

[0516b23] Như Chuyển luân thánh vương có báu đại thần tướng

---

[69] "ji ltar rgyal po'i btsun mo ni, ,yid du 'ong zhing blta na sdug, ,de bzhin gau tam grags ldan gyi, ,dga' ba byang chub yan lag yin," **Kpr. p. 953.** *"Vua Chuyển luân có vương hậu khiến người ta thích ý và muốn nhìn như thế nào thì đức Gautama danh thơm cũng có hỉ giác chi như thế ấy."*

[70] "'khor los sgyur ba'i rgyal po'i khyim bdag rin po che ji lta ba, ,bzhin du, de bzhin gshegs pa dgra bcom pa yang dag par rdzogs pa'i sangs rgyas kyis rigs bzhi rgyal rigs dang, bram ze dang, rje'u rigs dang, dmangs rigs kyang de dang 'dra bar blta bar bya ste, rigs bzhi po dag bcom ldan 'das la na bza' dang, zhal zas dang, gzims cha dang, gdan dang, snyun gyi gsos sman dang, yo byad rnams kyis bsnyen bkur byed do, ," **Kpr. p. 953.** *"Cần phải thấy rằng vua Chuyển luân có vị đại thần báu giữ nhà như thế nào thì đức Như lai – bậc A-la-hán Chánh đẳng giác cũng có được những người thuộc bốn chủng tánh (cātur-varṇa) gồm Kṣatriya, Brāhmaṇa, Vaiśya, Śūdra. Những người thuộc bốn chủng tánh này tôn kính qua việc hiến cúng y phục, thức ăn, ngọa cụ, tọa cụ, thuốc trị bệnh duyên (glānapratyayabhaiṣajya) đến đức Thế tôn."*

[71] "ji ltar 'khor los sgyur ba yi, ,tshong dpon phyug cing nor che ba, ,de bzhin gau tam grags ldan gyi, ,rigs bzhi rnams kyang de dang 'dra, ," **Kpr. p. 953.** *"Vua Chuyển luân có vị thương gia giàu có và tài sản lớn như thế*

soái, cần phải biết rằng điều này không khác gì với đức Như lai, bậc Ứng cúng, Chánh đẳng Chánh có đầy đủ trí tuệ to lớn thù thắng. Trí tuệ to lớn của Phật phá hủy được tất cả phiền não trên thế gian, thoát khỏi sự trói buộc của ma, lại chẳng còn chướng ngại gì đối với các pháp.[72]

[0516b27] Lại có bài tụng rằng:

> *Đại thần tướng soái khéo xét suy*
> *Lại hay chọn lựa lợi nghĩa uy*
> *Như lai tuệ lớn đồng không khác*
> *Phá trừ ma chướng, thoát trói nguy.*[73]

[0516c01] Như Chuyển luân thánh vương sống lâu ở đời có tuổi thọ miên trường, cần phải biết rằng điều này không khác gì với đức Như lai, bậc Ứng cúng, Chánh đẳng Chánh giác trụ lâu dài nơi thế gian làm cho mọi mong muốn của chúng sanh đều được viên mãn. Nếu Ngài trụ trong một kiếp hay hơn một kiếp thì gọi là sống lâu. Sự giáo hóa thế gian theo chánh pháp ấy của Chuyển luân thánh vương tồn tại trong một kiếp cũng như vậy.[74]

---

nào thì đức Gautana danh thơm cũng có người thuộc bốn chủng tánh như thế ấy."

[72] *"khor los sgyur ba'i rgyal po'i blon po rin po che ji lta ba bzhin du, de bzhin gshegs pa dgra bcom pa yang dag par rdzogs pa'i sangs rgyas kyi shes rab kyang de dang 'dra bar blta bar bya ste, shes rab kyis ni bcom ldan 'das kyi nyon mongs pa thams cad spangs nas chos thams cad la sgrib pa med pa brnyes so,"* **Kpr. p. 953.** *"Vua Chuyển luân có tướng soái báu như thế nào thì đức Như lai – bậc A-la-hán Chánh đẳng giác cũng có được trí tuệ như thế ấy. Bằng trí tuệ, sau khi đoạn trừ tất cả phiền não, đức Thế tôn đã đạt sự vô chướng ngại đối với tất cả pháp."*

[73] *"ji ltar blon po rtog byed cing, ,don kyang sems par byed pa ltar, ,sangs rgyas bcom ldan shes rab kyis, ,bdud kyi 'ching ba gcod par mdzad, ,"* **Kpr. pp. 953-954.** *"Giống như vị tướng soái có quán xét, lợi ích cùng tư duy; đức Phật Thế tôn đã chặt đứt sự trói buộc của ma."*

[74] *"khor los sgyur ba'i rgyal po ji ltar tshe ring zhing yun ring du gnas pa bzhin du, de bzhin gshegs pa dgra bcom pa yang dag par rdzogs pa'i*

[0516c06] Như Chuyển luân thánh vương ít bệnh và ít khổ não, cần phải biết rằng điều này không khác gì với đức Như lai, bậc Ứng cúng, Chánh đẳng Chánh giác cũng không có các tổn não và các bệnh khổ cũng không phát sinh.[75]

[0516c08] Lại có bài tụng rằng:

> *Chuyển luân thánh vương ít bệnh than*
> *Chánh pháp vô thượng độ thế gian*
> *Thế tôn đại sư tên đầy đủ*
> *Không bệnh, chẳng não, thường lạc an.*[76]

[0516c11] Như thân tướng của Chuyển luân thánh vương đoan nghiêm tốt đẹp, đầy đủ ba mươi hai tướng trượng phu, tất cả mọi người đều khao khát được chiêm ngưỡng tướng ấy, cần phải biết rằng điều này không khác gì với đức Như lai, bậc Ứng cúng, Chánh

---

sangs rgyas kyang, sku tshe ring zhing yun ring du bzhugs te, bcom ldan 'das bzhed na bskal pa 'am bskal pa las lhag par yang bzhugs so, ,rgyal po chos dang ldan pa'i mchog, ,ji ltar tshe ni ring ba ltar, ,de bzhin sangs rgyas bcom ldan yang, ,bskal pa tshang ba'i par du bzhugs," **Kpr. p. 954.** *"Vua Chuyển luân có tuổi thọ cao (dīrghāyus) và trụ trong thời gian dài (cirasthitika) như thế nào thì đức Như lai – bậc A-la-hán Chánh đẳng giác cũng được trường thọ và trụ thế lâu dài như thế ấy. Nếu muốn, đức Thế tôn có thể trụ một kiếp hoặc hơn thế nữa. [Bài tụng] Vua có pháp vô thượng, tuổi thọ dài như thế nào; thì đức Phật Thế tôn cũng trụ trọn một kiếp như thế ấy."*

[75] *"'khor los sgyur ba'i rgyal po ji ltar gnod pa chung zhing nad med pa'i rang bzhin can yin pa bzhin du, de bzhin gshegs pa dgra bcom pa yang dag par rdzogs pa'i sangs rgyas kyang gnod pa chung zhing nad med pa'i rang bzhin can yin no,"* **Kpr. p. 954.** *"Vua Chuyển luân ít bị tổn hại (bādhā) và có tánh chất không bị bệnh (arogajātīyatā) như thế nào thì đức Như lai – bậc A-la-hán Chánh đẳng giác cũng có được sự ít bị tổn hại và có tánh chất không bị bệnh như thế ấy."*

[76] *"rgyal po chos dang ldan pa'i mchog, ,ji ltar gnod pa chung ba ltar, ,ston pa grags dang ldan pa yang, ,de bzhin nad med rang bzhin can,"* **Kpr. p. 954.** *"Vua có pháp vô thượng, ít tổn não như thế nào; thì đấng Đạo sư lừng danh cũng có tánh chất vô bệnh như thế ấy."*

đẳng Chánh giác có đầy đủ, thanh tịnh với ba mươi hai tướng, tất cả chúng sanh đều chiêm ngưỡng không chán ngán.[77]

[0516c15] Lại có bài tụng rằng:

Chánh pháp Luân vương độ cõi đời
Tướng tốt trang nghiêm nhìn chẳng rời
Thân tướng Thế tôn hơn thế nữa
Đủ đầy công đức, tối thắng ngời.[78]

[0516c18] Như mọi người nhìn thấy Chuyển luân thánh vương đều sanh lòng vui mừng, cần phải biết rằng điều này không khác gì với đức Như lai, bậc Ứng cúng, Chánh đẳng Chánh giác được tất cả chúng sinh đều hân hoan chiêm ngưỡng, người nào nhìn thấy Ngài đều sinh lòng vui mừng.[79]

[0516c21] Lại có bài tụng rằng:

---

[77] *"khor los sgyur ba'i rgyal po ji ltar gzugs bzang zhing blta na sdug la mdzes te skyes bu chen po'i mtshan sum cu rtsa gnyis dang ldan pa de bzhin du, de bzhin gshegs pa dgra bcom pa yang dag par rdzogs pa'i sangs rgyas kyang gzugs bzang zhing blta na sdug la mdzes pa ste, skyes bu chen po'i mtshan sum cu rtsa gnyis dang ldan no,"* **Kpr. p. 954.** *"Vua Chuyển luân có dung sắc đẹp, đoan chánh, ưa nhìn và có ba mươi hai tướng tốt như thế nào thì đức Như lai – bậc A-la-hán Chánh đẳng giác cũng có được dung sắc đẹp, đoan chánh, ưa nhìn và có ba mươi hai tướng tốt như thế ấy."*

[78] *"rgyal po chos dang ldan pa'i mchog, ,ji ltar mdzes par gyur pa ltar, ,de bzhin sangs rgyas bcom ldan yang, ,gzugs kyi mtshan gyis brgyan pa yin,"* **Kpr. p. 954.** *"Vua có pháp tối thượng, trở nên trang nghiêm như thế nào thì đức Phật Thế tôn cũng trang nghiêm bằng các đặc tướng đẹp giống như thế."*

[79] *"khor los sgyur ba'i rgyal po ji ltar skye bo mang po'i snying du sdug cing yid du 'ong ba de bzhin du, de bzhin gshegs pa dgra bcom pa yang dag par rdzogs pa'i sangs rgyas kyang skye bo mang po'i snying du sdug cing yid du 'ong ngo,"* **Kpr. p. 954.** *"Vua Chuyển luân có được nhiều người hoan hỉ và yêu mến như thế nào thì đức Như lai – bậc A-la-hán Chánh đẳng giác cũng có được hoan hỉ và yêu mến như thế ấy."*

> *Chánh pháp Luân vương độ thế gian*
> *Hễ thấy thân vương sướng vô vàn*
> *Như Lai đại sư bậc tối thượng*
> *Chúng sanh nhìn thấy vui chẳng bàn.*[80]

[0516c24] Như Chuyển luân thánh vương có đủ ngàn người con đều có thân tướng tốt đẹp, dũng mãnh không sợ, giỏi việc thu phục chúng quân khác, cần phải biết rằng điều này không khác gì với đức Như lai, bậc Ứng cúng, Chánh đẳng Chánh giác khéo léo giáo hóa tất cả chúng sanh tu hành đắc quả, dũng mãnh không sợ, có sức mạnh hàng phục phiền não, tiến bước trên con đường chân lý.[81]

[0516c28] Lại có bài tụng rằng:

> *Chuyển luân thánh vương có ngàn con*
> *Dũng mãnh không sợ lại nghiêm đoan*
> *Đánh dẹp quân kia thường dư sức*
> *Chánh pháp chân thật độ sinh còn.*
> *Như Lai thầy lớn độ chúng sanh*
> *Đồng chứng quả vị bởi tu hành*

---

[80] "rgyal po chos dang ldan pa'i mchog, ,ji ltar yid du 'ong ba ltar, ,ston pa bla med 'jig rten na, ,yid du 'ong ba'i rang bzhin yin, ," **Kpr. pp. 954–955.** "Vua có pháp tối thượng, được nhiều người yếu mến; đấng Đại sư vô thượng cũng được người trong thế gian yêu mến một cách tự nhiên."

[81] "'khor los sgyur ba'i rgyal po la ji ltar bu stong yod de, dpa' ba rtul phod pa yan lag mchog gi gzugs dang ldan pa pha rol gyi sde rab tu 'joms pa de bzhin du, de bzhin gshegs pa dgra bcom pa yang dag par rdzogs pa'i sangs rgyas la yang sras mang po mnga' ste, zhugs pa dang, 'bras bu la gnas pa dpa' ba rtul phod pa yan lag mchog gi gzugs dang ldan ba nyon mongs pa'i dgra'i dpung 'joms pa rnams mnga'o, ," **Kpr. p. 955.** "Vua Chuyển luân có một ngàn con trai oai phong uy dũng, có sắc đẹp hàng đầu (varāṅgarūpin), hàng phục được quân địch như thế nào thì đức Như lai – bậc A-la-hán Chánh đẳng giác cũng có được nhiều người con trai – những người đạt đến và trụ nơi quả, oai phong uy dũng, có sắc đẹp hàng đầu, phá hủy đội quân của kẻ thù là các phiền não."

Bốn hướng, bốn quả bậc vô úy
Họ cũng được gọi tám hạng thành.[82]

---

[82] *"ji ltar 'khor los sgyur ba'i bu, ,chos dang ldan zhing bden pas sprul, ,dpa'
zhing yan lag mchog gzugs ldan, ,de bzhin bcom ldan 'das kyi sras,
,zhugs dang 'bras bur gnas pa ste, ,dpa' bo zung ni bzhir gyur cing,
,skyes bu gang zag brgyad po yin,"* **Kpr. p. 955**. "Vua Chuyển luân có con
và có pháp, hóa hiện bằng sự chân thật, oai dũng và có sắc đẹp hàng
đầu như thế nào; thì đức Thế tôn có con trai, sắc đẹp và an trụ nơi
quả, trở thành bốn đôi anh hùng - tám hạng người con giống như
thế ấy."

MÔN THỨ TƯ
NHÂN THI THIẾT TRONG
ĐỐI PHÁP ĐẠI LUẬN

[0517a13][83] Bài tụng nói tổng kết:

Hai điềm lành xuất hiện
Bảo vệ thai, không nhiễm
Đầy đủ tâm vô dục
An lạc và chẳng ngồi.
Da nai dùng đỡ gót
Bảy bước nhìn bốn phương
Tiếng nói và hai rồng
Chuyện xưa A-nan tường.
Hoa rưới, nhạc trời reo
Chỗ ngồi, phòng[84] trang nghiêm
Nhận cỏ được pháp y
Hiện thần hóa từ bi.[85]

---

[83] Quyển 2.

[84] Để bản: 捨 xả, sửa lại thành 舍 xá.

[85] "'ong ba rnam pa gnyis po dang, ,srung dang sbubs dang bag yangs dang, ,'dod pa'i yon tan brtul zhugs bde, ,g.yos dang 'od dang mi 'dug dang, ,ri dags pags pa gom pa bdun, ,phyogs dang smra dang klu gnyis dang, ,lha gnyis dang ni zhag bdun dang, ,'jug pa dang ni kun dga' bo, ,phyogs bzhi dang ni gsung ba dang, ,utpal rol mo'i sgra sna tshogs, ,gzim mal gnyis dang sgo dag dang, ,nges pa dang ni rgyan rnams dang, ,ngur smrig rtswa dang mi gzhig dang, ,mngon par shes dang snying brtse'i sems," Kpr, pp. 955-956. *Có hai điều diễn ra: được bảo vệ (rakṣaṇa) và tự do ở bên trong; an lạc do giữ giới tránh xa các*

[0517a20] Lại hỏi: Tại sao khi Bồ-tát vừa mới mạng chung ở cung trời Đâu-suất, rồi giáng vào thai mẹ thì lúc ấy khắp đại địa đều chấn động?[86]

Trả lời: Đó chính là uy lực của loài rồng.[87] Khi các vị Long vương nghe có vị đại sĩ Bồ-tát có oai đức lớn từ cung trời Đâu-suất mạng chung, giáng vào thai mẹ,[88] các vị ấy bèn từ dưới nước bay vọt lên không trung, trong lòng vui mừng, hớn hở, sung sướng, không ngừng bay quanh lượn vòng trên trời dưới nước, mong muốn được chiêm ngưỡng thánh tướng của Bồ-tát. Do Long vương ra khỏi nước nên làm nước chuyển động mạnh, bởi nước chuyển động mạnh khiến đại địa đều chấn động.[89] Hơn nữa, Bồ-tát quyết định sau khi thành Như lai, bậc Ứng cúng, Chánh đẳng Chánh giác rồi sẽ siêng năng tuyên thuyết pháp thiện dẫn đến thoát ly sanh tử, vì thế tiếng gió vang rền ở trên, mặt nước dao động ở giữa, bên dưới thì mặt đất chuyển động. Đây là Bồ-tát hiện trước những điềm lành như vậy.[90]

---

phẩm chất các dục; đi, phóng quang và không ngồi; đi bảy bước trên da nai; nhìn các phương, nói, và có hai con rồng (🔲 klu; 🔲 nāga – rắn); suốt bảy ngày hai vị thiên đi đến và hoan hỉ, thông báo khắp bốn phương; hoa sen xanh (utpala) và các loại âm nhạc; hai thứ gồm giường nằm và phòng ngủ có nhiều cửa kiên cố và được trang hoàng; ca-sa, cỏ, và phá hủy; thắng trí và bi tâm."

[86] "ci'i phyir gang gi tshe byang chub sems dpa' dga' ldan gyi lha'i ris nas shi 'phos te yum gyi lhums su zhugs pa de'i tshe sa cher g.yo zhing sa shin tu cher g.yo bar 'gyur zhe na," **Kpr. p. 956**. "Tại sao khi Bồ-tát mạng chung khỏi chủng loại chư thiên thuộc Tuṣita, khi đi vào thai mẹ thì đất trở nên chấn động mạnh và chấn động rất mạnh?"

[87] "klu'i mthus g.yo bar 'gyur te," **Kpr. p. 956**. "Đó là sự di chuyển do uy lực của nāga."

[88] 🔲 lhums su zhugs pa; 🔲 garbhāvakrānta – đi vào bào thai.

[89] "steng du 'byung bas chu 'khrug par 'gyur la, chu 'khrugs pas g.yo bar 'gyur ro," **Kpr. p. 956**. "do khi họ xuất hiện thì có sóng, do sóng nên có sự di chuyển [của đất]."

[90] "dben pa las skyes pa'i dge ba'i chos rnams mtho bar 'gyur ba'i phyir rlung gyen du ldang la, rlung gyen du langs pas chu 'khrugs te sa g.yo bar 'gyur ba 'di ni de'i snga ltas yin no," **Kpr. p. 956**. "Vì các thiện pháp

[0517a29] Lại hỏi: Tại sao khi Bồ-tát vừa mới mạng chung ở cung trời Đâu-suất, rồi giáng vào thai mẹ thì lúc ấy có ánh sáng rực rỡ chiếu khắp thế giới, tất cả mọi nơi tăm tối, mờ ám đều trở nên sáng sủa, đến cả ánh sáng của mặt trời, mặt trăng đều bị che khuất không hiện. Khi ấy tất cả chúng sanh đều nhờ ánh sáng đó rồi, thấy mặt lẫn nhau, cùng hỏi nhau rằng: "Lạ thay, này nhân giả! Nay có đại sĩ nào khác sanh vào thế giới này chăng?"[91]

Trả lời: "Đó là oai đức lớn của vị đại sĩ Bồ-tát,[92] lúc vừa mới mạng chung ở cung trời Đâu-suất, giáng vào thai mẹ thì có các thiên tử ở cõi Dục giới và Sắc giới nghe tin vị Bồ-tát có oai đức lớn từ cung trời Đâu-suất giáng thần vào thai mẹ, các vị thiên ấy vui mừng, hớn hở, sung sướng, không ngừng bay quanh lượn vòng trên trời dưới nước, mong muốn được chiêm ngưỡng thánh tướng của Bồ-tát. Khi các vị trời bay lượn qua lại có ánh sáng rực rỡ chiếu khắp thế giới, tất cả mọi nơi tăm tối, mờ ám đều trở nên sáng sủa, đến cả ánh sáng của mặt trời, mặt trăng đều bị che khuất không hiện. Khi ấy, tất cả chúng sanh đều nhờ ánh sáng đó rồi, nhìn thấy lẫn nhau, cùng hỏi nhau rằng:

"Lạ thay, này nhân giả! Nay có đại sĩ nào khác sanh vào thế giới này chăng? Lạ thay, này nhân giả! Nay có đại sĩ nào khác sanh vào thế giới này chăng?"

Hơn nữa, Bồ-tát quyết định khi sẽ trở thành Như Lai, bậc Ứng cúng, Chánh đẳng Chánh giác rồi, xuất hiện ánh sáng trí tuệ tối thắng rộng lớn chiếu soi thế gian.[93] Đây là Bồ-tát hiện trước những điềm

---

phát sanh từ sự viễn ly là cao xa nên có gió nổi lên, do có gió nổi lên nên có sóng, đất trở nên chuyển động, bởi thế có những dấu hiệu ở trước đã nói."

[91] *"kye sems can gzhan dag kyang 'dir skyes pa lta zhes zer bar gyur zhe na,"* **Kpr. p. 957.** *"Này bạn, hãy xem, có những chúng sanh khác cũng sanh vào nơi này chăng?"*

[92] *"byang chub sems dpa' dbang che bar grags pa'i..."* **Kpr. p. 957.** *"Bồ-tát có uy lực lớn (maheśākhya)..."*

[93] *"shes rab kyi snang ba chen po 'jig rten du 'byung bar 'gyur ba'i phyir te,"* **Kpr. p. 957.** *"Vì ánh sáng to lớn của trí tuệ sẽ xuất hiện nơi thế gian."*

lành như vậy.

[0517b17] Lại hỏi: Tại sao khi Bồ-tát vừa mới mạng chung ở cung trời Đâu-suất, rồi giáng vào thai mẹ thì lúc ấy có bốn vị thiên tử từ bốn phương cùng đến, mỗi vị theo phương của mình đến mà trụ, bảo hộ cẩn thận cho mẹ của Bồ-tát?[94]

[0517b19] Trả lời: Vì chư thiên ở cõi trời ba mươi ba có thời gian dài yêu quý, hộ trì pháp thiện, đều bảo lời rằng:

"Lớn lao thay! Thế gian không ánh sáng, chẳng có nơi để hướng về nương tựa. Đức Như lai, bậc Ứng cúng, Chánh đẳng Chánh giác sẽ xuất hiện hóa độ hết thảy thế gian."[95]

Bởi các thiên tử ấy lấy sự lợi ích và thệ nguyện làm duyên thù thắng nên cùng đến bảo hộ cẩn thận thân mẫu của Bồ-tát.

[0517b24] Lại hỏi: Tại sao khi Bồ-tát ở trong thai mẹ nhưng lại không dính phải các thứ dơ bẩn của bào thai, không dơ bẩn từ máu thịt, không dơ bẩn hỗn tạp, cho đến các thứ dơ nhớp khác cũng đều không bị dính phải?

Trả lời: Bồ-tát từ xa xưa đã tu nhân qua những việc làm rộng lớn, đó là không sinh lòng cáu giận, ngược lại thường yêu thương không hề cáu giận đối với cha mẹ, bạn giỏi, cho đến thầy dạy, hoặc cả chúng sa-môn, bà-la-môn khác. Bồ-tát dùng những đồ vật trong sạch để

---

[94] *"...lha'i bu bzhi byang chub sems dpa'i yum gyi phyogs bzhir 'khod de chos dang ldan par bsrung ba dang, bskyab pa dang, sba bar byed..."* Kpr, pp. 957-958. *"Bốn thiên tử ngồi ở bốn phương, đúng theo pháp âm thầm bảo vệ, che chở cho mẹ Bồ-tát."*

[95] *"sum cu rtsa gsum pa'i lha rnams yun ring po nas 'di lta bur yid smon byed par gyur te, kye ma 'jig rten long ba 'dren pa med pa, yongs su 'dren pa med par de bzhin gshegs pa dgra bcom pa yang dag par rdzogs pa'i sangs rgyas byung na ci ma rung snyam ste,"* Kpr, p. 958. *"Trong thời gian dài (dīrgha-kāla), chư thiên ở Tam thập tam (trāyastriṃśatdeva) đã có khao khát mãnh liệt, suy nghĩ như vầy: 'Ôi! Nơi thế gian như đui mù, không có bậc dẫn đường, không có người lãnh đạo này, nếu đức Như lai – bậc A-la-hán Chánh đẳng giác xuất hiện thì há không tốt đẹp thay!'"*

cung phụng, như mang đến đồ nằm trong sạch, các món ăn đồ mặc, hương thoa, hương bột, cho đến các vòng hoa đẹp, giường nằm, vật ngồi, phòng ốc, đèn thắp, v.v., bố thí rộng khắp; hoặc dùng các pháp thanh tịnh để dẫn dắt chúng sanh. Do cái nhân đồng phần của thiện nghiệp này[96] mà Bồ-tát ở trong bụng mẹ nhưng lại không dính phải các thứ dơ bẩn của bào thai.

[0517c04] Lại hỏi: Tại sao khi Bồ-tát ở trong thai mẹ thì thân tướng đều đầy đủ, người mẹ cũng cảm thấy thanh tịnh, trọn vẹn?[97]

Trả lời: Bồ-tát từ xa xưa đã tu nhân qua những việc làm rộng lớn, đó là không sinh lòng cáu giận, ngược lại thường yêu thương không hề cáu giận đối với cha mẹ, bạn giỏi, cho đến thầy dạy, hoặc cả chúng sa-môn, bà-la-môn khác. Bồ-tát mang đủ các loại vật dụng cần thiết như nhà cửa, món ăn đồ mặc, v.v., mỗi thứ đều chu đáo tốt đẹp, bố thí rộng khắp với nội tâm thanh tịnh. Do cái nhân đồng phần của thiện nghiệp này nên khi Bồ-tát ở trong bụng mẹ thì thân tướng đều đầy đủ.

[0517c11] Lại hỏi: Tại sao khi Bồ-tát ở trong thai mẹ, mẹ Bồ-tát không hề khởi lên ý nghĩ hòa hợp dục nhiễm với người nam?[98]

Trả lời: Bồ-tát từ xa xưa đã tu nhân qua những việc làm rộng lớn,

---

[96] "...rnam par dag pa'i chos dang ldan pa'i sems can rnams la bya ba byas pas na las de dang mthun par..." **Kpr. p. 959**. "...Vị ấy có pháp thanh tịnh cho chúng sanh, khi đã làm xong những việc cần làm (krta-krtya), do tương đồng/ cùng loại (pratirūpa) với các nghiệp ấy nên..."

[97] "ci'i phyir byang chub sems dpa' yum gyi lhums na lus bag yangs su gnas par gyur la, de skyed pa'i yum gyi lhums na gnas pa thams cad tshang bar mthong zhe na," **Kpr. p. 958–959**. "Tại sao khi Bồ-tát ở trong thai mẹ, thân thể an trụ một cách thư thái; khi vị ấy ở trong thai mẹ - người hạ sanh ấy thấy hoàn toàn viên mãn."

[98] "ci'i phyir gang gi tshe byang chub sems dpa' yum gyi lhums na zhugs pa de'i tshe de skyed pa'i yum 'di lta ste, 'dod pa'i yon tan dang ldan pa rnams kyis skyes pa la yid mi sems she na," **Kpr. p. 959**. "Tại sao khi Bồ-tát đi vào thai mẹ thì khi ấy người hạ sanh đó lại như vậy: ý không suy nghĩ về đàn ông cùng với các phẩm chất tham dục?"

đó là tự thân giữ gìn Phạm hành thanh tịnh, không làm các việc phi pháp, xa lìa các mùi hôi dơ, tránh xa pháp nhiễm ô với người nữ.[99] Bồ-tát tự thân giữ gìn Phạm hành thanh tịnh rồi, lại chỉ bày người khác tu tập đúng như lý. Do cái nhân đồng phần của thiện nghiệp này nên mẹ của Bồ-tát không khởi lên ý nghĩ dục nhiễm.

[0517c17] Lại hỏi: Tại sao khi Bồ-tát ở trong thai mẹ, mẹ Ngài giữ gìn năm giới, đó là cho đến trọn đời không sát sanh, không trộm cắp, không nhiễm, không vọng ngữ và không uống rượu. Do không uống rượu nên lìa các sự phóng túng?[100]

Trả lời: Bồ-tát từ xa xưa đã tu nhân qua những việc làm rộng lớn, đó là tự thân chấm dứt việc sát sanh, xa lánh nghiệp sát sanh, lại chỉ bày người khác cũng chấm dứt và xa lánh việc sát sanh như vậy; tự thân không làm việc trộm cắp, không nhiễm, không vọng ngữ và không uống rượu, lại chỉ bày người khác chấm dứt và xa lánh những việc như vậy. Do cái nhân đồng phần của thiện nghiệp này nên thân mẫu của Bồ-tát giữ gìn giới trong sạch.

[0517c24] Lại hỏi: Tại sao khi Bồ-tát ở trong thai mẹ, cơ thể của thân mẫu Ngài không hề mệt mỏi, lòng luôn vui vẻ?

Trả lời: Đại sĩ Bồ-tát có đầy đủ uy đức, có ánh sáng thù thắng nên giúp thân thể tứ đại của mẹ Bồ-tát trở nên mạnh mẽ, không hề bị thất thường.[101] Từ cái nhân như vậy nên mẹ Bồ-tát không hề mệt mỏi,

---

[99] "bdag nyid kyang tsangs par spyad par gyur cing thag bsrings te spyod pa dang, dag cing gtsang la dri nga ba med pa dang, 'khrig pa spangs shing grong gi chos dang bral ba," **Kpr. p. 959**. "*Chính mình thực hiện Phạm hành, thực hiện sự viễn ly, thuần tịnh, thanh bạch, và không có hương ô nhiễm, đoạn tuyệt bất tịnh hành, tránh xa pháp giao hợp nam nữ.*"

[100] "skyed pa'i yum brtul zhugs kyi gnas lnga yang dag par blangs te," **Kpr. p. 959**. "*Người mẹ sanh ra Ngài giữ hoàn toàn năm điều cấm (vrata).*"

[101] "byang chub sems dpa' ni dbang che bar grags pa yin te, de'i gzi byin chen pos yum gyi 'byung ba chen po rnams rgyas par gyur te," **Kpr. p. 960**. "*Bồ-tát có uy lực lớn. Do uy quang (tejas) lớn của vị ấy nên các đại chủng của người mẹ trở nên sung mãn/ điều hòa (saṃkula).*"

thường được vui vẻ.

[0517c28] Lại hỏi: Tại sao khi Bồ-tát ra đời cả trời đất đều rúng động?

Trả lời: Đại sĩ Bồ-tát có đầy đủ uy đức, đã nói rõ ở trên.

[0518a01] Lại hỏi: Tại sao khi Bồ-tát ra đời có ánh sáng rực rỡ chiếu khắp thế giới?

Trả lời: Đã nói rõ ở trên.

[0518a03] Lại hỏi: Tại sao khi Bồ-tát ra khỏi thai mẹ thì mẹ Bồ-tát đứng thẳng một cách bình an mà không ngồi hay nằm, cùng lúc đó dòng tộc Sát-đế-lợi cao quý cũng sinh con?[102]

Trả lời: Thánh mẫu của Bồ-tát ít bệnh tật, ít phiền muộn, đã làm nhiều thiện nghiệp nên những quả báo thù thắng tốt đẹp được thành tựu ngay hiện tiền, vì thế không nằm hay ngồi, tránh khỏi những thọ khổ.

[0518a07] Lại hỏi: Tại sao khi Bồ-tát ra khỏi thai mẹ thì có bốn vị thiên tử từ bốn phương cùng đến, dùng loại da nai[103] tốt đẹp đỡ lấy thân thể Bồ-tát?

Trả lời: Trong thời gian lâu dài Bồ-tát ít bệnh tật, ít phiền muộn, làm nhiều thiện nghiệp nên những quả báo thù thắng tốt đẹp được thành tựu ngay hiện tiền, nhờ vậy khiến các vị thiên đến đỡ lấy thân thể Bồ-tát, không để chạm đất, tránh khỏi những thọ khổ.

[0518a11] Lại hỏi: Tại sao khi vừa ra đời, Bồ-tát liền đi bảy bước?[104]

---

[102] "ci'i phyir gang gi tshe byang chub sems dpa' yum gyi lhums nas byung ba de'i tshe, de skyed pa'i yum 'dug pa 'am, 'phres par ma gyur te, 'greng bzhin du rgyal rigs mo de las rgyal rigs bltams she na," **Kpr. p. 961.** *"Tại sao vào lúc Bồ-tát được sanh ra khỏi thai mẹ thì lúc ấy người mẹ sanh ra Ngài lại không ngồi hoặc nằm mà đứng như vậy; người vợ của người Sát-đế-lợi (Kṣatriyāṇī) vào ngày ấy cũng sanh con Sát-đế-lợi (Kṣatriya)?"*

[103] 鹿皮 lộc bì; [Tib] *ri dwags a dzi na;* [Skt] *mṛgājina*

[104] "ci'i phyir byang chub sems dpa' bltams ma thag tu sus kyang ma

Trả lời: Vì trong thời gian dài, Đại sĩ Bồ-tát đã có chánh niệm, xuất ly, thân cận, tu tập, thực hiện bố thí nhiều và rộng khắp, lại khéo ghi nhớ những điều đã được nói. Hơn nữa, Bồ-tát quyết định sau khi trở thành Như lai, bậc Ứng cúng, Chánh đẳng Chánh giác rồi, sẽ rộng vì chúng sinh thuyết pháp Thất giác chi.[105]

[0518a15] Lại hỏi: Tại sao khi vừa ra đời Bồ-tát đã nhìn khắp bốn phương?

Trả lời: Vì trong thời gian dài, Đại sĩ Bồ-tát đã có chánh niệm cùng với tỳ-bát-xá-na, thân cận, tu tập, thực hiện bố thí nhiều và rộng khắp, lại khéo ghi nhớ những điều đã được nói. Hơn nữa, Bồ-tát quyết định sau khi trở thành Như lai, bậc Ứng cúng, Chánh đẳng Chánh giác rồi, quán sát pháp Tứ thánh đế, khai thị diễn thuyết cho rộng rãi chúng sanh.[106] Đây là Bồ-tát hiện trước điềm lành như vậy.

[0518a20] Lại hỏi: Vì đâu khi vừa ra đời Bồ-tát liền nói lời: "Nay

---

bzung bar gom pa bdun bor zhe na," **Kpr. p. 961**. *"Tại sao khi Bồ-tát vừa được sanh ra (jātamātra), không nhờ ai dẫn dắt mà tự đi bảy bước (saptapada)?"*

[105] *"byang chub sems dpas ni yun ring po nas nges par 'byung ba dang ldan pa'i dran pa kun du bsten cing bsgoms te mang du byas pas na des de nyid dgongs so, ,gzhan yang de bzhin gshegs pa dgra bcom pa yang dag par rdzogs pa'i sangs rgyas su gyur te, byang chub kyi yan lag bdun 'byung ba...* **Kpr. p. 961**. *"Trong thời gian dài, Bồ-tát đã có sự viễn ly, chánh niệm, phụng sự/ thân cận và tu tập, thực hành nhiều, vì thế tư duy đúng như thật. Hơn nữa, khi trở thành Như lai – bậc A-la-hán Chánh đẳng giác rồi, sẽ chuyển vận rộng rãi bảy thành phần của bồ-đề (saptasaṃbodhyaṅga)..."*

[106] *"byang chub sems dpas ni yun ring po nas rnam par rtog pa dang ldan pa'i dran pa kun du bsten cing bsgoms te mang du byas pas na des de nyid dgongs so, ,gzhan yang de bzhin gshegs pa dgra bcom pa yang dag par rdzogs pa'i sangs rgyas su 'gyur te, 'phags pa'i bden pa bzhi gzigs pa...* **Kpr. p. 962**. *"Trong thời gian dài, Bồ-tát đã có phân biệt (vikalpa), chánh niệm, phụng sự/ thân cận và tu tập, thực hành nhiều, vì thế tư duy đúng như thật. Hơn nữa, khi trở thành Như lai – bậc A-la-hán Chánh đẳng giác rồi, thấy Tứ thánh đế..."*

thân này của Ta là sự hữu cuối cùng, là sự sanh kết thúc?"[107]

Trả lời: Khi Bồ-tát còn ở trong thai mẹ thường sinh lòng thương xót cứu độ chúng sanh. Sau khi ra khỏi thai, Ngài bèn nói lời rằng: "Nay thân này của Ta là sự hữu cuối cùng, là sự sanh chấm dứt?" Hơn nữa, Bồ-tát quyết định sẽ trở thành Như lai, bậc Ứng cúng, Chánh đẳng Chánh giác, thuyết pháp hóa độ cho khắp chúng sanh. Đây là Bồ-tát hiện trước điềm lành như vậy.

[0518a26] Lại hỏi: Tại sao khi Bồ-tát vừa ra đời, từ trên không trung tuôn xuống hai dòng nước lạnh và ấm để tẩy gội cho thân thể của Bồ-tát không bị dơ bẩn?

Trả lời: Đó chính là uy lực của loài rồng, bởi các vị long vương trên trời phát khởi lòng tin vững chắc thanh tịnh[108] đối với Bồ-tát nên hiện ra điềm lành như thế.

[0518a29] Lại hỏi: Tại sao khi Bồ-tát vừa ra đời, trước mặt thánh mẫu có một dòng nước lớn từ dưới đất phun lên, nước đó để thánh mẫu tùy ý sử dụng?

Trả lời: Đó chính là uy lực của loài rồng, bởi các vị long vương trên trời phát khởi lòng tin vững chắc thanh tịnh đối với Bồ-tát nên hiện ra điềm lành như thế.

[0518b03] Lại hỏi: Tại sao khi Bồ-tát vừa ra đời, trên không trung tự nhiên có tiếng âm nhạc cõi trời[109] tấu lên?

Trả lời: Đó chính là uy lực của các vị trời, các vị ấy phát khởi lòng tin vững chắc thanh tịnh đối với Bồ-tát. Hơn nữa, Bồ-tát quyết định trở thành Như lai, bậc Ứng cúng, Chánh đẳng Chánh giác, tiếng lành

---

[107] "ci'i phyir byang chub sems dpas btsas ma thag tu tshig tu 'di ni bdag gi srid pa rnams kyi nang na skye ba'i tha ma yin no," Kpr, p. "Tại sao Bồ-tát khi vừa được sanh ra (jātamātra) đã nói lời rằng: 'Sự hiện hữu (bhava) này của ta là lần sanh cuối cùng trong số các lần hiện hữu.'"

[108] 淨信 tịnh tín; Cf.: Tib mngon par dga' ba; Skt abhinanda – sự hoan hỉ, sự hân hoan.

[109] "bar snang las rol mo'i sgra rnams grag" Kpr. p. 963. "Nghe trong trong không trung có âm thanh của các nhạc khí (vādyaśabda)."

truyền đến khắp nơi.[110] Đây là Bồ-tát hiện trước điềm lành như vậy.

[0518b07] Lại hỏi: Tại sao khi Bồ-tát vừa ra đời, trên không trung tự nhiên có mưa hoa rơi xuống, như hoa ưu-bát-la, hoa bát-nạp-ma, hoa bôn-noa-lợi-già, hoa câu-mẫu-na, hoa mạn-đà-la, v.v. Lại có mưa các thứ bột thơm như trầm thủy, huân lục, chiên-đàn,[111] cho đến các thứ y phục cao quý trên không trung rải xuống?

Trả lời: Đó chính là uy lực của chư thiên, các vị ấy phát khởi lòng tin vững chắc thanh tịnh đối với Bồ-tát. Hơn nữa, Bồ-tát quyết định khi trở thành Như lai, bậc Ứng cúng, Chánh đẳng Chánh giác rồi, có đầy đủ phước đức và sức mạnh, tất cả đồ mặc, món ăn, giường nằm, đồ ngồi, thuốc chữa bệnh và các vật dụng khác đều có được sung túc. Đây là Bồ-tát hiện trước điềm lành như vậy.

[0518b15] Lại hỏi: Tại sao sau khi Bồ-tát mới được sinh ra bảy ngày, mẹ của Bồ-tát liền mệnh chung?

Trả lời: Khi vị Đại sĩ Bồ-tát có oai đức lớn ấy giáng vào thai mẹ thì các vị thiên tử ở cõi Tam thập tam vô cùng tôn kính Bồ-tát, liền dùng ánh sáng oai lực tối thượng ở cõi trời trao cho mẹ của Bồ-tát. Sau khi Bồ-tát đã ra khỏi thai mẹ rồi thì người mẹ không có trở lại ánh sáng oai lực ấy của thiên nữa nhưng mẹ của Bồ-tát vẫn có đủ tướng mạo tốt đẹp trong cõi người, các món ăn uống ngon ngọt đều được tùy nghi thọ dụng nên mẹ của Bồ-tát liền mệnh chung.

[0518b21] Như trong kinh đã nói rõ: Bồ-tát biết được các việc đi vào thai, sống trong thai, ra khỏi thai, v.v.

Tại sao Bồ-tát biết được các việc đi vào thai, sống trong thai, ra

---

[110] *"'jig rten du sgra cher grags par 'gyur ba..."* **Kpr, p. 963.** *"Tiếng lành truyền khắp nhân gian..."*

[111] utpa la, utpala – hoa sen xanh; padma – hoa sen hồng; ku mu da, kumuda – hoa sen vàng; padma dkar po; śuklapadma – hoa sen trắng; me tog man da ra ba; māndārava-puṣpa; a ka ru'i phye ma, agarucūrṇa – bột trầm hương; tsandan gyi phye ma, candanacūrṇa – bột chiên-đàn; rgya spos kyi phye ma; tagaracūrṇa – bột hương quế.

khỏi thai, v.v., như vậy?

Trả lời: Thuở xưa, ở trong pháp của đức Như lai Ca-diếp,[112] bậc Ứng cúng, Chánh đẳng Chánh giác, khi Bồ-tát vừa mới vì mục đích bồ-đề[113] nên tinh tấn tu Phạm hành, đầy đủ chánh niệm, thân cận, tu tập, bố thí rộng khắp, rồi phát thệ nguyện lớn rằng:

"Tôi nguyện khi trở thành Như Lai, bậc Ứng cúng, Chánh đẳng Chánh giác rồi, ở thế gian, những chúng sanh nào mê muội, không người cứu độ, bảo hộ, không biết nương tựa vào đâu[114] thì tôi sẽ hóa độ tất cả họ."

Bởi cái nhân ấy nên ở trong pháp của đức Như lai Ca-diếp, khi vừa mới vì mục đích bồ-đề, Ta đã tu đầy đủ các Phạm hành rồi liền được sanh lên cõi trời Đâu-suất-đà. Sau khi sanh lên cõi trời đó, Ta lại suy nghĩ:

"Ta sẽ trở thành Như lai, bậc Ứng cúng, Chánh đẳng Chánh giác. Ta cần phải đầy đủ chánh niệm, thân cận, tu tập, bố thí rộng khắp."[115]

Bởi cái nhân ấy nên khi sanh trong cõi trời Đâu-suất-đà chưa được bao lâu, Ta có được ba điều tốt đẹp của cõi trời đó: một là tuổi thọ của thiên; hai là sắc tướng của thiên; ba là danh tiếng của thiên.[116]

Khi Bồ-tát suy nghĩ như vậy, chư thiên cõi trời Đâu-suất-đà đều

---

[112] [116] *sangs rgyas 'od srungs*; Kāśyapīyabuddha.

[113] 為菩提故 vị bồ-đề cố; [116] *byang chub par bya ba'i phyir*; *bodhyarthāya* – vì mục đích đạt được giác ngộ/ bồ-đề.

[114] *"kye ma 'jig rten long ba, 'dren pa med pa, yongs su 'dren pa med pa'i nang du,..."* Kpr. p. 964. *"Ôi! Nơi thế gian như đui mù, không có bậc dẫn đường, không có người lãnh đạo...".*

[115] *"bdag ni de bzhin gshegs pa dgra bcom pa yang dag par rdzogs pa'i sangs rgyas su 'gyur ro snyam ste, de dran pa de kun du bsten cing bsgoms te mang du byed do ,"* Kpr. p. 964. *"Ta đã suy nghĩ rằng 'Ta sẽ trở thành Như lai – bậc A-la-hán, Chánh đẳng giác. Ta cần phải thực hiện nhiều chánh niệm, phụng sự, và tu tập."*

[116] *"lha'i tshe dang, lha'i kha dog dang, lha'i grags pas 'phags so,"* Kpr. p. 964. *"Tuổi thọ (āyus) của trời, sắc tướng (varṇa) của trời, danh tiếng (kīrti) của trời."*

biết Bồ-tát chắc chắn sẽ trở thành Như lai, bậc Ứng cúng, Chánh đẳng Chánh giác.

Từ nhân duyên như vậy, các vị trời đều sanh tâm tôn kính cúng dường, đầy đủ chánh niệm, thân cận, tu tập, bố thí rộng khắp. Hơn nữa, Bồ-tát tùy theo lượng tuổi thọ của các vị trời ấy mà trụ, đầy đủ chánh niệm, thân cận, tu tập, bố thí rộng khắp, Bồ-tát liền biết được việc đi vào thai mẹ. Ngài lại suy nghĩ: "Ta sẽ trở thành Như lai, bậc Ứng cúng, Chánh đẳng Chánh giác. Ta cần phải đầy đủ chánh niệm, thân cận, tu tập, bố thí rộng khắp." Vì thế Bồ-tát biết được các việc ra khỏi thai mẹ và việc trụ trong thai cũng như vậy.

[0518c12] Như trong kinh đã nói rõ: Phật bảo tôn giả A-nan: "Ta nhớ lại thuở xưa, ở trong pháp của đức Như lai Ca-diếp, bậc Ứng cúng, Chánh đẳng Chánh giác, khi Bồ-tát vừa mới vì mục đích bồ-đề nên tinh tấn tu Phạm hành, đầy đủ chánh niệm, thân cận, tu tập, bố thí rộng khắp, rồi phát thệ nguyện lớn rằng:

"Tôi nguyện khi trở thành Như Lai, bậc Ứng cúng, Chánh đẳng Chánh giác rồi, ở thế gian, những chúng sanh nào mê muội, không người cứu độ, bảo hộ, không biết nương tựa vào đâu[117] thì tôi sẽ hóa độ tất cả họ."

Bởi cái nhân ấy nên ở trong pháp của đức Như lai Ca-diếp, khi vừa mới vì mục đích bồ-đề, Ta đã tu đầy đủ các Phạm hành rồi liền được sanh lên cõi trời Đâu-suất-đà. Sau khi sanh lên cõi trời đó, Ta có được ba điều tốt ở cõi trời ấy liền suy nghĩ như sau: "Ta sẽ trở thành Chánh giác. Ta cần phải đầy đủ chánh niệm, tu tập, bố thí rộng khắp." Từ cái nhân ấy, khi Ta suy nghĩ như vậy, chư thiên cõi trời Đâu-suất-đà đều biết Bồ-tát chắc chắn trở thành bậc Chánh giác, các vị ấy đều sanh lòng cung kính, tôn trọng, cúng dường, đầy đủ chánh niệm, tu tập, làm bố thí.

Bởi cái duyên như vậy, Bồ-tát tùy theo lượng tuổi thọ của các vị trời ấy mà trụ, tu tập, làm bố thí. Bồ-tát liền biết được việc từ cung

---

[117] *"kye ma 'jig rten long ba, 'dren pa med pa, yongs su 'dren pa'i nang du,..."* **Kpr. p. 964.** *"Ôi! Nơi thế gian như đui mù, không có bậc dẫn đường, không có người lãnh đạo...".*

trời Đâu-suất mạng chung rồi đi vào thai mẹ. Ngài lại suy nghĩ rằng: "Ta sẽ trở thành bậc Chánh giác. Ta cần phải đầy đủ chánh niệm, tu tập, làm bố thí." Bồ-tát liền biết được việc trụ trong thai mẹ. Bồ-tát lại suy nghĩ như vầy: "Ta sẽ trở thành bậc Chánh giác. Ta cần phải đầy đủ chánh niệm, tu tập, làm bố thí." Ngài liền biết được việc ra khỏi thai mẹ.

[0518c29] Lại nữa A-nan: Cho nên, khi đã đầy đủ chánh niệm, tu tập, bố thí rộng khắp, đến lúc ra khỏi thai mẹ chẳng bao lâu, Ta liền bước đi bảy bước.

[0519a02] Này A-nan! Cần phải biết rằng các việc như thế, mỗi việc đều là Ta nhớ lại thuở xưa. Khi Ta trở thành Như lai, bậc Ứng cúng, Chánh đẳng Chánh giác rồi, Ta sẽ tuyên thuyết pháp bảy giác chi cho rộng rãi chúng sanh. Đây là Bồ-tát hiện trước những điềm lành như vậy.

[0519a14][118] Lại nữa, này A-nan! Khi Ta ra khỏi thai mẹ chưa được bao lâu liền nhìn khắp bốn phương, rồi suy nghĩ thế này: "Khi Ta thành Như lai, bậc Ứng cúng, Chánh đẳng Chánh giác rồi, sẽ diễn thuyết pháp Tứ thánh đế cho chúng sanh." Đây là Bồ-tát hiện trước điềm lành như vậy.

[0519a17] Lại nữa, này A-nan! Khi Ta ra khỏi thai chưa được bao lâu liền nói: "Nay thân này của Ta là sự sanh kết thúc." Rồi Ta suy nghĩ thế này: "Khi Ta thành Như lai, bậc Ứng cúng, Chánh đẳng Chánh giác rồi, Ta sẽ kết thúc bờ mé sinh tử cho khắp tất cả chúng sanh."[119] Đây là Bồ-tát hiện trước điềm lành như vậy.

[0519a21] Lại nữa, này A-nan! Khi Ta ra khỏi thai được bao lâu, trên không trung đột nhiên có mưa xuống các loại hoa, như hoa ưu-bát-la, hoa câu-mẫu-đà, hoa bát-nạp-na, hoa bôn-noa-lợi-già, v.v. Lại có mưa các thứ bột thơm như trầm thủy, huân lục, chiên-đàn, cùng

---

[118] Quyển 3.

[119] "bdag ni de bzhin gshegs pa dgra bcom pa yang dag par rdzogs pa'i sangs rgyas su 'gyur te, rga ba dang, 'chi ba mthar thug par bya'o" **Kpr**, **p. 968**. "Ta sẽ trở thành Như lai – bậc Ứng cúng, Chánh đẳng giác; sẽ kết thúc già (jarā), chết (maraṇa)."

các hoa trời tung rải khắp nơi. Rồi Ta suy nghĩ thế này: "Khi Ta thành Như lai, bậc Ứng cúng, Chánh đẳng Chánh giác, sẽ có đầy đủ trí tuệ lớn, trọn vẹn công đức lớn, các món ăn, đồ mặc, giường nằm, đồ ngồi, thuốc men và các vật dụng cần thiết khác đều có được sung túc."[120] Đây là Bồ-tát hiện trước điềm lành như vậy.

[0519a28] Lại nữa, này A-nan! Khi Ta ra khỏi thai chưa được bao lâu, trên không trung đột nhiên tấu lên âm nhạc cõi trời. Rồi Ta suy nghĩ thế này: "Khi Ta thành Như lai, bậc Ứng cúng, Chánh đẳng Chánh giác, tiếng tốt sẽ lan truyền khắp mười phương."

[0519b02] Lại nữa, này A-nan! Khi xưa, lúc Ta còn ở trong cung cùng với cung thuộc[121] nằm chung giường, ngồi một ghế. Rồi Ta suy nghĩ thế này: "Từ nay trở đi, Ta không ở trở lại tòa nhà của vương cung nữa. Nay là lần cuối cùng Ta ở trong tòa nhà này."[122] Sau khi suy nghĩ như vậy, Ta liền từ chỗ ngồi đứng dậy, đi thẳng đến cửa cung điện với ý chí muốn ra khỏi nơi này. Bấy giờ có thánh hiền[123] ngầm giúp mở cửa cung. Ngay khi ấy Ta ra khỏi cung điện, rồi Ta còn nhiều lần trải qua các lớp canh giữ, ở mỗi cửa cung đều có thánh hiền ngầm giúp mở cửa ấy. Bấy giờ Ta liền suy nghĩ: "Khi Ta thành Như lai, bậc Ứng cúng, Chánh đẳng Chánh giác, Ta sẽ mở cửa cam lồ cho tất cả

---

[120] "...grags par 'gyur zhing bsod nams chen po dang ldan te, gos dang, zas dang, mal cha dang, stan dang, na ba'i gsos sman dang, yo byad rnams rnyed par 'gyur ro" **Kpr, p. 969**. "...sẽ có danh thơm (kīrti) cùng công đức lớn, sẽ có được y phục, thức ăn, đồ nằm, đồ ngồi, thuốc trị bệnh và các dụng cụ khác."

[121] Để bản: 宮屬 cung thuộc; [Tib] bud med; [Skt] strī – vợ, phụ nữ

[122] "'di ni bdag gi bud med dang lhan cig du khyim gcig na nyal ba'i tha ma yin no snyam du sems bskyed do, ,kun dga' bo nga mal chen po las 'bab pa na 'di snyam du 'di ni bdag gi mal chen po la gnas pa'i tha ma yin no snyam du sems bskyed do, ," **Kpr, p. 969**. "Ta khởi lên suy nghĩ: Đây là lần cuối cùng ta ngủ chung một nhà với người vợ. Này A-nan! Khi đi ra khỏi căn phòng ngủ lớn, Ta khởi lên suy nghĩ rằng: Đây là lần cuối cùng ta ở trong căn phòng ngủ lớn này."

[123] [Tib] lha rnams – chư thiên

chúng sanh."¹²⁴ Đây là Bồ-tát hiện trước điềm lành như vậy.

[0519b10] Lại nữa, này A-nan! Khi Ta cởi ngựa chúa Ca-sa-ca¹²⁵ ra khỏi cung thành rồi, đi đến nước khác Ta liền xuống ngựa. Rồi Ta suy nghĩ rằng: "Đây là lần cuối cùng ta cởi ngựa báu của vương cung."¹²⁶ Khi đó, tất cả những thứ trang sức quý báu, trang nghiêm, cho đến ngựa chúa Ta đều từ bỏ, giao lại cho người đánh ngựa. Ta lại khởi lên suy nghĩ: "Đây là lần cuối cùng Ta sở hữu những thứ trang sức của thế gian, rồi từ bỏ tất cả, không bao giờ sử dụng lại nữa."¹²⁷

Này A-nan! Cần phải biết rằng khi đó Ta liền tự tay cầm thanh kiếm báu có màu sắc đẹp cắt đi búi tóc trên đỉnh đầu.¹²⁸ Cắt xong, Ta lại suy nghĩ: "Đây là lần cuối cùng Ta tự tay cắt đi búi tóc quý trên đỉnh đầu, nó không còn sanh ra trở lại nữa."¹²⁹ Khi đó Ta lại thấy một người đắp y ca-sa,¹³⁰ tướng mạo hiền lành. Thấy tướng mạo ấy Ta rất vui thích, liền bước đến trước người đó rồi nói lời sau: "Nay ta trao cho ông chiếc áo Ca-thi-ca,¹³¹ ông có thể đổi lại cho Ta chiếc pháp y ca-sa đó!"

---

[124] *"bdud rtsi'i sgo 'byed par 'gyur ro"* **Kpr, p. 969.** *"Ta sẽ mở cửa cam lồ/ bất tử (amṛta)."*

[125] 迦蹉迦; **Tib** *bsngags ldan;* **Skt** *kaṇṭhaka.*

[126] *"'di ni bdag gi khyim pa'i bzhon pa'i tha ma yin no snyam du sems bskyed do,"* **Kpr, p. 970.** *"Ta suy nghĩ: Đây là lần cuối cùng cưỡi ngựa của người tại gia (gṛhin)."*

[127] *"'di ni bdag gi khyim pa'i rgyan dang, lhab lhub kyi tha ma yin te, bdag gis phyin chad khyim pa'i rgyan thob par mi bya'o snyam du sems bskyed do, ,"* **Kpr, p. 970.** *"Ta đã suy nghĩ: Đây là cuối cùng Ta dùng vật trang điểm (maṇḍana) và trang sức (alaṅkāra) của người tại gia. Từ đây trở đi, Ta sẽ không sở hữu vật trang điểm của người tại gia nữa."*

[128] *"ngas ral gyi utpa la'i kha dog lta bus thor tshugs gcod pa"* **Kpr, p. 970.** *"Ta tự dùng thanh gươm (asi) cắt đi búi tóc (śikhābandha) có hình dáng như hoa sen xanh của mình."*

[129] 不復重生 bất phục trùng sanh; **Tib** *bcang bar mi bya* – sẽ không cầm nắm nữa.

[130] 袈裟衣; **Tib** *ngur smrig;* **Skt** *kaṣāya*

[131] 迦尸迦衣 ca-thi-ca y; **Tib** *ka shi pa'i gos rnams* – các y phục của vùng *Kāśī.*

Ta lại suy nghĩ thế này: "Đây là lần cuối cùng ta vứt bỏ y phục vương cung, không bao giờ lấy y phục thế tục để che thân nữa."[132]

[0519b22] Lại nữa, này A-nan! Sau đó, Ta nhận bó cỏ cát tường[133] từ trưởng giả Cát Tường, rồi đi đến dưới cây bồ-đề[134] rồi tự tay trải cỏ ấy ra. Ta ngồi kiết-già vững chãi, chánh niệm. Rồi Ta suy nghĩ thế này: "Nếu không thành tựu quả A-nậu-đa-la-tam-miệu-tam bồ-đề thì Ta thệ nguyện không rời khỏi chỗ ngồi."[135] Ta lại suy nghĩ: "Nay Ta phải mau chóng thành tựu lợi ích thù thắng.[136] Tại sao vậy? Vì tất cả chúng sinh[137] đang ở trong vô minh, dính chặt vào vô minh, bị màng tối vỏ trứng vô minh[138] che lấp con mắt trí tuệ. Ta phải phá bỏ vỏ trứng vô minh ấy, giúp chúng sanh được cát tường, an lạc."[139]

[0519b29] Lại nữa, này A-nan! Sau khi ta thành Phật không lâu, Ta thấy trong thế gian của chúng sanh có sanh ra thì thế gian cũng có sự già đi, có người thông minh lanh lợi, có người trung bình, cũng có kẻ ngu đần. Trong hàng ngu đần ấy thì tùy theo đặc điểm của họ mà

---

[132] "'di ni bdag gi khyim pa'i gos bcang ba'i tha ma yin te, bdag gis phyin chad khyim na gnas pa'i gos bcang bar mi bya'o" **Kpr, p. 970**. *"Đây là lần cuối cùng Ta mặc y phục của người tại gia. Từ đây về sau Ta sẽ không mặc y phục của người sống tại gia nữa."*

[133] 吉祥草 cát tường thảo; **Tib** *rtswa bkra shis ldan*; **Skt** *maṅgalatṛṇa*.

[134] 菩提樹 bồ-đề thọ; **Tib** *byang chub kyi shing*; **Skt** *bodhivṛkṣa*.

[135] *"ngas bla na med pa yang dag par rdzogs pa'i byang chub ma thob kyi bar du skyil mo krung mi bshig go snyam du sems bskyed de tshig tu smras nas,"* **Kpr, p. 970**. *"Ta đã suy nghĩ và phát lên lời thệ rằng: 'Cho đến khi nào ta chưa đạt được Vô thượng Chánh đẳng Chánh giác (Anuttarāsamyaksaṃbodhi) thì Ta không từ bỏ ngồi kiết-già (pary-aṅka).'"*

[136] Hán: 得善利 đắc thiện lợi; **Tib** *rnyed pa legs par rnyed*; **Skt** *su-labdha-lābha* – đạt đến lợi ích lớn.

[137] 眾生; **Tib** *skye dgu*; **Skt** *prajā*

[138] 無明卵殼 vô minh noãn khác; **Tib** *ma rig pa'i sgo nga'i sbubs*; **Skt** *avidyāṇḍakośa*

[139] 吉祥安樂 cát tường an lạc; **Tib** *bde legs*, **Skt** *svasti* - cát tường; **Tib** *bde ba*, **Skt** *sukha* - hạnh phúc

điều phục. Cho đến những người không nghe chánh pháp, các thứ đều thiếu thốn.[140] Sau khi ta quán xét những chúng sanh như thế rồi liền khởi tâm đại bi,[141] thuyết chánh pháp để hóa độ họ.

[0519c05] Lại nữa, này A-nan! Ta lại suy nghĩ rằng: "Nay Ta phải mau chóng thành tựu lợi ích thù thắng. Ta đã sanh ra trong thế gian tạp nhiễm[142] nhưng hoạt động tâm ý của Ta thì không có tạp nhiễm."

---

[140] *"de dag gis dam pa'i chos ma thos nas yongs su nyams par 'gyur bar mthong ngo,"* **Kpr. p. 971**. *"Ta thấy họ vì không nghe được chánh pháp nên bị thối đọa (parihīyate)."*

[141] 大悲; snying rje chen po; mahākaruṇā

[142] 雜染; rnyog; kaluṣa

[141] 大悲; **Tib** *snying rje chen po;* **Skt** *mahākaruṇā*

[142] 雜染; **Tib** *rnyog;* **Skt** *kaluṣa*

MÔN THỨ NĂM
NHÂN THI THIẾT TRONG
ĐỐI PHÁP ĐẠI LUẬN

[0519c08] Bài tụng nói tổng quát:

> *Như con, hạ tộc và bần cùng*
> *Nạn giặc, mới sinh, mười tuổi chung*
> *Ngưu Hóa, Thắng Thân, Câu-lô cõi*
> *Vô ngã, và đến Dục, Sắc giới,*
> *Phật từ định khởi, nhập niết-bàn*
> *Sau cùng đại y chẳng cháy tan.*[143]

[0519c12] Lại hỏi: Vì sao Bồ-tát là bậc tối thượng, tối thắng so với tất cả chúng sanh, khi chưa phát tâm bồ-đề rộng lớn nhưng vẫn có thể chánh tín xuất gia?[144]

---

[143] "sras dang rigs dma' dbul po dang, ,mtha' 'khob dang ni snga rol dang, ,bcu pa dang ni ba lang spyod, ,shar byang bdag gir mi 'dzin dang, ,'dod dang gzugs dang nges pa dang, ,dgra bcom bde gshegs bzhengs pa dang, ,chos gos gnyis ni tshig mi 'gyur," Kpr, pp. 971-972. "Đứa con, chủng tộc cấp thấp (nīcakula), nghèo nàn (daridra); biên địa (pratyanta) và kiếp sơ (pūrvam); mười (tuổi) và châu Ngưu Hóa (Godānīya); Đông (Pūrva), Bắc (Uttara), không chấp ngã (anātmīya-graha); Dục (Kāma), Sắc (Rūpa), khởi dậy (utthita); A-la-hán (Arhat), Thiện Thệ (Sugata), cả hai [trong ngoài của] pháp y (cīvara) đều không bị thiêu cháy (na dahate)."

[144] "ci'i phyir byang chub sems dpa' de ltar sems can thams cad las khyad par du 'phags par gyur nas sras ma skyed par dad pas khyim nas khyim med par legs pa kho nar rab tu byung bar ma gyur zhe na," Kpr, p. 972. "Tại sao vị Bồ-tát là bậc tối thắng trong tất cả chúng sanh,

Trả lời: Bồ-tát trong suốt thời gian dài xem các chúng sanh như con một, siêng năng làm các việc thiện, nuôi dưỡng lớn mạnh và chín muồi nên tức khắc thành tựu quả báo tốt đẹp, pháp nhĩ[145] là như vậy. Trong chúng Bồ-tát nhiều như số cát sông Hằng, chưa từng có vị nào không phát tâm bồ-đề rộng lớn mà lại có thể chánh tín xuất gia được. Nói như thế, nghĩa là do không thể là người thọ dục lạc.[146]

[0519c18] Lại hỏi: Vì sao Bồ-tát không sinh ra trong tầng lớp thấp kém?

Trả lời: Vì người sanh trong tầng lớp thấp kém quen với tâm ngã mạn.[147] Bồ-tát trong suốt thời gian dài xa rời các thứ mạn, thường thân cận các pháp lành, tu tập, làm việc bố thí. Cho nên, Bồ-tát chắc chắn[148] sinh ra trong tầng lớp cao quý. Lại nữa, nếu Bồ-tát sinh ra trong tầng lớp thấp kém thì liền bị chê bai.[149]

[0519c22] Lại hỏi: Vì sao Bồ-tát không sinh ra trong tầng lớp nghèo túng?

---

không sanh con, từ người tại gia có niềm tin rồi trở thành người không nhà, chân chánh xuất gia?"

[145] 法爾; [Tib] *chos nyid*; [Skt] *dharmatā*

[146] *"gzhan yang sras ma skyed par dad pas khyim nas khyim med par legs pa kho nar rab tu 'byung bar mi 'gyur ba 'di ni byang chub sems dpa' gang g'a'i klung gi bye ma snyed kyi chos nyid yin no, ,gzhan yang 'dod pa la longs spyod par mi nus so zhes 'phya bar 'gyur ba'i phyir ro, ,"* "Hơn nữa, không sanh con, từ người tại gia có niềm tin rồi trở thành người không nhà, chân chánh xuất gia là nguyên tắc (dharmatā) của chư Bồ-tát nhiều như số cát sông Hằng (Gaṅgā). Hơn nữa, phải hiểu rằng vì không thể có dục lạc (kāmasaṃbhoga) [mà chân chánh xuất gia được]."

[147] *"rigs dma' bar skye ba ni nga rgyal kun tu bsten cing bsgoms te mang du byas pa las 'gyur na, ,* **Kpr. p. 972**. *"Trong khi người sanh trong giai cấp thấp (nīcakula) tập thành thói quen (āsevita) và trở nên (bhāvanā) ngã mạn (māna), là nghiệp đã làm nhiều lần (bahulīkṛta)."*

[148] 決定 quyết định; [Tib] *nges par*; [Skt] *niyatam*

[149] *"gzhan yang rigs dma' bar skyes na smod par 'gyur ba'i phyir ro, ,"* **Kpr. p. 972**. *"Hơn nữa, nếu sanh trong giai cấp thấp thì bị chê bai (garhyate)."*

Trả lời: Vì người sanh trong tầng lớp nghèo túng thì quen với tâm tính keo kiệt,[150] còn Bồ-tát trong suốt thời gian dài xa rời cáu bẩn keo kiệt, thân cận, tu tập, bố thí rộng lớn, làm các pháp không hề có sự keo kiệt. Cho nên, Bồ-tát chắc chắn sinh ra trong tầng lớp giàu sang. Nghĩa là Bồ-tát không trải qua các sự gian khổ mà có đầy đủ các điều kiện về sắc, thanh, hương, vị và xúc, bản thân mình và người khác đều thọ dụng các thứ đó như nhau.[151] Lại nữa, nếu Bồ-tát sinh ra trong tầng lớp nghèo túng thì liền bị chê bai.

[0519c28] Lại hỏi: Vì sao Bồ-tát không sinh vào quốc độ biên giới xa xôi hoặc xứ có nạn cướp hoành hành, quê mùa hoang sơ?[152]

Trả lời: Vì pháp luật và hiểu biết ở chốn biên giới xa xôi đều rất hạn chế, không thể tương đồng so với Bồ-tát.[153] Nhưng Bồ-tát thì siêng năng làm các việc thiện, nuôi dưỡng chúng trở nên chín muồi nên những quả báo tốt đẹp liền được thành tựu ngay hiện tiền, vì thế Bồ-tát chắc chắn sinh vào nơi trung tâm nước lớn.[154] Giả sử có chúng sanh căn tánh lanh lợi, thanh tịnh, gặp được Bồ-tát có oai đức

---

[150] *"dbul po'i khyim du skye ba ni ser sna kun du bsten cing bsgoms te mang du byas pa las gyur na,"* **Kpr. p. 972.** *"Người sanh trong gia đình nghèo nàn (daridra) tập thành thói quen và trở nên keo kiệt (mātsar-ya), là nghiệp đã làm nhiều lần."*

[151] *"...gzhan dag la yang bgo bsha' mdzad do,"* **Kpr. p. 973.** *"...còn chia sẻ (saṃvibhāga) cho những người khác."*

[152] *"ci'i phyir byang chub sems dpa' mtha 'khob kyi mi rkun ma kla klo rnams kyi nang du mi skye zhe na,"* **Kpr. p. 973.** *"Tại sao Bồ-tát không sanh làm người ở nơi biên giới xa xôi (pratyantajanapada), nơi có trộm cướp (caura), lạc hậu (śiṣṭācārahīna)?"*

[153] *"mtha' 'khob kyi mi rnams ni tshul khrims kyis phongs pa dang, lta bas phongs pa dang ldan pa yin pas de dag dang byang chub sems dpa' lhan cig tu mtshungs mnyam par 'gyur du 'ong ste,"* **Kpr. p. 973.** *"Bởi vì những người ở nơi biên giới xa xôi bị hạn chế (vighāta) về pháp luật (śīla) và hạn chế về hiểu biết (darśana) nên [cho rằng] họ sẽ tương đồng (samasama) với Bồ-tát."*

[154] 大國 đại quốc; *yul chen po*; *mahādeśa*

lớn,[155] nhưng họ vẫn không thể phát khởi pháp lành tối thượng vô lậu, đó là Bồ-đề Vô thượng Chánh đẳng, Bồ-đề của Duyên Giác, Bồ-đề của Thanh Văn là pháp đáo bỉ ngạn,[156] và các căn lành tối thượng vô lậu khác.

[0520a07] Lại hỏi: Vì sao Bồ-tát không sinh vào lúc kiếp sơ, tuổi thọ con người thời đó còn dài đến tám mươi nghìn năm?[157]

Trả lời: Vào thời kiếp sơ, căn tánh, phẩm chất con người mềm yếu, việc làm ngu độn, bản tánh chất phác nên không thể tương đồng với Bồ-tát.[158] Bồ-tát đại sĩ có oai đức lớn ấy trong suốt thời gian dài siêng năng làm các việc thiện, nuôi dưỡng chúng trở nên chín muồi. Giả sử có chúng sanh căn tánh lanh lợi, thanh tịnh mà gặp được Bồ-tát có oai đức lớn thì họ vẫn không thể phát khởi pháp lành tối thượng

---

[155] "de der sems can dbang che bar grags shing sems can dbang po rno la dag pa rnams dang lhan cig phrad par 'gyur la,…" **Kpr.** p. 973. "*Nếu ở nơi này, nơi khác có những chúng sanh trác việt (maheśākhya) và những chúng sanh lợi căn (tīkṣṇendriya) thanh tịnh (śuddhi) gặp gỡ được [Bồ-tát]…*"

[156] "bla na med pa yang dag bar rdzogs pa'i byang chub dang, rang sangs rgyas kyi byang chub dang, nyan thos kyi pha mthar phyin pa'i zag pa med pa'i dge ba rgya che zhing mchog tu gyur pa rnams dang," **Kpr.** p. 973. "*Sự giác ngộ hoàn toàn (saṃbodhi), chân chánh (samyak), vô thượng (anuttara), bồ-đề của Độc Giác (pratyekabodhi), cái thiện vô lậu rộng lớn và tối thượng của sự thành tựu cứu cánh (niṣṭhāgata) của Thanh Văn.*"

[157] "ci'i phyir byang chub sems dpa' mi rnams kyi tshe lo brgyad khri thub pa'i snga rol bskal pa dang po'i mi rnams kyi nang du mi skye zhe na," **Kpr.** p. 973. "*Tại sao Bồ-tát không sanh vào loài người thời kiếp sơ (prathamakalpa) trước đây (pūrvam) lúc tuổi thọ loài người đạt được tám mươi nghìn năm?*"

[158] "bskal pa dang po'i mi rnams ni dbang po rtul zhing bya ba la mi gsal te rmun pa'i rang bzhin can yin pas de dag dang byang chub sems dpa' lhan cig tu mtshungs mnyam par 'gyur du 'ong ste," **Kpr.** p. 973. "*Vào thời kiếp sơ, vì con người có căn tánh chậm lụt (mṛdvindriya) và hành động thiếu hiểu biết (abhāti), bản chất ngu độn (moha) nên không thể tương đồng với Bồ-tát.*"

vô lậu.[159]

[0520a13] Lại hỏi: Vì sao Bồ-tát không sinh vào lúc tuổi thọ con người chỉ dài đến mười tuổi?

Trả lời: Khi tuổi thọ con người chỉ kéo dài đến mười tuổi thì tội ác đầy dẫy, phiền não khôn lường, không thể tương đồng với Bồ-tát.[160] Cho nên, Bồ-tát có oai đức lớn không sinh vào lúc tuổi thọ con người chỉ dài đến mười tuổi.

[0520a17] Lại hỏi: Vì sao Bồ-tát không sinh vào châu Tây Cù-đà-ni?[161]

Trả lời: Vì căn tánh, phẩm chất con người trong châu Tây-cù-đà-ni mềm yếu, việc làm ngu độn, bản tánh chất phác nên không thể tương đồng với Bồ-tát. Bồ-tát đại sĩ có oai đức lớn, đã siêng năng làm các việc thiện, nuôi dưỡng chúng trở nên chín muồi, quả báo thù thắng tốt đẹp hiện tiền được tức khắc thành tựu. Cho nên, Bồ-tát chắc chắn sinh vào nơi trung tâm nước lớn.[162] Giả sử có chúng sanh căn tánh lanh lợi, thanh tịnh, gặp được Bồ-tát có oai đức lớn thì họ vẫn không thể phát khởi pháp lành tối thượng vô lậu, đó là Bồ-đề Vô thượng Chánh đẳng, Bồ-đề của Duyên Giác, Bồ-đề của Thanh Văn là pháp đáo bỉ ngạn, và các căn lành tối thượng vô lậu khác.

[0520a25] Lại hỏi: Vì sao Bồ-tát không sinh vào châu Đông

---

[159] *"de na ni zag pa med pa'i dge ba rnams skye ba gtan med pa"* **Kpr**, **p. 974**. *"Họ hoàn toàn không thể phát sanh các pháp thiện vô lậu (an-āsravakuśala)."*

[160] *"tshe lo bcu thub pa'i mi rnams ni las shas che ba dang, nyon mongs pa shas che ba yin pas de dag dang byang chub sems dpa' lhan cig tu mtshungs mnyam par 'gyur du 'ong ste,"* **Kpr, p. 974**. *"Bởi vì vào lúc tuổi thọ con người còn 10 tuổi thì nghiệp tăng trưởng mạnh mẽ (ādhikya), phiền não (kleśa) tăng trưởng mạnh mẽ nên không thể tương đồng với Bồ-tát."*

[161] 西瞿陀尼洲; *nub kyi ba lang spyod kyi gling*; *avaragodā-nīyadvīpa* – Tây Ngưu hóa châu.

[162] 大國 đại quốc; Cf.: *gling chen po*; *mahādvīpa* – đại châu.

Thắng Thân?[163]

Trả lời: Việc này như đã nói rõ ở châu Tây Cù-đà-ni.

[0520a27] Lại hỏi: Vì sao Bồ-tát không sinh vào châu Bắc Câu-lô?[164]

Trả lời: Vì căn tánh, phẩm chất con người trong châu Bắc Câu-lô mềm yếu, việc làm ngu độn, bản tánh chất phác, thường làm các việc gian khổ,[165] không thể tương đồng với Bồ-tát. Bồ-tát đại sĩ có oai đức lớn, trong suốt thời gian dài siêng năng làm các việc thiện, nuôi dưỡng chúng chín muồi, quả báo tốt đẹp hiện tiền được tức khắc thành tựu. Cho nên, Bồ-tát chắc chắn sinh vào nơi trung tâm nước lớn. Giả sử có chúng sanh căn tánh lanh lợi, thanh tịnh, gặp được Bồ-tát có oai đức lớn thì họ vẫn không thể phát khởi pháp lành tối thượng vô lậu. Hơn nữa, người trong châu Bắc Câu-lô không chấp ngã sở.[166]

Trong đây có câu hỏi rằng: Vì sao người trong châu Bắc Câu-lô không chấp ngã sở?

Trả lời: Vì chúng sinh nơi đó rất nhiều, cảnh giới rộng lớn, mức độ thọ nhận hoàn toàn vừa ý, bình đẳng không hề sai khác cho nên không có ngã sở.[167]

[0520b09] Lại hỏi: Vì sao Bồ-tát không sinh vào chư thiên thuộc Dục giới?[168]

Trả lời: Vì các chúng thiên tử trong Dục giới đều say đắm vào cảnh

---

[163] 東勝身洲; Tib shar gyi lus 'phags kyi gling; Skt pūrvavidehadvīpa

[164] 北俱盧洲; Tib byang gi sgra mi snyan gyi gling; Skt uttarakuru-dvīpa

[165] 隨作艱辛 tùy tác nan tân; Tib yul gtso bor byed pa; Skt pradhānadeśa – nơi thù thắng.

[166] "bdag gir 'dzin ba med cing yongs su 'dzin pa med pa'i phyir ro , " Kpr. p. 975. "không chấp trước vào ngã sở (ātmīyāgraha) vì không không chấp trước (aparigraha)."

[167] "yul rnams mang la mnyam ste, de dag gi yul yangs la yid du 'ong ba'i phyir ro , " Kpr. p. 975. "Phạm vi cõi ấy rộng lớn giống nhau, phạm vi của [mỗi người] họ cũng rộng vừa ý."

[168] 欲界; Tib 'dod pa na spyod pa; Skt kāmāvacara.

giới, ưa thích, phóng dật, không thể tương đồng với Bồ-tát.[169] Tuy họ cũng tu tập và giữ gìn được phần nhỏ[170] Phạm hành[171] nhưng không thể diễn giảng tường tận về Phạm hành cho đông đảo bốn chúng Tỳ-kheo, Tỳ-kheo-ni, Ưu-bà-tắc, Ưu-bà-di, hay giúp các vị trời, hàng người khác đạt được lợi ích. Vì nhân duyên như vậy, Bồ-tát không sinh vào trong số chư thiên thuộc Dục giới.

[0520b15] Lại hỏi: Vì sao Bồ-tát không sinh vào trong số chư thiên Sắc giới?

Trả lời: Vì tuy các chúng thiên tử trong Sắc giới cũng tu tập và giữ gìn được phần nhỏ Phạm hành nhưng không thể diễn giảng tường tận về Phạm hành cho đông đảo bốn chúng, hay giúp các vị trời, hàng người khác đạt được lợi ích. Vả lại, Bồ-tát ở trong số chư thiên Sắc giới đi đến chứng niết-bàn.[172]

[0520b19] Trong đây cần phải hỏi: Vì sao không nhập niết-bàn trong cõi trời Sắc giới?

---

[169] "'dod pa na spyod pa'i lha rnams ni bag med cing dga' ba'i shas che la yul la spyod pa yin pas..." Kpr pp. 975-976. "Vì chư thiên thuộc Dục giới phóng dật (pramāda) và thọ dụng nhiều hỉ lạc (prīti), cảnh giới..."

[170] 少分 thiểu phần; Tib phyogs gcig pa; Skt prādeśika.

[171] 梵行; Tib tshangs par spyod pa; Skt brahmacarya.

[172] Câu này, Kpr đưa lên trước: "der yongs su mya ngan las 'das pa'i chos can du 'gyur ba dang, tshangs par spyod pa phyogs gcig par 'gyur te, 'di lta ste, dge slong gi 'khor nas dge bsnyen ma'i bar gyi 'khor gyi 'khor bzhi med par 'gyur ba dang tshangs par spyod pa rgyas par mi 'gyur te, skye bo mang po rgya chen po nas gzhan 'dod pa na spyod pa'i lha rnams la yang dag par legs par bstan pa yang med la, gzugs na spyod pa rnams la ni nges pa la 'jug pa yang med pa'i phyir ro, ," **Kpr. p. 976.** "Ở đó có các pháp niết-bàn hoàn toàn (parinirvāṇadharma) và có một phần Phạm hành. Nghĩa là, không có bốn chúng từ tỳ-kheo cho đến ưu-bà-di và không có Phạm hành đầy đủ (vistāra). Vì chúng sanh ở đó quá nhiều nên cũng không có sự giảng dạy chân chánh tốt đẹp như chư thiên khác ở Dục giới, vì thế Bồ-tát chắc chắn không đi vào trong số chư thiên Sắc giới."

Trả lời: Vì đó là nơi có chánh thọ không có sắc tướng,[173] chỉ cần tác ý tức đã nhập niết-bàn rồi.[174]

[0520b21] Lại hỏi: Như đã nói ở đây, thì nhập bằng tâm bất thiện hay nhập bằng tâm vô ký?[175]

Trả lời: Cần phải biết rằng nói như vậy là nhập bằng tâm vô ký.[176]

[0520b23] Lại hỏi: Vì sao chư Phật Thế tôn trụ thế giáo hóa? Vì sao nhóm các đại Thanh Văn trưởng lão thánh thiện[177] lại nhập niết-bàn trước, rồi đức Phật mới nhập niết-bàn sau?

Trả lời: Vì các vị Thanh Văn trong suốt thời gian dài không hề gián đoạn sự siêng năng tu tập các pháp lành, nuôi dưỡng chúng trở nên chín muồi, quả báo tốt đẹp hiện tiền được thành tựu ngay tức thời. Nếu họ thấy đức Thế tôn nhập niết-bàn thì tất cả những quả báo thù thắng của các vị Thanh Văn ấy không thể nào thành tựu trọn vẹn được. Vả lại, pháp là như vậy, chư Phật Thế tôn số nhiều như cát sông Hằng đều có nhóm các đại Thanh Văn trưởng lão thánh thiện nhập niết-bàn trước, rồi chư Phật mới nhập niết-bàn sau.

---

[173] 無色相正受 vô sắc tướng chánh thọ; [Skt] *arūpasamāpatti*.

[174] *"ci'i phyir gzugs na spyod pa'i lha rnams la nges pa la 'jug pa med ce na, smras pa, skyo bar 'gyur ba'i gnas gang yid la byas na yang dag pa'i nges pa la 'jug par 'gyur ba de lta bu med pa'i phyir ro, ,"* **Kpr. p. 976.** *"Tại sao Bồ-tát tát chắc chắn không đi vào trong số chư thiên Sắc giới? Đáp: Bởi nếu tác ý (manasikāra) nào có trụ vào sự ly tham (vairāgya) thì sẽ đi vào chánh quyết định (samyaktvaniyāma), vì thế không như thế."*

[175] *"ci dge ba'i sems kyis yongs su mya ngan las 'da' zhes bya 'am, 'on te lung du ma bstan pa'i sems kyis yongs su mya ngan las 'da' zhes bya zhe na,"* **Kpr. p. 976.** *"Nói là nhập niết-bàn hoàn toàn ấy bằng tâm thiện (kuśalacitta) hay nói nhập niết-bàn hoàn toàn ấy bằng tâm vô ký (avyākṛtacitta)?"*

[176] *"lung du ma bstan pa'i sems kyis yongs su mya ngan las 'da' zhes bya'o, ,"* **Kpr. p. 976.** *"Nói nhập niết-bàn hoàn toàn ấy bằng tâm vô ký."*

[177] 賢上大聲聞 hiền thượng đại thanh văn; [Tib] *nyan thos bzang po*; [Skt] *bhadraśrāvaka*

Như đã nói về việc nhập niết-bàn, đó là chư Phật Thế tôn chứng nhập ngay hiện tiền ở trong Bất động địa thuộc thiền thứ tư.[178]

Trong đây cần phải hỏi: Khi đức Thế Tôn đi vào thì niết-bàn hay khởi dậy trở lại mới niết-bàn?[179]

Trả lời: Nếu có chỗ khởi thì sẽ không có chỗ nhập.[180]

[0520c03] Lại hỏi: Vì sao Đức Như lai Thế tôn khi đã nhập niết-bàn rồi, Thánh thể đã được trà-tỳ mà đại y của Ngài vẫn còn nguyên vẹn như cũ, hoặc bên trong hay phía ngoài đều không hư hao chút nào?

Trả lời: Đó là uy lực của chư thiên, nghĩa là chư thiên sanh lòng tin trong sạch lớn mạnh đối với đức Phật Thế Tôn. Vả lại có hai thứ ngăn cấm không được thiêu đốt: một là nội thân, hai là ngoại tài.[181] Nên biết đây đều là thần lực của Phật vậy.

---

[178] "sangs rgyas bcom ldan 'das spyan dang ldan pa bsam gtan bzhi pa la snyoms par zhugs pa ni mi g.yo bzhi ba la brten nas yongs su mya ngan las 'das so,"**Kpr. p. 977**. "Ngay trước mắt, đức Phật Thế tôn đi vào (samāpanna) thiền thứ tư (caturthadhyāna), sau khi y vào (niśritya) bất động (acala) là thiền thứ tư ấy, Ngài niết-bàn hoàn toàn."

[179] "ci bcom ldan 'das snyoms par zhugs bzhin du yongs su mya ngan las 'das sam, 'on te bzhengs nas yongs su mya ngan las 'da' zhe na," **Kpr. p. 977**. "Đức Thế tôn niết-bàn hoàn toàn trong khi đi vào [thiền thứ tư] hay Ngài khởi dậy [ra khỏi thiền thứ tư] rồi niết-bàn hoàn toàn?"

[180] "bzhengs nas bcom ldan 'das yongs su mya ngan las 'das te, snyoms par zhugs bzhin du ma yin no, ," **Kpr. p. 977**. "Sau khi khởi dậy, đức Thế tôn niết-bàn hoàn toàn chứ không phải trong khi đi vào."

[181] "gzhan yang rnam pa gnyis bsrung ba'i phyir ma tshigs ste, sku gdung bsrung ba dang, sku'i sha bsrung ba'i phyir ro," **Kpr. p. 977**. "Hơn nữa, vì bảo vệ hai loại không bị cháy: vì bảo vệ xương (dhātu; śarīra) và vì bảo vệ da thịt của thân thể."

MÔN THỨ SÁU

NHÂN THI THIẾT TRONG
ĐỐI PHÁP ĐẠI LUẬN

[0520c09] Bài tụng nói tổng quát:

> *Hai duyên, hai chúng kia xuất hiện*
> *Thanh Văn, thế giới số tam thiên*
> *Đại từ, đại bi, tâm hai loại*
> *Tư nghì chẳng bàn, pháp tùy thuận,*
> *Việc làm khác nhau ở trong chúng*
> *Như voi chúa, trụ trong địa ngục.*[182]

[0520c13] Lại hỏi: Vì sao đức Phật và Luân vương đều có đủ ba mươi hai tướng đại trượng phu nhưng một vị gọi là Như lai, Ứng cúng, Chánh đẳng Chánh giác, còn vị kia thì gọi là Chuyển luân thánh vương?

Trả lời: Chuyển luân thánh vương từ xa xưa đã tu nhân qua những việc làm rộng lớn, trong suốt thời gian dài thường suy nghĩ: "Ta phải

---

[182] *"gnyis dang rang rgyal zung gnyis dang ,bud med gsum dang stong gsum dang, ,snying rje dang ni byams pa dang, ,sems med gnyis dang rjes 'brang dang, ,pho nya rgal ba tha ma dang, ,sems can rnams las khyad par 'phags, ,gshin rje dang ni sa srung bu, ,rab brtan dang ni dmyal ba pa,"* **Kpr, p. 978.** *"Hai, Độc giác (pratyekabuddha), hai cặp (yuga); phụ nữ, ba, ba nghìn; từ (karuṇa) và bi (maitrī); hai vô tâm (acitta) và tùy tòng/ thuận (anugata); sứ giả (dūta) vượt qua sau cùng; thù thắng hơn (viśiṣṭatā) các chúng sanh; Dạ-ma (Yama), voi của Indra; ở lâu dài (supratiṣṭhita), chúng sanh trong địa ngục (nairayika)."*

làm việc bố thí rộng khắp, gieo trồng phước đức thù thắng, nuôi lớn tất cả chúng sanh, giữ gìn trong sạch giới hạnh. Thế gian ngu tối mù mịt không biết quy về đâu để được cứu giúp, ta sẽ cứu độ tất cả họ." Còn đức Như lai, bậc Ứng cúng, Chánh đẳng Chánh giác thì tùy theo tất cả pháp lành mà mình đã làm được đều đem thí khắp cho tất cả chúng sanh ở thế giới. Ngài phát nguyện rộng lớn, thực hành đúng như điều đã nguyện, bỏ nhà xuất gia, thành tựu Đẳng chánh giác. Do nhân này nên Chuyển luân thánh vương và đức Như lai, bậc Ứng cúng, Chánh đẳng chánh giác đều có đầy đủ tướng đại trượng phu.

[0520c22] Lại hỏi: Vì sao Phật và hàng Duyên Giác tuy cùng ở một thời nhưng lại không gặp nhau?[183]

Trả lời: Vì trong suốt thời gian dài, hàng Duyên Giác tu tập pháp duyên giác, quả báo thù thắng tốt đẹp hiện tiền được thành tựu ngay tức thời. Họ không còn điều gì để ước nguyện, mong cầu, không tu tập rộng lớn các pháp tối thượng, cũng không ưa thích gần gũi, cung kính, chiêm ngưỡng Như lai.[184] Từ nhân như vậy, Phật và hàng Duyên Giác không xuất hiện cùng một thời.

[0520c27] Lại hỏi: Vì sao hai vị Chuyển luân thánh vương không xuất hiện cùng một lúc?[185]

---

[183] "ci'i phyir sangs rgyas rnams dang, rang sangs rgyas rnams dus skabs gcig tu mi 'byung zhe na," **Kpr. p. 979.** "Tại sao chư Phật và chư Độc Giác không xuất hiện trong cùng một thời gian (ekakāla)?"

[184] "gal te de dag phrad par 'gyur na ni de lta na de dag kyang don med par 'gyur la, gzhan yang tshe dang ldan ba de dag ni su la yang mi 'dud la, tshe dang ldan pa de dag la ni gong du bya ba ci yang med de, gang gi don du tshe dang ldan ba de dag bcom ldan 'das la blta ba dang, bsnyen bkur bya ba'i phyir thad du 'gro ba med pa'i phyir ro," **Kpr. p. 979.** "Nếu họ gặp điều gì thì trong trường hợp đó, họ cũng không có mục đích. Hơn nữa, những hiền giả ấy cũng không kính lễ ai cả. Những hiền giả ấy cũng không có gì phải làm cao thêm nữa (ūrdhva). Bởi lý do đó, những hiền giả ấy thấy đức Thế tôn và vì tôn kính (paryupāsana), họ không đi đến nơi đó."

[185] "ci'i phyir dus gcig tu 'khor los sgyur ba'i rgyal po gnyis 'jig rten du mi 'byung zhe na," **Kpr. p. 980.** "Tại sao trong thế gian không xuất hiện đồng

Trả lời: Chuyển luân thánh vương từ xa xưa đã tu nhân qua những việc làm rộng lớn. Đó là trong suốt thời gian dài siêng năng tu tập các pháp lành, chung một bảo cái tốt đẹp¹⁸⁶ che phủ khắp nơi. Một vị Chuyển luân thánh vương xuất hiện thì nhìn tất cả chúng sanh đều tưởng như con một. Một vị Chuyển luân thánh vương xuất hiện thì chung một cảnh giới¹⁸⁷ đều tôn trọng cúng dường, làm tất cả thiện nghiệp tùy theo việc cần làm¹⁸⁸ nên quả báo của ước nguyện thù thắng ấy hiện tiền được thành tựu ngay tức thời. Từ nhân duyên như vậy, hai vị Chuyển luân thánh vương không xuất hiện cùng một lúc.

[0521a04] Lại hỏi: Vì sao hai đức Phật Như lai, Ứng cúng, Chánh đẳng Chánh giác không ra đời cùng một lúc?¹⁸⁹

Trả lời: Bồ-tát từ xa xưa đã tu nhân qua các việc làm rộng lớn, đó là trong suốt thời gian dài chỉ có duy nhất một thầy dạy, chỉ có duy nhất một pháp môn, làm các pháp lành, tùy theo điều Ngài đã thực hiện nên chỉ có một sự giải thoát, chỉ có một bậc đáng tôn quý, chỉ có một bậc đại trí.¹⁹⁰ Ngài đã làm các việc lành, nuôi dưỡng chúng đó trở

---

thời hai vị vua Chuyển luân?"

¹⁸⁶ 一妙蓋 nhất diệu cái; ᵀⁱᵇ *gdugs gcig pa*; ˢᵏᵗ *ekacchatra*. Chỉ có một cái lọng tức quyền thống trị được thâu về một mối.

¹⁸⁷ 一境界 nhất cảnh giới; Cf.: ᵀⁱᵇ *rgyal phan*; ˢᵏᵗ *koṭṭarāja* – vua của nước nhỏ.

¹⁸⁸ *"las rnams byas shing bsags pas"* **Kpr. p. 980.** *"do hoàn thành những nghiệp cần làm".*

¹⁸⁹ *"ci'i phyir de bzhin gshegs pa dgra bcom pa yang dag par rdzogs pa'i sangs rgyas gnyis dus gcig tu 'jig rten du mi 'byung zhe na,"* **Kpr. p. 980.** *"Tại sao trong thế gian không xuất hiện đồng thời hai đức Như lai – bậc A-la-hán, Chánh đẳng giác?"*

¹⁹⁰ *"yun ring po nas ston pa gcig pa thob par 'gyur ba'i las rnams byas shing bsags pa dang, sgrol ba gcig par 'gyur ba rnams dang, grol bar byed pa gcig par 'gyur ba rnams dang, 'dren pa gcig par 'gyur ba rnams dang, mkhas pas bkur ba rnams kyis bkur bar 'os par 'gyur ba'i las rnams byas shing bstzags pas,"* **Kpr. p. 980.** *"Từ thời gian dài (dīrgha-kāla), [Bồ-tát] đã hoàn thành các việc cần làm mà đã có được từ một vị thầy (ekaśāstṛ), đã có được từ một sự cứu độ (eka uttaraṇa), đã có*

nên chín muồi nên trong cùng một thời hai quả báo không thể nào hiện tiền được xuất hiện.

Còn nguyên nhân nào nữa?[191]

Trả lời: Hai thứ khó thể cùng một lúc.[192]

Từ nhân duyên như vậy, hai đức Phật, Như Lai, Ứng Cúng, Chánh đẳng Chánh giác không ra đời cùng một lúc.

[0521a11] Lại hỏi: Vì sao người nữ không làm Chuyển luân thánh vương, không trở thành đế Thích,[193] không trở thành Phạm vương,[194] không trở thành Quỷ vương,[195] không chứng bồ-đề của Duyên Giác,[196] không chứng bồ-đề Vô thượng Chánh đẳng?[197]

Trả lời: Vì thiện lực của người nữ yếu kém, còn người nam tạo dựng được căn lực của ý muốn thiện thù thắng nên họ sanh khởi cực mạnh mẽ ý muốn thiện. Người nữ không có quyền lực, đều là việc lành của người nam làm nên. Vả lại, người nữ không có lợi căn, chỉ có người nam đầy đủ sức thiện mới hoàn thành được. Lại nữa, thiện lực của người nam tăng trưởng cực mạnh, nhờ vậy đạt được căn bén nhạy và việc lành thù thắng.[198] Từ nhân duyên như vậy, người nữ không

---

được từ một giải thoát (ekamocaka), có được từ một người dẫn dắt (ekanāyaka), đã hoàn thành các việc cần làm để trở thành bậc đáng tôn kính (satkṛta) bởi các bậc trí giả (vidvat) đáng kính."

[191] 此復云何 thử phục vân hà; **Tib** de ci'i phyir zhe na; **Skt** tatkasya hetoḥ

[192] "dkon pa'i phyir te" **Kpr. p. 980**. "Vì đó mới là rất hiếm/ quý/ khó có (durlabha)."

[193] 帝釋; **Tib** brgya byin; **Skt** Indra

[194] 梵王; **Tib** tshangs pa; **Skt** Brahman

[195] 魔王; **Tib** bdud; **Skt** Māra

[196] 緣覺菩提; **Tib** rang byang chub; **Skt** pratyekabodhi

[197] 無上正等菩提 vô thượng chánh đẳng bồ đề; **Tib** bla na med pa yang dag par rdzogs pa'i byang chub mngon par rdzogs par 'tshang rgya ba; **Skt** anuttarasamyaksaṃbodhyabhisaṃbuddha.

[198] "skyes pa dang, bud med kyi 'dun pa rnams par gzhag cing las dang dbang po rnam par gzhag nas skyes pa'i 'dun pa ches che'i bud med kyi ni de lta ma yin pa dang, skyes pa las byed pa ches stobs dang

làm Chuyển luân thánh vương, không trở thành đế Thích, không trở thành Phạm vương, không trở thành Quỷ vương, không chứng bồ-đề của Duyên Giác, không chứng bồ-đề Vô thượng Chánh đẳng.

[0521a20] Lại hỏi: Vì sao đức Phật Thế tôn có đầy đủ trí vô biên, đầy đủ tuệ vô biên và biện tài vô biên?[199]

Trả lời: Vì Bồ-tát trong suốt thời gian dài thường dùng ba thứ tuệ đó mà thân cận, tu tập, bố thí rộng khắp. Đó là dùng tuệ thành tựu do nghe, tuệ thành tựu do tư, tuệ thành tựu do tu để siêng năng dũng mãnh tăng trưởng cùng cực.[200] Từ nhân duyên như vậy, đức Phật Thế tôn có đầy đủ trí vô biên, đầy đủ tuệ vô biên và biện tài vô biên.

[0521a25] Lại hỏi: Vì sao đức Phật Thế Tôn phát ra âm thanh vi diệu thanh tịnh, khiến cho ba nghìn đại thiên thế giới đều nghe thấy

---

ldan gyi, bud med kyi ni de lta ma yin pa dang, skyes pa ches dbang po rno'i bud med ni de lta ma yin ba dang, gnas de dag kyang 'dun pa chen pa dang, las stobs dang ldan pa dang, dbang po rno ba rnams kyis thob par 'gyur te," **Kpr. p. 981**. "Do những sự mong muốn (icchā) của người nam và nữ là khác nhau, các nghiệp (karman) và căn (indriya) cũng khác nhau nên sự mong muốn của người nam rất lớn, còn người nữ thì không giống như vậy. Người nam có sức làm việc rất lớn, còn người nữ thì không giống như vậy. Người nam có căn rất bén nhạy (tīkṣṇendriya), còn người nữ thì không giống như vậy, các địa vị (sthāna) cũng mong muốn lớn hơn, có hành động mạnh mẽ (karma-balavat), sẽ đạt được do các căn bén nhạy."

[199] "ci'i phyir sangs rgyas bcom ldan 'das rnams ye shes mtha' yas pa dang, shes rab mtha' yas pa dang, spobs pa mtha' yas pa dang ldan zhe na," **Kpr. p. 981**. "Tại sao chư Phật Thế tôn có trí (jñāna) vô biên (ananta), tuệ (prajñā) vô biên, biện tài (pratibhāna) vô biên?"

[200] "byang chub sems dpas ni yun ring po nas thos pa las byung ba dang, bsams pa las byung ba dang, bsgoms pa'i shes rab gsum kun du bsten cing bsgoms te mang du byas pa dang, bsgoms pa'i shes rab kyis shas cher 'bad pa drag po byas te," **Kpr. p. 981**. "Từ thời gian dài, Bồ-tát đã y cứ vào và tu tập nhiều ba loại tuệ: tuệ phát sanh do nghe (śrutamayaprajñā), tuệ phát sanh do tư (cintāmayaprajñā), tuệ phát sanh do tu (bhāvanāmayaprajñā), hành rất mạnh mẽ."

và hiểu rõ?²⁰¹

Trả lời: Vì khi đức Phật thành đạo chưa lâu đã trụ vào thế giới Phạm thiên, khiến cho khắp tất cả thân cận, nghe hiểu được rõ mà giải thoát.²⁰²

Bài tụng ca ngợi:

An trụ chánh pháp của chư Phật
Phát lòng tinh tấn cầu thoát ly
Phá trừ sanh tử sức quân lớn
Giống như voi mạnh nơi nhà cỏ.
Nay chánh pháp, luật thanh tịnh này
Việc thiện siêng làm, tâm chẳng lay
Dễ dàng phá bỏ vòng sanh tử
Vô biên khổ ách, trừ bỏ ngay.

[0521b04] Như lời trong bài tụng trên, thì tất cả chúng sanh ở khắp nơi thế giới đều nghe thấu được, đều hiểu rõ tường tận. Đây chính là âm thanh vi diệu thanh tịnh của Như lai khiến cho ba nghìn đại thiên thế giới đều nghe thấy và hiểu rõ.

[0521b16]²⁰³ Trong luận có hỏi: Do nhân duyên gì có thể biết được lòng thương xót to lớn của bậc Chánh giác Thế tôn dành cho

---

²⁰¹ "sangs rgyas bcom ldan 'das kyis stong gsum gyi stong chen po'i 'jig rten gyi khams su ji ltar gsung gis go bar mdzad ce na," **Kpr, p. 981.** "Tại sao đức Phật Thế tôn khiến cho tam thiên đại thiên thế giới (tri-sāhasramahāsāhasralokadhātu) hiểu rõ được lời (vāk) của Ngài như vậy?"

²⁰² "bcom ldan 'das mngon par rdzogs par sangs rgyas nas ring po ma lon par tshangs pa'i 'jig rten du bzhugs te, nye ba dang kun du nye bar mos nas tshigs su bcad pa bka' stzal pa," Kpr, pp. 981-982. "Sau khi đức Thế tôn hoàn toàn giác ngộ (abhisaṃbuddha) chưa được bao lâu, Ngài đã trụ ở thế giới Phạm thiên (Brahmaloka). Họ thân cận (āsanna) và tin tưởng (adhimukti) chấp nhận (samāsanna) rồi đã nói những bài tụng (gāthā)."

²⁰³ Quyển 4.

chúng sanh vượt hơn tất cả?[204]

Trả lời: Vì đức Thế tôn nhìn thấy chúng sanh trong thế gian đều bị mắc bệnh phiền não, bị phiền não bức bách, bị các thứ phiền não gây ra tổn hại, không có ai cứu giúp, không nơi nương tựa, không có nơi để hướng đến.[205] Từ nhân duyên như vậy, không lâu sau khi thành tựu Chánh giác, đức Thế tôn vì chúng sanh như vậy mà giáo hóa cứu độ. Do vậy, lòng thương xót to lớn của bậc Chánh giác Thế tôn dành cho chúng sanh vượt hơn tất cả.

[0521b21] Lại hỏi: Vì nhân duyên gì khi Bồ-tát nhập định tâm từ thì thân của Ngài lửa không thể thiêu cháy, nước không thể nhấn chìm, đao gậy không thể gây tổn thương, độc tố không thể hại, vả lại không đi đến hoại diệt giữa chừng?[206]

Trả lời: Vì trong định không có sự não hại, cũng không có cái định để nhập, cũng không có cả cái xúc của sự không não hại ấy, không có cái tâm đồng phần đi đến hoại diệt.[207] Do cái nhân như vậy nên nước,

---

[204] "ci'i phyir bcom ldan 'das mngon bar rdzogs par sangs rgyas nas ring po ma lon par sems can rnams la thugs rje chen po 'jug ce na," **Kpr. p. 982.** "Tại sao không bao lâu sau khi giác ngộ hoàn toàn, rõ ràng, đức Thế tôn đã sanh khởi đại bi (mahākaruṇā) đối với các chúng sanh?"

[205] "nyon mongs pas snad cing nyon mongs pas gzir te nyon mongs pa rnam pa sna tshogs kyis gnod par byas la, skyob ba med pa dang, skyabs med pa dang, dpung gnyen med par gzigs pa'i phyir te," **Kpr. p. 982.** "Vì thấy [chúng sanh] trong khi bị tổn hại (kṣata) bởi phiền não (kleśa) và bị bức bách (pīḍita) bởi phiền não, bị não hại bởi các thứ phiền não khác nhau (nānāvidha), không được cứu hộ (rakṣaṇa), không có nơi nương tựa (śaraṇa), không có nơi quy hướng (parā-yaṇa)."

[206] "ci'i phyir byang chub sems dpa' byams pa'i snyoms par zhugs pa'i lus la me dang, mtshon dang, dug dang, chus mi tshugs shing bar ma dor 'chi ba med ce na," **Kpr. p. 982.** "Tại sao khi Bồ-tát đang nhập định (samāpanna) tâm từ (maitrī) thì thân thể không bị xâm hại bởi lửa (tejas), vũ khí (śastra), chất độc (viṣa), nước (udaka), không bị chết ngang (antarakālakriyā)?"

[207] "gnod pa la mi dga' ba'i ting nge 'dzin yin pa'i phyir ting nge 'dzin de la snyoms bar zhugs pa ni gnod pa'i reg pas gnod par mi 'gyur ba

lửa, đao, gậy, độc tố không thể hại được, cũng không đi đến hoại diệt giữa chừng.

[0521b27] Lại hỏi: Vì nhân duyên gì khi Bồ-tát nhập định Vô tưởng²⁰⁸ hay định Diệt tận²⁰⁹ thì các loại nước, lửa, đao, gậy không thể làm hại được, vả lại cũng không đi đến hoại diệt giữa chừng?

Trả lời: Vì trong định không có phiền não làm hại, không có cái định để nhập, cũng không có cả cái xúc của sự không não hại ấy, không có cái tâm đi đến sự hoại diệt. Do cái nhân này nên sự việc ấy là như thế.

[0521c02] Lại hỏi: Vì nhân duyên gì khi Bồ-tát ở trong thai mẹ thì các loại nước, lửa, đao, gậy không thể làm não hại đến thân mẫu của Bồ-tát, vả lại cũng không đi đến hoại diệt giữa chừng?

Trả lời: Đây là oai lực lớn²¹⁰ của Bồ-tát. Nhờ vào oai lực thù thắng ấy của Bồ-tát khiến cho thân mẫu của Ngài không bị các não hại.

[0521c06] Lại hỏi: Vì nhân duyên gì thân của Bồ-tát không bị các loại nước, lửa, đao, gậy gây não hại, vả lại cũng không đi đến hoại diệt giữa chừng?

Trả lời: Vì Bồ-tát là bậc thù thắng bậc nhất trong tất cả các chúng sanh, hoặc so với trong hàng đồng bậc cũng tối thắng bậc nhất.²¹¹

[0521c09] Lại hỏi: Vì nhân duyên gì thân của vua Diêm-ma kia

---

dang, mi 'dra ba'i sems kyis 'chi ba'i dus byed pa med de," **Kpr, p. 982.**
"Vì định (samādhi) ấy không có sự hoan hỉ đối với sự não hại nên sự đi vào trạng thái an tĩnh trong định ấy sẽ không có sự não hại bởi sự xúc của não hại, và không có sự chết ngang bởi tâm không khác nhau (asadṛśa)."

²⁰⁸ 無想定; **Tib** 'du shes med pa'i snyoms par zhugs pa; **Skt** asaṃjñisamāpatti
²⁰⁹ 滅盡定; **Tib** 'gog pa'i snyoms par zhugs pa; **Skt** nirodhasamāpatti
²¹⁰ 大威力 đại oai lực; **Tib** mthu; **Skt** prabhāva
²¹¹ "sems can thams cad las khyad par du 'phags te, byang chub sems dpa' gyur pa ni sems can ji snyed pa de dag las khyad par du 'phags te," **Kpr, p. 984.** "Bồ-tát là tối thắng (prativiśiṣṭa) so với tất cả chúng sanh, tối thắng so với bất cứ chúng sanh nào."

không bị các loại nước, lửa, đao, gậy làm tổn hại được, vả lại cũng không đi đến hoại diệt giữa chừng?

Trả lời: Vì vua Diêm-ma là hạng tối thắng bậc nhất trong hàng chúng sanh ở cõi Diêm-ma. Do cái nhân này nên sự việc ấy là như thế.

[0521c12] Lại hỏi: Vì nhân duyên gì thân của hai voi chúa Ái-la-phược-noa[212] và Thiện trụ[213] không bị các loại nước, lửa, đao, gậy làm tổn hại được, vả lại cũng không đi đến hoại diệt giữa chừng?

Trả lời: Vì hai voi chúa ấy là hạng tối thắng bậc nhất trong hàng bàng sanh, cao quý hơn các loài thú khác.[214] Do cái nhân này nên sự việc ấy là như thế.

[0521c16] Lại hỏi: Vì nhân duyên gì các loại chúng sanh trong cõi địa ngục[215] chịu sự khổ sở vô vàn, vả lại cũng không đi đến hoại diệt giữa chừng?

Trả lời: Đó là do ngọn lửa nghiệp báo thiêu đốt vậy, từ cái khổ ấy mà chịu lãnh nghiệp báo không hề dừng nghỉ.[216] Do cái nhân này nên sự việc ấy là như thế.

---

[212] 愛囉嚩拏象王; **Tib** glang po che'i rgyal pos srung gi bu; **Skt** airāvaṇahastin

[213] 善住象王; **Tib** glang po che rab brtan; **Skt** supratiṣṭhitahastin.

[214] "dud 'gro'i skye gnas pa'i sems can rnams las khyad par du 'phags pa'i phyir te" **Kpr. p. 984**. "Vì chúng là tối thắng so với các chúng sanh thuộc chủng loại súc sanh (tairyakyonika)."

[215] 地獄趣 địa ngục thú; **Tib** sems can dmyal ba pa; **Skt** narakagati.

[216] "las kyi rnam par smin pas nye bar brtan pa'i phyir te," **Kpr. p. 984**. "Do sự chi phối (upastambhana) bởi dị thục của nghiệp (karma-vipāka)."

MÔN THỨ BẢY
NHÂN THI THIẾT TRONG
ĐỐI PHÁP ĐẠI LUẬN

[0521c20] Lại nữa, một thời đức Phật ở nước Xá-vệ,[217] Ngài nói với chúng bí-sô: "Này các bí-sô! Cần phải biết rằng có ba pháp là nhơ bẩn bên trong, ẩn chứa bên trong và oán thù bên trong.[218] Những gì là ba? Đó là tham, sân, si.[219] Này các bí-sô! Trong đây, vì sao gọi là nhơ bẩn bên trong, ẩn chứa bên trong, oán thù bên trong? Nghĩa là như có người làm bạn với kẻ ác, xâm phạm của cải và các loại vật của người khác, cho đến giết hại sanh mạng. Bởi lòng tham ái của kẻ ấy tăng mạnh nên làm nhiều việc ác xuất phát từ thân khẩu ý. Sau khi làm các việc ác, từ cái nhân như vậy nên sau khi thân hoại mạng chung rơi vào địa ngục cõi ác. Sự tăng mạnh về sân và si cũng như vậy. Này các bí-sô, cho nên ba pháp tham, sân và si được gọi là nhơ bẩn bên trong, ẩn chứa bên trong và oán thù bên trong.

[0521c28] Đức Thiện thệ Thế tôn nói như thế xong, Ngài muốn tóm tắt nên nói kệ sau:

> *Kẻ không hiểu rõ pháp tham ái*
> *Với pháp tham ái không xét kỹ*

---

[217] 舍衛; ᴮᴼᴰ *mnyan yod*; ˢᴷᵀ *Śrāvastī*

[218] "*dge slong dag gsum po dag ni nang gi dri ma dang, nang gi dgra zla dang, nang gi phyir rgol ba dang, nang gi dgra bo yin te,*" Kpr, pp. 984-985. "*Này các tỳ-kheo! Có ba thứ là cấu uế (mala) bên trong, kẻ thù (pratidvandvi) bên trong, chống đối (prativādin) bên trong, quân địch (pratyamitra) bên trong.*"

[219] 貪, 瞋, 癡; ᴮᴼᴰ *'dod chags, zhe sdang, gti mug*; ˢᴷᵀ *raga, dveṣa, moha*

Người ấy cùng tham ái là một
Tức thời rơi vào chốn u tối.
Người tham nhiễm không biết thiện ác[220]
Do tâm tham nhiễm sinh mê đắm
Trong lúc tham nhiễm lòng lo sợ[221]
Nên biết kẻ đó chẳng rõ gì.
Nếu khéo đoạn trừ các tham ái
Người ấy không hề dính bụi ái
Khi tham ái không thể lay chuyển
Khác nào hoa sen không dính nước.
Kẻ không hiểu rõ pháp giận dữ
Với pháp giận dữ không xét kỹ
Người ấy là một với giận dữ
Tức thời rơi vào chốn u tối.
Người giận dữ không biết thiện ác
Do tâm giận dữ sinh lỗi lầm
Trong lúc giận dữ lòng lo sợ
Nên biết kẻ đó chẳng rõ gì.
Nếu khéo đoạn trừ lòng giận dữ
Gặp cảnh giận dữ không sinh giận
Khi ấy giận dữ đều rơi rụng
Cũng như trái chín[222] tự rụng rơi.
Không thể hiểu rõ pháp si mê
Với pháp si mê không xét kỹ
Người ấy là một với si mê
Tức thời rơi vào chốn u tối.
Người si mê không biết thiện ác
Do tâm si mê sinh ngu muội
Trong lúc si mê lòng lo sợ
Nên biết kẻ đó chẳng rõ gì.
Nếu khéo đoạn trừ pháp si mê

---

[220] *"'dod chags gnod pa skyed pa ste"* **Kpr, p. 985.** *"Tham ái phát sanh tổn hại."*

[221] 怖畏 bố úy; *'jigs pa;* bhaya

[222] 果熟 quả thục; *'bras bu smin pa;* pakvaphala

Không bị cảnh mê làm ngu muội

Khi si mê đã bị tan biến

Cũng như mặt trời phá u tối.

Nếu hiểu rõ ràng ba pháp này

Chắc chắn không đọa vào đường ác

Như cây đa-la bị đứt lõi[223]

Chặt đứt lìa rồi không sinh lại.

Cho nên ba pháp tham, sân, si

Cần nên lìa bỏ chẳng còn gì

Khi người tu hành phát tuệ sáng

Bao nhiêu sự khổ chẳng còn chi.[224]

[0522a23] Lại hỏi: Vì đâu có người tham lam vô tận?[225]

Trả lời: Ví như có người, ở trong căn bất thiện là tham, gần gũi, luyện tập, tạo tác; còn trong căn thiện là vô tham lại không gần gũi, luyện tập, tạo tác.[226] Người ấy gần gũi, luyện tập, rồi cũng tạo tác với các tưởng về dục,[227] nhân của dục,[228] tầm về dục;[229] đối với các tưởng

---

[223] "ta la'i mgo ltar bcad byas te, ," **Kpr. p. 986.** "*Như cây tāla bị đứt ngọn (śiras).*"

[224] "rig pa skyed pa'i dge slong ni, ,sdug bsngal zad pa thob par 'gyur, ," **Kpr. p. 986.** "*Vị tỳ-kheo (bhikṣu) mà đã phát sanh minh (vidyā) thì chấm dứt được (kṣayaprāpti) khổ (duḥkha).*"

[225] 極貪 cực tham; Tib 'dod chags kyi shas che ba; Skt rāgabahula

[226] "des chags pa mi dge ba'i rtsa ba kun du bsten cing bsgoms te mang du byas pa dang, ma chags pa dge ba'i rtsa ba kun du ma bsten cing ma bsgoms te mang du ma byas pa'i phyir ro, ," **Kpr. p. 986.** "*Bởi vì người ấy thân cận (āsevita) và luyện tập (bhāvita) nhiều lần (bahulī-kṛta) với căn bất thiện là tham (rāgākuśalamūla); không thân cận và luyện tập nhiều lần với căn thiện là vô tham (arāgakuśalamūla).*"

[227] 欲想 dục tưởng; Tib 'dod pa'i 'du shes; Skt kāmasaṃjñā

[228] 欲因 dục nhân; Tib 'dod pa'i khams; Skt kāmadhātu

[229] 欲尋 dục tầm; Tib 'dod pa'i rtog pa; Skt kāmavitarka

về xuất ly,[230] nhân của xuất ly,[231] tầm về xuất ly[232] lại không gần gũi, luyện tập, tạo tác. Đối với các vật dụng dùng để trang nghiêm[233] ở thế gian thì người ấy lấy tâm tham đắm năng nổ[234] tạo tác; đối với các vật dụng không dùng để trang nghiêm thì không năng nổ tạo tác. Các pháp thiện[235] là chỗ cần thực hiện thì không làm được, lại chẳng nghĩ đến, không chịu tu tam-ma-địa hành, không thể canh giữ cửa là các căn cho cẩn thận,[236] ăn uống không biết lượng,[237] đầu đêm đến cuối đêm không chịu ngủ nghỉ mà lo tạo các việc ác,[238] không hề tu xa-ma-tha và tỳ-bát-xá-na,[239] chỉ trong tác ý không như lý mà tạo tác.[240] Những người như vậy được gọi là tham lam vô tận.

---

[230] 出離想 xuất ly tưởng; Tib *mngon par 'byung ba'i 'du shes*; Skt *abhiniṣkramaṇasaṃjñā*

[231] 出離因 xuất ly nhân; Tib *mngon bar 'byung ba'i khams*; Skt *abhiniṣkramaṇadhātu*

[232] 出離尋 xuất ly tầm; Tib *mngon bar 'byung ba'i rtog pa*; Skt *abhiniṣkramaṇavitarka*

[233] 莊嚴受用 trang nghiêm thọ dụng; Tib *brgyan pa*; Skt *alaṃkṛta* – vật làm trang sức, trang nghiêm

[234] 勤行 cần hành; Tib *brtson pa*; Skt *abhiyoga*

[235] 諸善法 chư thiện pháp; Cf.: Tib *sdug pa'i mtshan*; Skt *śubhalakṣaṇa* – đặc tướng tốt đẹp.

[236] 不能守護諸根隱密之門 bất năng thủ hộ chư căn ẩn mật chi môn; *dbang po'i sgo rnams ma bsdams pa* – không buộc chặt cửa ngõ của các căn

[237] 食不知量 thực bất tri lượng; Tib *zas kyi tshod ma rigs pa* – lượng (*mātra*) ăn uống (*bhojana/ anna*) không thích hợp (*ayukti*)

[238] "*nam gyi cha stod dang nam gyi cha smad mi nyal ba la mi brtson pa*" **Kpr. p. 987.** "Đầu đêm (*pūrvarātra*) và cuối đêm (*apararātra*) không ngủ nghỉ (*asvapna*), không nổ lực (*abhiyoga*)."

[239] "*zhi gnas bsgom ba la mi brtson pa dang, lhag mthong bsgom pa la mi brtson pa dang,*" **Kpr. p. 987.** "Không nổ lực tu tập *śamatha*, không nổ lực tu tập *vipaśyanā*."

[240] 於不如理作意中而乃修作 ư bất như lý tác ý trung nhi nãi tu tác; Tib *rigs pa dang ldan pa ma yin pa yid la byed pa*; Skt *ayoga-yuktatvamanaskāra*

Người tham lam vô tận sau khi chết sẽ như thế nào?

Họ trở thành người ca nhạc múa hát mua vui cho người, cho đến làm người nữ. Giả sử họ được sinh về cõi trời thì liền sanh về cõi trời Dục giới.

Từ nhân duyên như vậy, việc đó cũng lại như thế.

[0522b07] Lại hỏi: Vì đâu có người giận dữ vô tận?

Trả lời: Ví như có người, ở trong căn bất thiện là sân,[241] gần gũi, luyện tập, tạo tác; còn trong căn thiện là vô sân lại không gần gũi, luyện tập, tạo tác. Người ấy gần gũi, luyện tập, rồi cũng tạo tác với các tưởng về sân,[242] nhân của sân,[243] tầm về sân;[244] đối với các tưởng về không sân, nhân của không sân, tầm về không sân lại không gần gũi, luyện tập, tạo tác. Đối với việc sai trái thì người ấy khởi lên sân, thường xuyên tạo tác, ngược lại không hề tạo tác đối với tam-ma-địa tâm từ.[245] Đối với các việc giết hại thì người ấy thường xuyên tạo tác, các việc không sát hại thì không hề tạo tác. Người ấy không thể canh giữ cửa là các căn cho cẩn thận, ăn uống không biết lượng, đầu đêm đến cuối đêm không chịu ngủ nghỉ mà lo tạo các việc ác, không hề tu xa-ma-tha và tỳ-bát-xá-na, chỉ trong tác ý không như lý mà tạo tác. Những người như vậy được gọi là giận dữ vô tận.

Người giận dữ vô tận sau khi chết sẽ như thế nào?

Họ sẽ trở thành các loài mọt, ong, loài trùng ba mắt, bò sát trăm chân.

Từ nhân duyên như vậy, việc đó cũng lại như thế.

[0522b18] Lại hỏi: Vì đâu có người si vô tận?

---

[241] 瞋不善根 sân bất thiện căn; *zhe sdang mi dge ba'i rtsa ba*; *dveṣākuśalamūla*

[242] 瞋想 sân tưởng; *gnod sems kyi 'du shes*; *vyāpādasaṃjñā*

[243] 瞋因 sân nhân; *gnod sems kyi khams*; *vyāpādadhātu*

[244] 瞋尋 sân tầm; *gnod sems kyi rtog pa*; *vyāpādavitarka*

[245] 慈心三摩地 từ tâm tam-ma-địa; *byams pa'i sems kyi ting nge 'dzin*; *maitracittasamādhi*

Trả lời: Ví như có người, ở trong căn bất thiện là si,[246] gần gũi, luyện tập, tạo tác; còn trong căn thiện là vô si lại không gần gũi, luyện tập, tạo tác. Người ấy gần gũi, luyện tập, rồi cũng tạo tác với các tưởng về hại,[247] nhân của hại,[248] tầm về hại;[249] đối với các tưởng về bất hại, nhân của bất hại, tầm về bất hại lại không gần gũi, luyện tập, tạo tác. Thường làm các việc trong kiến chấp,[250] cho đến làm các việc quái lạ,[251] chẳng lành...[252] Từ nhân duyên như vậy khiến nội tâm không thể quán xét pháp môn duyên sinh,[253] cũng không thể quán xét chân thật các hành vô thường sinh diệt trong năm thủ uẩn. Đó là: pháp này là sắc tạo thành, là do sắc tập hợp, từ sự diệt của sắc. Cũng như vậy đối với thọ, tưởng, hành; là thức tạo thành, là do thức tập hợp, từ sự diệt của thức.[254] Người này không thể canh giữ cửa là các căn cho cẩn thận,

---

[246] 癡不善根 si bất thiện căn; [Tib] gnod sems kyi 'du shes; [Skt] mohākuśalamūla

[247] 害想 hại tưởng; [Tib] rnam par 'tshe pa'i 'du shes; [Skt] vihiṃsāsaṃjñā

[248] 害因 hại nhân; [Tib] rnam par 'tshe ba'i khams; [Skt] vihiṃsādhātu

[249] 害尋 hại tầm; [Tib] rnam par 'tshe ba'i rtog pa; [Skt] vihiṃsāvitarka

[250] 於諸見中而常修作 ư chư kiến trung nhi thường tu tác; [Tib] lta bar 'gyur ba; [Skt] dṛṣṭikṛta

[251] 怪異 quái dị; [Tib] dge mtshan; [Skt] kutūhala

[252] 不祥 bất tường; Cf.: [Tib] bkra shis; [Skt] maṅgala – sự cầu đảo điều may mắn

[253] 緣生 duyên sanh; [Tib] rten cing 'brel par 'byung ba; [Skt] pratītyasamutpāda

[254] "nye bar len pa'i phung po lnga la 'di lta ste, 'di ni gzugs so, 'di ni gzugs kyi kun 'byung ba'o, 'di gzugs kyi nub pa'o, 'di ni tshor ba dang, 'du shes dang, 'du byed dang, rnam par shes pa'o, 'di ni rnam par shes pa'i kun 'byung ba'o, 'di ni rnam par shes pa nub pa'o zhes skye ba dang, 'jig pa mthong bas rgyun du mi gnas pa'o," **Kpr, p. 989.** "Người ấy không trú nơi sự liên tục (nirantara) quán sát (saṃdarśana) một cách phân tích (kalpabheda) về năm thủ uẩn, rằng đây là sắc, đây là sự tập khởi (samudaya) của sắc, đây là sự hoại diệt (astagamana) của sắc. Đây là thọ (vedanā), đây là tưởng (saṃjñā), đây là hành (saṃskāra). Đây là thức (vijñāna), đây là sự tập khởi của thức, đây là sự hoại diệt của thức."

ăn uống không biết lượng, đầu đêm đến cuối đêm không chịu ngủ nghỉ mà lo tạo các việc ác, không hề tu xa-ma-tha và tỳ-bát-xá-na, chỉ trong tác ý không như lý mà tạo tác. Những người như vậy, gọi là si mê vô tận.

Người si mê vô tận sau khi qua đời sẽ như thế nào?

Họ sẽ trở thành các loài voi, ngựa, lạc đà, lừa, dê, nai, bò, heo, v.v.

Từ nhân duyên như vậy, việc đó cũng lại như thế.

[0522c03] Lại hỏi: Vì đâu có người không tham lam vô tận?

Trả lời: Ví như có người, ở trong căn thiện là vô tham,[255] gần gũi, luyện tập, tạo tác; còn trong căn bất thiện là tham thì không gần gũi, luyện tập, tạo tác. Người ấy gần gũi, luyện tập, rồi cũng tạo tác với các tưởng về xuất ly, nhân của xuất ly, tầm về xuất ly; ngược lại đối với các tưởng về dục, nhân của dục, tầm về dục thì không năng nổ luyện tập, tạo tác. Đối với các vật dụng không dùng để trang nghiêm ở thế gian thì năng nổ tạo tác; đối với các vật dụng dùng để trang nghiêm ở thế gian thì không năng nổ tạo tác. Thường xuyên suy nghĩ đến các pháp thiện lành, siêng năng tu tam-ma-địa hành. Canh giữ cửa là các căn cẩn thận, ăn uống chừng mực, đầu đêm đến cuối đêm thường ít ngủ nghỉ mà năng nổ hành các việc lành, tu tập xa-ma-tha và tỳ-bát-xá-na, chỉ trong tác ý như lý mà tạo tác, không tạo tác trong tác ý bất như lý. Những người như vậy, gọi là không tham lam vô tận.

Người không tham lam vô tận sau khi qua đời sẽ như thư nào? Họ sẽ trở thành tiên nhân,[256] làm người xuất gia[257] hoặc người giàu có,[258] v.v., hoặc sinh lên cõi trời Sắc giới.[259]

Từ nhân duyên như vậy, việc đó cũng lại như thế.

---

[255] 無貪善根 vô tham thiện căn; **Tib** *ma chags pa dge ba'i rtsa ba*; **Skt** *alobhakuśalamūla*

[256] 仙人; **Tib** *drang srong*; **Skt** *ṛṣi*

[257] 出家人 xuất gia nhân; **Tib** *rab tu byung ba*; **Skt** *pravrajita*

[258] 長者 trưởng giả; **Tib** *khyim bdag*; **Skt** *gṛhapati*

[259] "*gzugs dang, gzugs med pa na spyod pa'i lha rnams te,*" **Kpr**, p. 992. "*chư thiên thuộc Sắc giới (rūpāvacara) và Vô sắc giới (ārūpy-āvacara).*"

[0522c16] Lại hỏi: Vì đâu có người không giận dữ vô tận?

Trả lời: : Ví như có người, ở trong căn thiện là vô sân,[260] gần gũi, luyện tập, tạo tác; còn trong căn bất thiện là sân thì không gần gũi, luyện tập, tạo tác. Người ấy gần gũi, luyện tập, rồi cũng tạo tác với các tưởng về vô sân, nhân của vô sân, tầm về vô sân; ngược lại đối với các tưởng về sân, nhân của sân, tầm về sân thì không năng nổ luyện tập, tạo tác. Người ấy thường thực hành tu tam-ma-địa tâm từ, đối với việc sai trái thì không hề tạo tác.[261] Đối với các việc không gây hại thì năng nổ tạo tác, các việc tổn hại thì không hề tạo tác.[262] Canh giữ cửa là các căn cẩn thận, ăn uống chừng mực, đầu đêm đến cuối đêm thường ít ngủ nghỉ mà năng nổ hành các việc lành, tu tập xa-ma-tha và tỳ-bát-xá-na, chỉ trong tác ý như lý mà tạo tác, không tạo tác trong tác ý bất như lý. Những người như vậy, gọi là không giận dữ vô tận.

Người không giận dữ vô tận sau khi chết sẽ như thế nào?

Họ sẽ trở thành tiên nhân, làm người xuất gia hoặc người giàu có, hoặc sinh lên cõi trời Sắc giới.

Từ nhân duyên như vậy, việc đó cũng lại như thế.

---

[260] 無瞋善根 vô sân thiện căn; Tib. *mi sdang ba'i dge ba'i rtsa ba*; Skt. *adviṣakuśalamūla*.

[261] *"gnas ma yin par 'khrugs pa kun du ma bsten cing ma bsgoms te mang du ma byas pa'i phyir ro,"* **Kpr. p. 992**. "Người ấy không thân cận và luyện tập nhiều đối với sự tranh đấu (upāyāsa) phi xứ (asthāna)."

[262] *"gzhan yang des kun nas mnar sems 'dul ba rnam pa dgu kun du bsten cing bsgoms te mang du byas pa dang, kun nas mnar sems kyi gzhi rnam pa dgu kun du ma bsten cing ma bsgoms te mang du ma byas pa'i phyir ro, ,"* **Kpr. p. 992**. "Hơn nữa, do người ấy thân cận và luyện tập nhiều lần với chín cách điều phục (navavidha: tathāgata-vineya – sự điều phục của Như lai, śrāvakapratyekabuddhavineya - sự điều phục của Thanh Văn và Độc Giác, bodhisattvavineya - sự điều phục của Bồ-tát, kṛcchrasādhya - khó điều phục, akṛcchrasādhya - dễ điều phục, ślakṣṇasādhya - điều phục bằng lời mềm mỏng, avasādanāsādhya - điều phục bằng lời quở trách, dūravineya - điều phục từ xa, antika-vineya - điều phục gần); thân cận và luyện tập nhiều lần với chín cách căn bản (mūla) của tâm não hại (āghatacitta)."

[0522c28] Lại hỏi: Vì đâu có người không si mê vô tận?

Trả lời: Ví như có người, ở trong căn thiện là vô si,²⁶³ gần gũi, luyện tập, tạo tác; còn trong căn bất thiện là si thì không gần gũi, luyện tập, tạo tác. Người ấy gần gũi, luyện tập, rồi cũng tạo tác với các tưởng về vô hại, nhân của vô hại, tầm về vô hại; không làm các sự tạo tác trong kiến chấp và các việc quái lạ, chẳng lành, v.v. Từ nhân duyên như vậy khiến nội tâm có thể quán xét pháp môn duyên sinh, cũng có thể quán xét chân thật các hành vô thường sinh diệt trong năm thủ uẩn. Đó là: pháp này là sắc tạo thành, là do sắc tập hợp, từ sự diệt của sắc. Cũng như vậy đối với thọ, tưởng, hành; là thức tạo thành, là do thức tập hợp, từ sự diệt của thức. Người này canh giữ cửa là các căn cẩn thận, ăn uống chừng mực, đầu đêm đến cuối đêm ít ngủ nghỉ mà lo tạo các việc lành, tu xa-ma-tha và tỳ-bát-xá-na, chỉ trong tác ý như lý mà tạo tác. Những người như vậy, gọi là không si mê vô tận.

Người không si mê vô tận sau khi chết sẽ như thế nào?

Họ sẽ trở thành tiên nhân, làm người xuất gia hoặc người giàu có, hoặc sinh lên cõi trời Sắc giới.

Từ nhân duyên như vậy, việc đó cũng lại như thế.

---

²⁶³ 無癡善根 vô si thiện căn; *gti mug med pa dge ba'i rtsa ba*; *amohakuśalamūla*

MÔN THỨ TÁM

NHÂN THI THIẾT TRONG
ĐỐI PHÁP ĐẠI LUẬN

[0523a13] Kệ tổng kết:

> *Đời trước, mùi hôi và chắc nặng*
> *Mùi hôi gặp gió tan biến nhanh*
> *Đầy khắp thở ra hít vào đủ*
> *Ngày đêm cá rùa ở trong đất.*[264]

Như đức Phật đã dạy:

[0523a17] Phật bảo các thầy Bí-sô: "Này các Bí-sô! Không biết rõ được tiên tế[265] đều do hai pháp hữu và ái. Nếu trong tiên tế không có hữu và ái thì nhất định không có đời sau.[266] Nếu biết rõ được pháp như vậy thì tự mình suy nghĩ: "Đối với pháp ở hậu tế,[267] thì hữu và ái

---

[264] *"mtha' dang dri nga rengs pa dang, ,gyen du 'byung dang lci dang 'ju, ,'drul dang dbugs rgyu nyin mtshan dang, ,nya dang skam sa rus sbal rnams , "* **Kpr. p. 994.** "Biên tế (anta), mùi hôi (durgandha) và khô cứng (stambha); sanh khởi lên (ūrdhvam-saṃbhava), nặng nề (guru) và diệt mất (vilīna); mục nát và hơi thở ngày đêm (divarātri); cá và rùa, v.v., ở đất liền."

[265] 先際; sngon gyi mtha'; pūrvānta – quá khứ

[266] *"srid pa'i sred pa'i sngon gyi mtha' mi mngon la srid pa'i sred pa 'di nas sngon chad ma byung ba zhig 'di nas phyin chad 'byung ba ma yin te,"* **Kpr. p. 994.** "Khi không hiểu rõ được tiền tế/ quá khứ của hữu (bhava) và ái (tṛṣṇā) thì [không hiểu rõ được] do hữu và ái này nên không có quá khứ (pūrva) và do hữu và ái này nên sẽ không có vị lai (āyati)."

[267] 後際; phyi ma'i mtha'; aprānta – vị lai

làm duyên không? có sự tương tục không? không hiểu rõ chăng? Hay không có sự tương tục?"[268] Như có người trả lời: "Chúng không tương tục". Vì sao như vậy? Chính là không hiểu rõ vậy.[269] Các loài chúng sinh trong vô minh lại khởi suy nghĩ: "Trong đời quá khứ ta đã có hay không?" Nếu ta có trong đời quá khứ thì đây chính là 'thường.'[270] Nếu ta không có trong đời quá khứ thì đây chính là 'đoạn.'[271] Rồi cho đến, các hành[272] có nhân[273] hay không có nhân? Nếu các hành đó trước đã có nhân rồi, như vậy các hành trước cũng không có nhân. Cho nên, nếu có thể hiểu rõ đời trước tức các hành xưa nay không có nhân.[274]

[0523a27] Lại hỏi: Vì đâu người chưa ly dục[275] sau khi qua đời, lúc lấy lửa hỏa táng[276] sẽ phát sinh ra mùi hôi lan tỏa khắp nơi; còn người đã ly dục rồi,[277] lúc lấy lửa hỏa táng sẽ không phát sinh ra mùi hôi lan tỏa khắp nơi?

---

[268] *"gang gi rkyen gyis byung ba'i srid pa'i sred pa ni, mngon pa kho na'o zhes gsungs pa la, ci yod de mi snang ngam, 'on te med de mi snang zhe na,"* **Kpr, p. 994.** *"Nếu người nào hiểu rõ hữu và ái sanh khởi bởi duyên (pratyaya) gì thì người đó sẽ tự hỏi rằng 'Tại sao không thấy được nó? Hay nó không có nên không thấy được?'"*

[269] *"med pa'i phyir mi snang gi, yod pa'i phyir ni ma yin te,"* **Kpr, p. 994.** *"Vì nó không có nên không thấy được, còn nói vì nó có thì không phải."*

[270] 常; rtag pa; nitya

[271] 斷; chad pa; uccheda

[272] 諸行; 'du byed; saṃskāra

[273] 因; rgyu; hetu

[274] *"'du byed 'di rnams kyi rgyu ni, sngon gyi 'du byed rnams yin la, 'du byed de rnams kyi rgyu yang snga rol gyi 'du byed rnams yin na, gal te sngon gyi mtha' mngon bar gyur na dang po'i 'du byed gang yin pa de dag rgyu med pa las byung bar 'gyur ro, ,"* Kpr, pp. 994-995. *"Nếu cái nhân của các hành này là các hành trước đây thì cái nhân của các hành kia cũng là các hành trước đó. Khi đã hiểu rõ về quá khứ (pūrvānta/ tiền tế) thì sẽ hiểu rõ rằng hành nào đầu tiên (prathama/ ādi) thì chúng đều sanh khởi từ vô nhân."*

[275] 未離欲 vị ly dục; 'dod chags dang ma bral ba; avītarāga

[276] 火焚 hỏa phần; mes bsregs; agnidāha – đốt bằng lửa, hỏa thiêu

[277] 已離欲 dĩ ly dục; 'dod chags dang bral ba; vītarāga

Trả lời: Người chưa ly dục còn những máu mủ dơ bẩn bên trong cơ thể chảy ra,[278] vì những thứ đó chảy ra lại gặp lửa đốt cùng gió thổi đưa mùi thối đó lan tỏa khắp nơi, do đó khiến chư thiên dù có oai đức lớn cũng không mạnh dạn đến làm việc cúng dường. Vì sao như vậy? Vì mùi hôi thối chưa tan biến. Đối với người đã ly dục, sau khi qua đời, thân thể của họ không còn các thứ máu mủ dơ bẩn tan chảy. Vì không có các thứ dơ bẩn tan chảy nên khi gặp lửa đốt sẽ không có mùi hôi thối. Cho nên, chư thiên có oai đức lớn nhất định đi đến làm việc cúng dường. Vì sao như vậy? Vì không có mùi hôi thối.

[0523b07] Lại hỏi: Vì đâu người chưa ly dục sau khi qua đời, thân thể của họ khô cứng nặng nề,[279] không mềm mại;[280] còn người đã ly dục sau khi qua đời thì cơ thể của họ lại mềm mại không hề khô cứng nặng nề?

Trả lời: Người chưa ly dục có gió[281] trên thổi lồng vào trong cơ thể khiến nó phình lên,[282] cho nên khô cứng nặng nề, không thể mềm mại. Đối với người đã ly dục sau khi qua đời, thân thể dừng hấp thụ gió từ bên ngoài nên mềm mại không hề khô cứng nặng nề. Từ nhân duyên như vậy, việc đó cũng lại như thế.

[0523b22][283] Lại hỏi: Vì đâu người chưa ly dục sau khi qua đời, có gió trên thổi lồng vào trong thân thể của họ; còn người đã ly dục rồi không bị gió trên thổi lồng vào trong thân thể?

Trả lời: Người chưa ly dục sau khi qua đời phát khởi tâm đuổi theo bên ngoài, đắm trước mạnh mẽ, gió thổi vào làm mắt mở ra, tâm trí loanh quanh đó đây nên gió đó không dừng.[284] Cho nên, gió trên

---

[278] "mi gtsang ba 'byung zhing khu chu 'byung bar 'gyur te," **Kpr, p. 995**. "Sẽ sanh ra bất tịnh (aśuci) và tinh huyết (śukra)."

[279] 堅重 kiên trọng; [Tib] *rengs pa*; [Skt] *stambha*

[280] 不調暢 bất điều sướng; [Tib] *mi mnyen pa*; [Skt] *amṛdu, rūkṣa*

[281] 風 phong; [Tib] *rlung*; [Skt] *vāyu*

[282] [Tib] *gyen du ldang ba*; [Skt] *ūrdhvam-vyutthāna*

[283] Quyển 5.

[284] "'dod chags dang ma bral ba 'chi ba na pha rol gyi skye ba rnams su sems rjes su gtod cing rjes su 'brang ste rjes su rgyug pas na rlung gis

thổi lồng vào bên trong thân thể của họ. Còn người đã ly dục rồi sau khi qua đời không phát khởi tâm đuổi theo bên ngoài, không đắm trước mạnh mẽ, không có gió thổi vào làm mắt mở ra hay khép lại, tâm không hề loanh quanh đó đây nên gió kia dừng ngay tức khắc. Cho nên, không có gió trên thổi lồng vào bên trong thân thể. Từ nhân duyên như vậy, việc đó cũng lại như thế.

[0523c01] Lại hỏi: Vì đâu khi mạng người còn sinh sống hoạt động,[285] thân thể nhẹ nhàng lại còn mềm mại[286] nhưng sau khi qua đời thì thân thể lại khô cứng nặng nề,[287] không thể mềm mại?

Trả lời: Sau khi qua đời, hai đại của phần vị ngoài cùng[288] là lửa và gió đều biến mất,[289] cho nên thân xác nặng nề mà không mềm mại. Khi thân xác còn sống thì hai đại của phần vị bên trong là lửa và gió đều chưa mất, cho nên thân thể nhẹ nhàng lại còn mềm mại. Từ nhân duyên như vậy, việc đó cũng lại như thế.

[0523c06] Lại hỏi: Vì đâu khi mạng người còn sinh sống hoạt động, tồn tại trên thế gian thì các vật ăn uống đều được tiêu hóa nhưng sau khi qua đời thức ăn không thể tiêu hóa đi?

Trả lời: Khi mạng người còn sinh sống hoạt động, tồn tại trên thế gian, ba đại của phần vị bên trong là lửa, nước và gió đều chưa mất, do đó nước còn lưu chảy, lửa còn hoạt động, gió còn thổi chuyển, cho nên mọi thức ăn bên trong đều được tiêu hóa. Còn khi thân xác sau khi qua đời, ba đại lửa, nước và gió của phần vị ngoài đều cùng bị biến mất. Vì nước không còn lưu chảy, lửa không còn hoạt động, gió

---

de'i mig gnyis 'byed pa dang, 'dzums par 'gyur la, de'i snying gi nye 'khor du rlung 'gags par 'gyur te," **Kpr. p. 996.** *"Khi người chưa ly dục chết, cái tâm sanh khởi nhiều lần thêm nữa ấy dong ruổi, đi theo; bởi nó chạy theo nên khi gió thổi, hai mắt của nó mở ra, nó cười vui, tâm của nó chạy lòng vòng không dừng vì có gió."*

[285] 人命存活 tồn hoạt; [Tib] *gson po;* [Skt] *jīvan* – còn thọ mạng

[286] 調暢 điều sướng; [Tib] *mnyen;* [Skt] *cāru*

[287] 堅重 kiên trọng; [Tib] *lci ba;* [Skt] *guru* – nặng

[288] 邊際分位 biên tế phần vị; Cf.: [Tib] *khong na 'dug pa:* trụ ở bên trong.

[289] 滅 diệt; [Tib] *'gags pa;* [Skt] *niruddha*

không còn thối chuyển, cho nên thức ăn đã đưa vào thì không thể tiêu hóa được. Từ nhân duyên như vậy, việc đó cũng lại như thế.

[0523c13] Lại hỏi: Vì đâu khi mạng người còn sinh sống hoạt động, tồn tại trên thế gian thì thân thể không có mùi hôi nhưng sau khi qua đời lại tỏa ra mùi hôi bay khắp?

Trả lời: Khi mạng người còn sinh sống hoạt động, tồn tại trên thế gian, hai đại lửa và gió của phần vị bên trong chưa mất, đi theo nước nên được tràn đầy,[290] cho nên thân thể kia không có mùi hôi. Nhưng sau khi qua đời, hai đại lửa và gió của phần vị ngoài cùng đều bị biến mất, không đi theo nước để tràn đầy, cho nên thân xác kia liền tỏa ra mùi hôi. Từ nhân duyên như vậy, việc đó cũng lại như thế.

[0523c20] Lại hỏi: Vì đâu khi mạng người còn sinh sống hoạt động, tồn tại trên thế gian thì hơi thở ra vào và thường trao đổi lẫn nhau nhưng sau khi qua đời việc đó không còn nữa.

Trả lời: Khi thân thể còn sinh sống hoạt động, con người dựa vào suy nghĩ để phát triển hiểu biết cho nên giữ lấy hơi thở chuyển động ra vào.[291] Sau khi qua đời thì không còn hoạt động suy nghĩ nên việc đó là như vậy.

[0523c24] Lại hỏi: Vì đâu nói chim cú mèo[292] chỉ nhìn thấy vào ban đêm, còn ban ngày chúng không thể nhìn thấy gì?

Trả lời: Vì con ngươi trong mắt chim cú mèo có hình trạng màu đỏ,[293] tầm nhìn trong màn đêm không bị trở ngại, còn ban ngày lại bị trở ngại. Cho nên nó chỉ nhìn thấy vào ban đêm, còn ban ngày thì không nhìn thấy.

[0523c26] Lại hỏi: Vì đâu con người chỉ nhìn thấy vào ban ngày,

---

[290] Tib *"de'i mthun pa'i chu'i khams de zad par byed pas na de'i lus mi 'drul lo,"* **Kpr, p. 997**. *"Bởi thủy giới hòa hợp ấy của thân thể bị dập tắt nên thân thể không hoại diệt."*

[291] *"dbugs rngub pa dang, dbugs 'byung ba rnams sems la rag las pa yin te,"* **Kpr, p. 997**. *"Các hơi thở vào ra là tùy thuộc (adhīnatva) vào tâm (citta)."*

[292] 訓狐鳥 huấn cô điểu; Tib *'ug pa*; Skt *ulūka*

[293] 赤色 xích sắc; Tib *dmar po*; Skt *lohita*

còn ban đêm không thể nhìn thấy gì?

Trả lời: Vì con ngươi trong mắt con người có hình trạng màu đen,[294] tầm nhìn ban ngày không bị trở ngại, ban đêm thì thì bị trở ngại. Cho nên chỉ nhìn thấy vào ban ngày, còn ban đêm thì không nhìn thấy.

[0523c29] Lại hỏi: Vì đâu chó[295] và ngựa[296] nhìn thấy được cả ban ngày lẫn ban đêm?

Trả lời: Vì con ngươi của chó và ngựa đều có màu vàng[297] nên nhìn vào ban đêm hay ngày đều không bị trở ngại. Cho nên chúng nhìn thấy cả ngày lẫn đêm.

[0524a02] Lại hỏi: Vì đâu loài cá có thể nhìn thấy trong nước, trên cạn thì lại không nhìn thấy gì?

Trả lời: Con ngươi trong mắt loài cá bị dịch ghèn che lấp,[298] trong nước thì nhìn không bị trở ngại nhưng trên cạn thì bị trở ngại. Cho nên loài cá chỉ nhìn thấy trong nước, còn trên cạn thì không thấy.

[0524a04] Lại hỏi: Vì đâu tầm nhìn của hai mắt con người trên cạn không bị trở ngại, còn dưới nước thì bị trở ngại?

Trả lời: Vì con ngươi trong mắt con người được tạo thành từ bọt nước.[299] Cho nên trên cạn thì nhìn không bị trở ngại, còn dưới nước thì bị trở ngại.

[0524a07] Lại hỏi: Vì đâu loài rùa, ba ba, tôm tép, cóc nhái và đỉa nước, v.v., đều nhìn thấy cả ở trong nước và trên cạn?

Trả lời: Vì con ngươi trong mắt của các loài này được tạo thành từ xương,[300] tầm nhìn của chúng đều không bị trở ngại dù trong nước hay trên cạn, cho nên chúng đều nhìn thấy.

---

[294] 黑色 hắc sắc; Tib gnag; Skt kṛṣṇa

[295] 犬 khuyển; Tib khyi; Skt kukkura

[296] 馬 mã; Tib rta; Skt aśva

[297] 黄色 hoàng sắc; Tib ser smug; Skt kapila

[298] 眵淚 si lệ; Tib tshil las grub pa – được làm từ dịch mỡ

[299] 水泡 thủy bào; Tib chu bur; Skt budbuda

[300] 骨 cốt; Tib rus pa; Skt asthi

MÔN THỨ CHÍN
NHÂN THI THIẾT TRONG
ĐỐI PHÁP ĐẠI LUẬN

[0524a11] Kệ nói tổng quát:

> *Ngủ nghỉ, hung bạo và trạo cử*
> *Lắm lời, nhiều tiếng thêm ám độn*
> *Niệm tuệ hà cớ phiền não tăng*
> *Chẳng thu lợi tốt nơi thiền định.*[301]

[0524a14] Lại hỏi: Vì đâu trên thế gian có người ngủ nhiều?[302]

Trả lời: Vì như có người gần gũi và thực tập nhiều lần với sự ngủ nhiều, lại không gần gũi và thực tập nhiều lần với pháp quang minh.[303]

Người này sau khi qua đời sẽ như thế nào?

Họ sẽ trở thành các loài trăn, rắn, rồng, v.v. Từ nhân duyên như vậy, việc đó cũng lại như thế.

[0524a18] Lại hỏi: Vì đâu lại có người ít ngủ nghỉ?

Trả lời: Vì như có người đối với pháp quang minh thường xuyên

---

[301] *"gnyid dang gtum dang rgod pa dang, ,smra 'dod smra nyung yid gzhungs pa, ,'dzin pa dang ni dran pa dang, ,nyon mongs pa dang rtog pa myur, ,"* **Kpr. p. 998.** "Ngủ (middha), bạo ác (caṇḍa), và trạo cử (auddhatya); ham nói, lời nói (vāda), và ít huệ (alpamedhā); nắm giữ (graha), và niệm (smṛti); phiền não (kleśa) và tư duy nhanh (āśu-vikalpa)."

[302] 多睡眠 đa thụy miên; ⊞ *gnyid che ba;* ⊞ *svapnālukatā.*

[303] 光明法 quang minh pháp; Cf.: ⊞ *snang ba'i 'du shes;* ⊞ *āloka-saṃjñā –* quang minh tưởng.

gần gũi và thực tập nhiều lần quán tưởng ánh sáng, ngược lại không gần gũi và thực tập đối với các kiểu ngủ nghỉ hôn trầm.

Người đó khi qua đời sẽ như thế nào?

Họ sẽ trở thành tiên nhân, làm người xuất gia, người giàu có, v.v., hoặc sinh lên cõi trời Sắc giới, Vô sắc giới. Từ nhân duyên như vậy, việc đó cũng lại như thế.

[0524a23] Lại hỏi: Vì đâu có người hung bạo?

Trả lời: Ví như có người thường gần gũi, luyện tập, sử dụng các loại dao gậy, binh khí hay những người hung bạo, không gần gũi luyện tập với việc không sử dụng dao gậy hoặc người không hung bạo.

Người đó khi qua đời sẽ như thế nào?

Họ sẽ trở thành người làm nghề đồ tể, đao phủ, thợ săn, ngư phủ, huấn luyện voi ngựa, làm việc tra tấn người phạm pháp luật... Từ nhân duyên như vậy, việc đó cũng lại như thế.

[0524a28] Lại hỏi: Vì đâu có người không hung bạo?

Trả lời: Ví như có người thường gần gũi luyện tập với việc không sử dụng dao gậy hoặc người không hung bạo.

Người đó khi qua đời sẽ như thế nào?

Họ sẽ trở thành tiên nhân, làm người xuất gia, người giàu có hoặc sinh lên cõi trời Sắc giới, Vô sắc giới. Từ nhân duyên như vậy, việc đó cũng lại như thế.

[0524b04] Lại hỏi: Vì đâu có người trạo cử?

Trả lời: Ví như có người thường gần gũi, thực tập với người có nhiều trạo cử, không hề gần gũi, thực tập với người tịch tĩnh.[304]

Người đó khi qua đời sẽ như thế nào?

Họ sẽ trở thành những kẻ ưa thích ca múa vui đùa hoặc sinh lên cõi trời Dục giới. Từ nhân duyên như vậy, việc đó cũng lại như thế.

[0524b08] Lại hỏi: Vì đâu có người không trạo cử?

---

[304] 寂止 tịch chỉ; zhi gnas; śāntinilaya – tịch chỉ, tịch tĩnh

Trả lời: Ví như có người thường gần gũi, thực tập với nhiều người có tính cách tịch tĩnh; không gần gũi, thực tập với những người không tịch tĩnh.

Người đó khi qua đời sẽ như thế nào?

Họ sẽ trở thành tiên nhân, làm người xuất gia, người giàu có hoặc sinh lên cõi trời Sắc giới, Vô sắc giới. Từ nhân duyên như vậy, việc đó cũng lại như thế.

[0524b13] Lại hỏi: Vì đâu có người lắm lời nhiều tiếng?

Trả lời: Ví như có người thường gần gũi, thực tập với người nói nhiều,³⁰⁵ lại không gần gũi với người không nói nhiều.

Người đó khi qua đời sẽ như thế nào?

Họ sẽ trở thành các loài chim, loài hay kêu như vẹt cò, loài hót hay như yến nhạn, hoặc các loài bay nhiều... Từ nhân duyên như vậy, việc đó cũng lại như thế.

[0524b17] Lại hỏi: Vì đâu có người không lắm lời nhiều tiếng?

Trả lời: Ví như có người thường gần gũi, thực tập với người nói ít,³⁰⁶ không gần gũi, thực tập với người nói nhiều.

Người đó khi qua đời sẽ như thế nào?

Họ sẽ trở thành tiên nhân, làm người xuất gia, người giàu có hoặc sinh lên cõi trời Sắc giới, Vô sắc giới. Từ nhân duyên như vậy, việc đó cũng lại như thế.

[0524b22] Lại hỏi: Vì đâu có người ngu muội, chậm chạp?³⁰⁷

Trả lời: Ví như có người không gần gũi, thực tập với người nghe nhiều học rộng,³⁰⁸ không dùng ngôn ngữ ở những địa phương khác nhau để giải thích nghĩa lý. Từ nhân duyên như vậy, việc đó cũng lại như thế.

---

³⁰⁵ 多語 đa ngữ; [Tib] *mang du smra ba*; [Skt] *bahubhāṣin*

³⁰⁶ 少語 thiểu ngữ; [Tib] *smra ba nyung ba*; [Skt] *alpabhāṣya*

³⁰⁷ 暗鈍 ám độn; [Tib] *yid rtul po*; [Skt] *dhandhan*

³⁰⁸ 多聞 đa văn; [Tib] *thos pa*; [Skt] *śruta*

[0524b25] Lại hỏi: Vì đâu có người không ngu muội, chậm chạp?

Trả lời: Ví như có người thường gần gũi, thực tập với người nghe nhiều học rộng, không gần gũi, thực tập với người kiến thức hạn hẹp, có thể dùng các ngôn ngữ ở những địa phương khác nhau để giải thích nghĩa lý.

Người đó sau khi qua đời sẽ làm một vị khéo nói pháp trong dòng dõi Bà-la-môn hoặc làm một vị khéo nói pháp trong chúng Sa-môn. Từ nhân duyên như vậy, việc đó cũng lại như thế.

[0524c01] Lại nữa nên biết thế này, người ít nói có hai hạng khác nhau: một là hạng thấp hèn,[309] hạng còn lại là cao quý.[310]

Thế nào là hạng ít nói thấp hèn? Ví như có người dù cho xuất thân thấp kém nhưng vì có trí, thường dựa vào danh tiếng cao quý của cha mẹ, sư trưởng hoặc từ người có trí khác, cho nên dù thấp hèn nhưng vẫn ít nói.

Thế nào là hạng ít nói cao quý? Ví như có người bản tánh cao quý lại còn có trí, thường dựa vào danh tiếng cao quý của cha mẹ, sư trưởng hoặc từ người có trí khác, cho nên ít nói.

[0524c08] Lại hỏi: Vì đâu trên đời có người có thực hành[311] nhưng lại không có trí tuệ?[312]

Trả lời: Ví như có người thường cầu chánh pháp[313] tâm không chán nản, tuy nhiên lại không có sự quán xét kỹ lưỡng[314] đến các nghĩa lý của nó. Từ nhân duyên như vậy, việc đó cũng lại như thế.

[0524c11] Lại hỏi: Vì đâu trên đời có người có trí tuệ nhưng lại không có công hạnh?

Trả lời: Ví như có người chăm chỉ quán xét kỹ lưỡng nghĩa lý các

---

[309] 卑賤 ti tiện; ᵀⁱᵇ *ngan pa*; ˢᵏᵗ *hīna*

[310] 尊高 tôn cao; ᵀⁱᵇ *khyad par du 'phags pa*; ˢᵏᵗ *viśiṣṭa*

[311] 有行 hữu hành; ᵀⁱᵇ *ldob pa*; ˢᵏᵗ *grahaṇa* – hiểu biết, lãnh hội

[312] 無慧 vô huệ; ᵀⁱᵇ *blo dang mi ldan pa*; ˢᵏᵗ *adhīmat*

[313] 法; ᵀⁱᵇ *chos*; ˢᵏᵗ *dharma*

[314] 伺察 tư sát; ᵀⁱᵇ *nye bar brtag pa*; ˢᵏᵗ *upaparīkṣaṇa*

pháp nhưng lại không thường cầu chánh pháp, có được chút ít lại cho là đủ. Từ nhân duyên như vậy, việc đó cũng lại như thế.

[0524c14] Lại hỏi: Vì đâu trên đời có người không có trí tuệ lẫn công hạnh?

Trả lời: Ví như có người không thường cầu chánh pháp, cũng không có sự quán xét kỹ lưỡng đến nghĩa lý của chúng. Từ nhân duyên như vậy, việc đó cũng lại như thế.

[0524c17] Lại hỏi: Vì đâu trên đời có người có đủ cả công hạnh và trí tuệ?

Trả lời: Ví như có người thường cầu chánh pháp, lại còn chăm chỉ quán xét kỹ lưỡng đối với nghĩa lý của chúng. Từ nhân duyên như vậy, việc đó cũng lại như thế.

[0524c20] Lại hỏi: Vì đâu mà có thể gìn giữ[315] được chánh pháp?

Trả lời: Ví như có người có thể trong hành tướng của các pháp, y cứ vào pháp mười hai xứ mà khéo léo nắm bắt chúng.[316] Từ nhân duyên như vậy, việc đó cũng lại như thế.

[0524c23] Lại hỏi: Vì đâu trên đời có người hay lãng quên?[317]

Trả lời: Ví như có người thường chất chứa rồi trở lại làm các pháp bất thiện,[318] gần gũi, luyện tập, tạo tác với nhiều việc xấu ác. Người đó sau khi bỏ thân qua đời bị đọa vào trong các đường ác, địa ngục.[319] Sanh vào trong địa ngục[320] rồi chết, giả sử muốn được sanh vào đồng

---

[315] 住持 trụ trì; 'dzin pa; grāha

[316] "skye mched kyi rten gyi chos rnams la mtshan ma legs par bzung ste," Kpr. p. 1003. "Khéo nắm bắt (suparigṛhīta) đặc điểm (nimitta) đối với các pháp có y vào xứ (āyatana)."

[317] 失念 thất niệm; brjed ngas pa; vismaraṇa/ muṣita-smṛti

[318] "mi dge ba'i chos yang dag par blangs te," 1003. "Tích lũy (samādāya) pháp bất thiện (akuśaladharma)."

[319] 墮在惡趣 đọa tại ác thú; ngan song ngan 'gro log par lhung ba; apāya-durgati-vinipāta

[320] 地獄; sems can dmyal ba; naraka

phần con người,³²¹ mặc dù được làm thân người nhưng tuổi thọ ngắn ngủi.³²² Sau khi hết mạng người, nếu được sinh làm người trở lại thì không có nhiều khả năng ghi nhớ, do đó mà lãng quên. Từ nhân duyên như vậy, việc đó cũng lại như thế.

[0524c29] Lại hỏi: Vì đâu trên đời có người ghi nhớ lâu?

Trả lời: Ví như có người thường tích chứa rồi trở lại làm các pháp thiện, gần gũi, luyện tập tạo tác với nhiều việc làm thiện. Người đó sau khi bỏ thân qua đời sẽ được sinh vào các cõi thiện, thiên giới.³²³ Sau khi chết nơi cõi trời rồi, giả sử muốn được sanh vào đồng phần con người thì tức khắc được làm thân người, tuổi thọ lâu dài. Sau khi hết mạng người, nếu được sinh làm người trở lại thì có nhiều khả năng ghi nhớ, do đó mà ghi nhớ lâu. Từ nhân duyên như vậy, việc đó cũng lại như thế.

[0525a06] Lại hỏi: Vì đâu trên đời có người mang phiền não sâu dày?

Trả lời: Ví như có người gần gũi, luyện tập, tạo tác với tưởng về dục, tưởng về sân, tưởng về hại, nhân của dục, nhân của sân, nhân của hại, tầm về dục, tầm về sân, tầm về hại của họ, lại xoay chuyển theo các phiền não sâu dày ấy. Từ nhân duyên như vậy, việc đó cũng lại như thế.

[0525a09] Lại hỏi: Vì đâu trên đời có người không mang phiền não sâu dày?

Trả lời: Ví như có người gần gũi, luyện tập, tạo tác với tưởng về xuất ly, tưởng không sân, tưởng không hại, nhân của xuất ly, nhân của không sân, nhân của không hại, tầm về xuất ly, tầm không sân, tầm không hại của họ, lại không xoay chuyển theo các phiền não sâu dày. Từ nhân duyên như vậy, việc đó cũng lại như thế.

---

³²¹ 人同分 nhân đồng phần; ᵀⁱᵇ *mi rnams dang skal ba mnyam pa;* ˢᵏᵗ *manuṣyasabhāgatā*

³²² 短促 đoản xúc; ᵀⁱᵇ *tshe thung ba;* ˢᵏᵗ *alpāyu*

³²³ 善趣天界 thiện thú thiên giới; ᵀⁱᵇ *bde 'gro mtho ris kyi 'jig rten lha;* ˢᵏᵗ *sugata-svarga-loka-deva*

[0525a14] Lại hỏi: Vì đâu trên đời có người không thể nhanh chóng thành tựu hai pháp lành thiền định và nhẫn nhục?[324]

Trả lời: Ví như có người không khéo léo nhiếp thọ trong nghĩa quyết định của hành tướng các pháp.[325] Từ nhân duyên như vậy mà không nhanh chóng thành tựu hai pháp lành thiền định và nhẫn nhục.

[0525a18] Lại hỏi: Vì đâu trên đời có người có thể nhanh chóng thành tựu hai pháp lành thiền định và nhẫn nhục?

Trả lời: Ví như có người có thể khéo léo nhiếp thọ trong nghĩa quyết định của hành tướng các pháp. Từ nhân duyên như vậy, người ấy liền nhanh chóng thành tựu hai pháp lành thiền định và nhẫn nhục.

---

[324] 忍辱; Tib bzod pa; Skt kṣānti

[325] "don dam par nges pa'i chos rnams la mtshan ma legs par ma bzung ste," Kpr. p. 1005. "Không khéo nắm bắt đặc điểm đối với các pháp có thắng nghĩa (paramārtha) quyết định (niyata)."

MÔN THỨ MƯỜI
NHÂN THI THIẾT TRONG
ĐỐI PHÁP ĐẠI LUẬN

[0525a23] Kệ nói tổng quát:

> *Tu-di, mặt đất và xứ sở*
> *Núi có cỏ cây mọc rộng khắp*
> *Nhiều cây nhiều nhánh lá xum xuê*
> *Hoa quả được mùa tươi tốt xanh.*[326]

[0525a26] Lại hỏi: Vì đâu trong tất cả các núi, vua núi Tu-di là cao lớn, thù thắng nhất?

Trả lời: Khi thế giới vừa mới hình thành, khu vực núi Tu-di có những điều kiện hơn hết so với núi khác như phạm vi hơn hết, độ cao hơn hết, tuyệt vời hơn hết, rộng rãi hơn hết,[327] tập hợp những thứ đó mà tạo nên núi này. Từ nhân duyên như vậy, vua núi Tu-di là cao lớn, thù thắng nhất.

[0525b01] Lại hỏi: Vì đâu khu vực phía Bắc[328] có nhiều cây cỏ?

---

[326] "lhun po dang ni phyogs dang, ,ri rnams dang ni rtswa mang ba, ,shing che ba dang lo ma rnams, ,me tog 'bras bu phun sum tsogs, " **Kpr. p. 1005.** *"Núi Meru và địa phương (deśa); các ngọn núi (parvata) và nhiều cỏ (tṛṇa); các cây lớn (mahāvṛkṣa) và nhiều lá (pattra); kết thành (saṃpatti) hoa (puṣpa) và quả (phala)."*

[327] **Tib** *rgyu'i mchog dang, snying po'i mchog dang, bzang ba'i mchog dang, zong gi mchog* – nguyên liệu hơn hết, trung tâm hơn hết, tốt đẹp hơn hết, sản vật hơn hết

[328] 北方; **Tib** *byang phyogs;* **Skt** *uttara*

Trả lời: Khi thế giới vừa mới hình thành, gió đã thổi vào mặt phía Bắc nên nơi này phạm vi hơn hết, độ cao hơn hết, tuyệt vời hơn hết, rộng rãi hơn hết, tập trung những điều kiện như vậy nên phương Bắc có nhiều cây cỏ.

[0525b04] Lại hỏi: Vì đâu cùng trên mặt đất nhưng lại có chỗ đất cao, có chỗ đất thấp?

Trả lời: Trên mặt đất này có chỗ đất đai nổi cao lên, ít có mưa rơi, nếu có mưa cũng thấm sâu đều vào bên dưới, có nơi đất sụt xuống thành các vùng trũng tạo nên chỗ đất thấp. Cũng trên mặt đất này lại có nơi bên dưới chứa nhiều khoáng vật quý như sắt, bạc, thiếc trắng, thiếc đen, các thứ vàng bạc khác, cho đến các khoáng sản cứng chắc khác nằm sâu trong lòng đất. Các nơi ấy tuy bị nước mưa xối mạnh vẫn không bị trôi xuống thấp, cho nên đất nơi ấy giữ được thế cao. Từ nhân duyên như vậy, cùng trên mặt đất nhưng lại có chỗ đất cao, có chỗ đất thấp.

[0525b11] Lại hỏi: Vì đâu trong số các núi lại có kiểu núi cao, lại có kiểu núi thấp?

Trả lời: Vì khi thế giới vừa mới hình thành, có gió cực mạnh thổi bay mọi thứ trên đất rồi dồn chúng lại thành đất cao. Lại có những cơn gió nhẹ thổi bay một ít đất đai rồi tích tụ lại, tạo thành núi thấp. Lại có những vùng đất nổi cao, ít có mưa rơi, nếu có mưa cũng thấm sâu đều vào bên dưới, còn nơi khác đất sụt xuống tạo các vùng trũng tạo nên núi thấp. Hoặc có một dạng núi khác bên dưới chứa nhiều khoáng vật quý như sắt, bạc, thiếc trắng, thiếc đen, các thứ vàng bạc khác, cho đến các khoáng sản cứng chắc khác nằm sâu trong lòng đất, tuy bị nước mưa xối mạnh vẫn không bị trôi xuống thấp, cho nên núi ấy cao. Từ nhân duyên như vậy, cùng trên mặt đất nhưng lại có núi cao thấp không đều nhau.

[0525b27][329] Lại hỏi: Vì đâu có kiểu núi mọc nhiều cỏ cây, lại có kiểu núi cây cỏ mọc ít?

---

[329] Quyển 6.

Trả lời: Vì có kiểu núi bên dưới có long cung[330] nên có nhiều cây cỏ mọc. Còn kiểu núi bên dưới không có long cung nên cây cỏ mọc ít.

[0525c01] Lại có kiểu núi đất đai cao vọt nên nhiều cây cỏ. Lại có kiểu núi sâu bên dưới chứa nhiều khoáng vật như vàng bạc, đồng sắt, đất đỏ, đất trắng nên có nhiều cây cỏ mọc. Lại có kiểu núi bên dưới có nhiều địa ngục khác nhau đang hoạt động nên cây cỏ mọc ít. Còn có kiểu núi bên dưới không có các địa ngục khác nhau nên có nhiều cây cỏ. Từ nhân duyên như vậy, việc ấy cũng lại như thế.

[0525c07] Lại hỏi: Vì đâu có loại cây dáng thân của nó cao to, lại có loại cây không cao to?

Trả lời: Vì có địa phương, đất đai ấm áp, nguồn nước dồi dào, nhiệt độ thích hợp, gió thổi ổn định, cho nên dáng thân cây cao to. Còn những nơi đất đai không ấm áp, nguồn nước không dồi dào, nhiệt độ không thích hợp, gió thổi không ổn định, cho nên dáng thân cây không cao to. Từ nhân duyên như vậy, việc ấy cũng lại như thế.

[0525c12] Lại hỏi: Vì đâu có loại cây lá của nó to rộng, lại có loại cây lá không to rộng?

Trả lời: Vì có loại cây mọc ở nơi đất đai ấm áp, nguồn nước dồi dào, nhiệt độ thích hợp, gió thổi ổn định, cho nên lá cây to rộng. Còn những loại cây mọc những nơi đất đai không ấm áp, nguồn nước không dồi dào, nhiệt độ không thích hợp, gió thổi không ổn định, cho nên lá cây không to rộng. Từ nhân duyên như vậy, việc ấy cũng lại như thế.

[0525c17] Lại hỏi: Vì đâu có loại cây hoa của nó tươi rực, lại có cây không hề có hoa?

Trả lời: Vì có loại cây dáng thân của nó cao vót uy nghiêm nên có hoa tươi rực. Còn có loại cây dáng thân xấu xí, lại còn thấp bé nên nó không có hoa. Từ nhân duyên như vậy, việc ấy cũng lại như thế.

[0525c21] Lại nữa, vì đâu có loại cây trái của nó nặng trĩu, lại có loại cây không hề có trái?

---

[330] 龍宮; [TIB] klu'i gnas; [SKT] nāgabhavana

Trả lời: Vì có loại cây hương vị của nó thơm ngon nên cây đó có quả. Còn có loại cây hương vị của nó không nhiều nên không có quả. Từ nhân duyên như vậy, việc ấy cũng lại như thế.

[0525c25] Lại hỏi: Vì đâu có loại cây hoa của nó có mùi hương thơm ngát, lại có loại cây không hề có mùi hương?

Trả lời: Có loại hoa mang ngoại hình đẹp đẽ, không bị sức nóng làm tổn hại cho nên mùi hương của nó thơm ngát. Còn có loại hoa vốn không được đẹp đẽ, lại bị sức nóng làm tổn hại, cho nên hoa đó không có mùi hương thơm ngát. Từ nhân duyên như vậy, việc ấy cũng lại như thế.

[0525c28] Lại hỏi: Vì đâu có loại trái cây mang đầy đủ các loại hương vị ngon ngọt, lại có loại không có hương vị gì?

Trả lời: Có loại quả bị sức nóng làm tổn hại nên trái đó không có hương vị. Còn có loại trái không bị sức nóng làm tổn hại nên quả đó có hương vị ngon ngọt. Từ nhân duyên như vậy, việc ấy cũng lại như thế.

[0526a03] Ngoài ra, các thứ như hoa, quả, màu sắc, hương thơm, mùi vị khác hoặc có hoặc không mang tính chất khác nhau như trên cũng lại như vậy.

MÔN THỨ MƯỜI MỘT

NHÂN THI THIẾT TRONG
ĐỐI PHÁP ĐẠI LUẬN

[0526a05] Kệ nói tổng quát:

> *Phật Thế tôn và chúng Thanh Văn*
> *Độ sinh, ăn uống, bốn đại chủng*
> *Ẩn dật, khói tỏa cùng lửa sáng*
> *Cuối cùng như không, không biểu hiện.*[331]

[0526a08] Lại hỏi: Vì đâu đức Phật Thế tôn có thể khéo léo biến hóa[332] thành các thân người khác, sắc tướng đoan nghiêm[333] mọi người đều hoan hỉ khi nhìn thấy,[334] có đầy đủ tướng đẹp trang nghiêm của bậc đại nhân.[335] Nếu Phật nói ra lời thì người biến hóa liền im lặng, hoặc khi người biến hóa nói thì đức Phật liền im lặng. Chúng đệ tử Thanh Văn của Ngài cũng biến hóa được thành các thân người khác, cũng có sắc tướng đoan nghiêm, cạo bỏ râu tóc, đắp y hiện ra tướng của vị sa-môn. Thế nhưng tại sao khi người có thể biến hóa nói

---

[331] "bcom ldan 'das dang nyan thos dang, ,bzhi tshan rnam pa gnyis po dang, ,zos dang med 'gyur dud pa dang, ,'bar ba dang ni tshig dang nor, ," **Kpr, p. 1009**. *"Đức Thế tôn (Bhagavan) và Thanh Văn (Śrāvaka); bốn bộ, mỗi bộ gồm hai loại; ăn và trở thành không, rũ xuống; hỏa thiêu, lời nói (vacana) và báu (dhana)."*

[332] 能化 năng hóa; (Tib) *sprul pa*; (Skt) *nirmāṇa*

[333] 端嚴; (Tib) *gzugs bzang*; (Skt) *suvarṇa*

[334] 樂見 lạc kiến; (Tib) *blta na sdug pa*; (Skt) *darśanīya*

[335] "skyes bu chen po'i mtshan sum cu rtsa gnyis sprul pa," (Kpr) 1009. *"biến hóa thành bậc đại nhân có 32 đặc tướng (dvātriṃśan-mahā-puruṣa-lakṣaṇa)."*

ra lời thì người được hóa ra ấy cũng có thể nói ra lời; khi người biến hóa im lặng thì người được biến hóa ra cũng im lặng như vậy?

Trả lời: Đức Phật Thế Tôn luôn luôn trụ trong tam-ma-địa,[336] tâm thường tự tại, hoặc khi thể nhập[337] hay xuất[338] ra đều rất nhanh chóng, không gì chướng ngại, không bao giờ rời bỏ sở duyên.[339] Chúng đệ tử Thanh Văn của Ngài thì không thể được như thế, không có nhất thiết trí[340] như Phật, trí tuệ tâm ý được tự tại, đến bờ giác ngộ.[341] Từ nhân duyên như vậy, người do đức Phật biến hóa ra có thân tướng đoan nghiêm tốt đẹp, khi Phật nói thì im lặng, khi Phật im lặng thì nói. Tuy nhiên, người do chúng đệ tử Thanh Văn biến hóa ra tuy cũng có thân tướng đoan nghiêm tốt đẹp, cạo tóc đắp y nhưng người được biến hóa đó lại nói theo khi người biến hóa nói, lại im lặng theo khi người biến hóa im lặng, do không thể được tự tại.

[0526a21] Hoặc có lời hỏi: Nếu thân từ đức Phật biến hóa ra cũng giống như thân do Thanh Văn hóa ra và ngược lại thân do Thanh Văn hóa ra cũng giống như thân từ đức Phật biến hóa ra, vậy có thể nói thân ấy có đầy đủ bốn đại hay là không đủ bốn đại?

Trả lời: Đầy đủ bốn đại.[342]

[0526a24] Lại hỏi: Phải nói thân được biến hóa ra nói là do sắc tạo hay không thể nói vậy được?

Trả lời: Nói là do sắc tạo.[343]

---

[336] 三摩地; [Tib] ting nge 'dzin; [Skt] samādhi

[337] 入; Cf.: [Tib] snyoms par 'jug pa; [Skt] samāpatti

[338] 出; Cf.: [Tib] bzhengs; [Skt] uttiṣṭha

[339] 所緣; [Tib] dmigs pa; [Skt] ālambana

[340] 一切智; [Tib] thams cad mkhyen pa; [Skt] sarvajña

[341] 智心得自在, 已到彼岸 trí tâm đắc tự tại, dĩ đáo bỉ ngạn; [Tib] ye shes dang, dbang gi pha rol tu phyin pa yin – ba-la-mật (pāramitā) của trí (jñāna) và lực tự tại (vaśa).

[342] "'byung ba chen po bzhi las byung ba zhes bya'o, ," **Kpr. p. 1010.** "Phải nói là có đủ bốn đại (cātur-mahā-bhūtika)."

[343] "rgyu las byung ba'i gzugs can zhes bya'o, ," **Kpr. p. 1010.** "Phải nói là có sắc phát sanh từ nhân (hetu)."

[0526a26] Lại hỏi: Thân được biến hóa ra có tư duy[344] hay là không có tư duy?

Trả lời: Ở đây có hai trường hợp xảy ra: một là do duyên giữ gìn;[345] hai là do tưởng tạo thành.[346] Nếu xảy ra từ duyên giữ gìn thì có tư duy. Nếu xảy ra từ tưởng tạo thành thì không có tư duy.

[0526a29] Lại hỏi: Tâm của người được biến hóa ra ấy có tự tại[347] chăng?

Trả lời: Ở đây có hai trường hợp xảy ra: một là do duyên giữ gìn; hai là do tưởng tạo thành. Nếu xảy ra từ duyên giữ gìn thì tâm được tự tại. Nếu xảy ra từ tưởng tạo thành thì tâm không được tự tại.

[0526b04] Lại hỏi: Phải nói các phần vị ở bên trong[348] của thân được biến hóa ra có đầy đủ bốn đại hay là không đủ bốn đại?

Trả lời: Phải nói có đầy đủ bốn đại.

[0526b06] Lại hỏi: Phải nói các phần vị ở bên trong là do sắc tạo hay không thể nói vậy được?

Trả lời: Phải nói là do sắc tạo.

[0526b08] Lại hỏi: Các phần vị ở bên trong có tư duy hay là không có tư duy?

Trả lời: Ở đây có tư duy.

[0526b10] Lại hỏi: Các phần vị ở bên trong làm thế nào có được tâm tự tại?

Trả lời: Ở đây tùy theo tâm người biến hóa có tự tại hay không.[349]

---

344 心; ⓽ *sems*; ⓼ *citta* - tâm

345 緣持 duyên trì; Cf.: ⓽ *skyes nas thob pa*; ⓼ *upapatti-prātilambhika* – sanh đắc, có được một cách tự nhiên.

346 想成 tưởng thành; Cf.: ⓽ *bsgoms pa las byung ba*; ⓼ *bhāvanā-maya* - phát sanh từ tu tập.

347 心自在 tâm tự tại; ⓽ *sems kyi dbang*; ⓼ *cittavaśa*

348 中間分位 trung gian phần vị; ⓽ *bar ma do'i srid pa*; ⓼ *antarā-bhava*.

349 "*rang gi sems kyi dbang gis 'gyur ba zhes bya'o,* ," **Kpr. p. 1011.** "Phải nói là do sự tự tại của chính tâm người ấy."

[0526b12] Lại hỏi: Khi thức ăn[350] đi vào bụng[351] của thân được biến hóa ra ấy làm sao tiêu hóa[352] được, bởi vì thân ấy được biến hóa ra?

Trả lời: Ở đây có hai trường hợp xảy ra: một là do duyên giữ gìn; hai là do tưởng tạo thành. Nếu xảy ra từ duyên giữ gìn thì thức ăn liền được tiêu hóa. Nếu xảy ra từ tưởng tạo thành thì thức ăn không được tiêu hóa.

[0526b16] Lại hỏi: Khi nào thân được biến hóa ấy sẽ biến mất?[353]

Trả lời: Ở đây có hai trường hợp xảy ra: một là do duyên giữ gìn; hai là do tưởng tạo thành. Nếu xảy ra từ tưởng tạo thành thì thân ấy liền biến mất. Nếu xảy ra từ duyên giữ gìn thì thân ấy biến mất hoặc có thể không bị biến mất.

[0526b19] Hỏi: Vậy đến khi nào thân ấy biến mất?

Trả lời: Tùy theo người biến hóa, hoặc trời, hoặc người, hoặc a-tu-la, hoặc tướng thiện, hoặc tướng ác. Nếu người hóa ra biến mất thì thân được hóa ra cũng biến mất.

Vì sao thân ấy không bị biến mất?

Trả lời: Vì khoảng trung gian cho đến cuối cùng cách nhau rất xa,[354] cho đến khi quy về tự tướng[355] để trụ, đến đây thì thân ấy liền biến mất.

[0526b23] Lại hỏi: Khi bậc thánh biến ra lửa thì lửa ấy có khói hay không?

Trả lời: Do tâm của bậc thánh biến hóa ấy tự tại nên lửa được biến hóa ra tức thì có khói. Từ nhân duyên như vậy, việc ấy cũng lại như thế.

---

[350] 食; [Tib] *zos pa*; [Skt] *bhukta*

[351] 藏腹 tạng phục; [Tib] *lto ba*; [Skt] *udara*

[352] 銷散 tiêu tán; [Tib] *'ju ba*; [Skt] *pariṇāma/ vilīna*

[353] 隱 ẩn; [Tib] *med par 'gyur ba*; [Skt] *nāsti/ na bhaviṣyati*

[354] 懸遠 huyền viễn; [Tib] *ring du song*; [Skt] *dūraṃgama*

[355] 自相; Cf.: [Tib] *rang bzhin*; [Skt] *svabhāva* – tự tánh

[0526b26] Lại hỏi: Khi biến ra rửa, lửa ấy có cháy lớn không?[356]

Trả lời: Do tâm của người biến hóa ấy được tự tại, nhờ đó mà các lửa được biến hóa ra tức thì cháy lớn hơn được nữa. Từ nhân duyên như vậy, việc ấy cũng lại như thế.

[0526b29] Lại hỏi: Khi biến ra rửa, lửa ấy chỉ đốt cháy thân và y phục của người đó, không đốt cháy thân và y phục của người khác?

Trả lời: Tùy vào người đang biến hóa, do tâm của người ấy được tự tại, theo ý muốn cho nên chỉ đốt cháy thân và y phục của bản thân. Từ nhân duyên như vậy, việc ấy cũng lại như thế.

[0526c03] Lại hỏi: Vì đâu khi bậc thánh biến ra lửa tự đốt cháy thân mình chỉ nhìn thấy như hư không,[357] ngoài ra không có hình ảnh gì, cho đến không biểu hiện các hình tượng khác?

Trả lời: Khi bậc thánh biến ra lửa tự đốt cháy thân mình, thì nơi có phần vị ấy, chỗ đi, ngồi, v.v., đều biến thành một vùng khói lửa mù mịt, mọi thứ lụi tàn, cho nên chỉ nhìn thấy như hư không, ngoài ra không có hình ảnh gì, cho đến không biểu hiện các hình tượng khác. Từ nhân duyên như vậy, việc ấy cũng lại như thế.

---

[356] *"ci'i phyir sprul pa mer 'bar zhe na,"* **Kpr, p. 1012.** *"Lửa được biến hóa ra có đốt cháy không?"*

[357] 虛空; **TIB** *nam mkha';* **SKT** *ākāśa*

MÔN THỨ MƯỜI HAI
NHÂN THI THIẾT TRONG
ĐỐI PHÁP ĐẠI LUẬN

[0526c09] Kệ nói tổng quát:

> *Biển lớn tuần tự và sâu rộng*
> *Chúng sanh ở biển cùng vị mặn*
> *Không dung thây chết, nhiều báu vật*
> *Loài vật thân lớn, mưa lớn rơi.*[358]

[0526c12] Như trong kinh đã nói, biển lớn[359] là từ nhỏ rồi dần dần trở nên rộng lớn thêm, cũng chẳng phải tự nó sâu thẳm và hiểm trở ngay ban đầu. Nay hỏi: Nhân duyên vì đâu mà việc ấy như vậy?

Trả lời: Biển chẳng phải từ nhỏ rồi dần dần trở nên rộng lớn thêm, cũng không phải tự nó sâu thẳm và hiểm trở ngay ban đầu. Tùy vào phần vị của các lục địa cấu tạo như vậy, giống như ngũ cốc, lúa mạch tụ tập với nhau theo thứ lớp phần vị của chúng. Từ nhân duyên như vậy, việc ấy cũng lại như thế.

[0526c16] Như kinh đã nói, đại dương sâu rộng rất khó biết đến tận đáy. Nay hỏi nhân duyên vì đâu mà việc ấy như vậy?

---

[358] "gzhol dang gang zag dus rlabs dang, ,lan tshwa rin chen chen po gnas, ,rul pa'i ro dang gcig mi gnas, ,chu klung rgyan dang sna tshogs mdog, ," **Kpr. p. 1013.** "Sâu thẳm (nimna), bổ-đặc-già-la (pudgala), thủy triều (velā); muối (lavaṇa), nơi có vật báu lớn (mahāratna); vị (rasa) của vật thối rữa, một vật cũng không ở; sông (nadī) trang hoàng (ālaṃkāra) và nhiều màu sắc khác nhau (viśvavarṇa)."

[359] 大海 đại hải; **SKT** *rgya mtsho chen po*; **SKT** *mahāsamudra*

Trả lời: Chẳng phải đại dương sâu rộng rất khó biết đến tận đáy, chỉ là do nước biển lúc dâng lên lúc rút xuống, nếu dùng một đồ vật, cho đến trăm ngàn đồ vật khác, ngay cả gấp trăm ngàn lần đi nữa để múc nước biển. Tùy vào khả năng của mỗi vật mà múc được thì cũng không thể đo lường số nước nước biển số bao nhiêu cả. Từ nhân duyên như vậy, việc ấy cũng lại như thế.

[0526c21] Như kinh đã nói, mực nước thủy triều ở đại dương luôn dao động đúng quỹ đạo thời gian. Nay hỏi nhân duyên vì đâu mà việc ấy như vậy?

Trả lời: Về thời gian thì có hai kiểu: một là thời gian thủy triều vào sáng chiều;[360] hai là thời gian thủy triều lớn.[361]

Thời gian thủy triều vào sáng chiều là thế nào? Trong các loài chúng sanh[362] sống trong đại dương có loài nhỏ nhoi yếu đuối[363] đói kém, ít được ăn đầy đủ, vì muốn tìm đồ thức ăn nên theo dòng nước tiến sâu lên bờ. Từ việc tìm kiếm thức ăn như vậy mà biết thời gian đúng lúc tìm kiếm lấy. Do đó được gọi là thời gian thủy triều vào sáng chiều.

Thời gian thủy triều lớn là thế nào? Lại có các loài chúng sanh sinh sống trong đại dương, người sống trên biển, mỗi khi đến các ngày mùng 8,[364] 14[365] và 15 cùng với ngày nguyệt phân thần thông,[366] khi đến những ngày ấy thì họ từ thuyền lên bờ. Có người hướng lòng tôn

---

[360] *"nang par dang phye ma red kyi dus rlabs dang,"* **Kpr. p. 1014.** *"Thủy triều vào buổi sáng (prātar) và thủy triều vào buổi chiều (āparāhṇa)."*

[361] 大時 đại thời; [Tib] *dus rlabs chen po;* [Skt] *mahāvelā*

[362] 眾生; [Tib] *srog chags;* [Skt] *prāṇin*

[363] 羸劣 luy liệt; [Tib] *nyam chung ba;* [Skt] *daurbalya*

[364] 八日 bát nhật; [Tib] *tshes brgyad;* [Skt] *aṣṭamī*

[365] 十四日 thập tứ nhật; [Tib] *tshes bcu bzhi;* [Skt] *caturdaśī*

[366] 神通月分日 thần thông nguyệt phần nhật; [Tib] *cho 'phrul gyi zla ba phyed;* [Skt] *prātihārya-ardha-māsa* – nửa tháng của thần biến/ thần thông.

kính thần mặt trăng,[367] người có hướng lòng tôn kính thần mặt trời,[368] hoặc có người hướng lòng tôn kính thần Đồng tử,[369] lại có người ưu-bà-tắc[370] tin tưởng, hướng lòng tôn kính phụng thờ Phật, theo pháp không ăn, làm nhiều việc cúng tế để cầu sự hoan hỉ. Từ việc chúng sanh sinh sống ở biển lấy việc tìm kiếm thức ăn như vậy mà theo nước lớn lên bờ nên gọi là thời gian thủy triều lớn.

[0527a03] Như kinh đã nói, nước trong đại dương có cùng một vị mặn.[371] Nay hỏi nhân duyên vì đâu mà việc ấy như vậy?

Trả lời: Vì có các loài động thực vật sinh sống trong biển, chúng đó đều sinh ra, lớn lên rồi chết đi trong biển. Trước khi chết đi, những thứ tanh hôi, thối rửa của thân thể chúng đó đều nằm trong đại dương cho nên nước biển có vị mặn. Mặt khác, trong biển lại chứa thân xác của các chúng sanh sống trên cạn, núi non, trải qua thời gian dài phân hủy thể xác tạo nên vị mặn của biển. Còn có các dân cư ở các bờ châu lục sinh sống gần biển, họ mang những thứ cây, cành, lá, cỏ dại mà vứt xuống dưới biển, những thứ đó khi bị mục nát cũng tạo ra vị mặn. Từ nhân duyên như vậy, việc ấy cũng lại như thế.

[0527a10] Như kinh đã nói, trong biển có chứa nhiều khoáng sản quý giá.[372] Nay hỏi nhân duyên vì đâu mà việc ấy như vậy?

Trả lời: Từ khi thế giới đại dương hình thành, phạm vi hơn hết, độ cao hơn hết, tuyệt vời hơn hết, rộng rãi hơn hết, tập trung những điều kiện như vậy tạo nên núi lớn Tu-di nằm ngay ở giữa, có bảy ngọn núi vàng[373] bao ngoài xung quanh. Trong đại dương ấy có cung điện của các Long vương[374] oai lực lớn, cho nên bên trong đại dương có

---

367 月天 nguyệt thiên; zla ba; candra, māsa

368 日天 nhật thiên; nyi ma; sūrya

369 童子天 đồng tử thiên; skyem byed; skanda – con của thần Śiva

370 優婆塞; dge bsnyen; upāsaka

371 鹹味 diêm vị; lan tshwa'i ror ro gcig; ekarasa-lavaṇarasa

372 眾寶 chúng bảo; rin po che mang po dang, rin po che sna tshogs – nhiều bảo vật và khoáng sản quý

373 七金山 thất kim sơn; gser gyi ri bdun po; saptakāñcana-parvata

374 龍王 long vương; klu dbang che ba; mahānāgarājan

chứa nhiều khoáng sản quý giá. Từ nhân duyên như vậy, việc ấy cũng lại như thế.

[0527a16] Như kinh đã nói, có những động vật thân hình to lớn sinh sống trong đại dương. Nay hỏi nhân duyên vì đâu mà việc ấy như vậy?

Trả lời: Những động vật có thân hình to lớn ấy kiếp trước là thân người, làm nhiều việc bất thiện, trái pháp luật, cất chứa sử dụng nhiều đồ ăn thức uống của con cháu, thân quyến, người hầu, chỉ lo phục vụ bản thân mà không hề chia phát cho người khác. Do tội nghiệp như vậy, đến lúc thân hoại mạng chung bị đọa vào các cõi xấu địa ngục. Sau khi mãn kiếp địa ngục, bởi những tội xấu ác trước kia vẫn còn nên sinh làm các loài động vật mang thân hình to lớn sống trong đại dương. Vì mang thân thể to lớn nên làm thức ăn cho cho động vật khác, cho đến đất liền lục địa cũng không dung chứa được thân thể đó. Đó đều do những nghiệp báo bất thiện từ nhiều đời trước tạo nên, đời sống hiện tại trong biển phải chịu nhiều thứ khổ này. Từ nhân duyên như vậy, việc ấy cũng lại như thế.

[0527a25] Như kinh đã nói, đại dương không dung chứa xác chết.[375] Nay hỏi nhân duyên vì đâu mà việc ấy như vậy?

Trả lời: Vì trong đại dương có các Long cung lớn được giữ rất sạch sẽ,[376] nếu trong cung Long vương lớn nhất có xác chết thì ngay trong đêm sẽ được mang tới đặt trong cung Long vương thứ hai, rồi cho đến cung Long vương thứ tư, cứ như vậy lần lượt chuyển xác chết cho đến khi lên tới trên bờ. Từ nhân duyên như vậy, việc ấy cũng lại như thế.

[0527b01] Như kinh đã nói, trong đại dương có cây diêm-phù[377] cao lớn, cành lá sum suê, nước trong cây tuôn ra bên ngoài, ngưng đọng trên hư không như trái ác-xoa[378] rồi rơi xuống đại dương, thế nhưng nước trong đại dương lại không tăng cũng không giảm. Nay

---

[375] 死屍 tử thi; [Tib] shi ba'i ro; [Skt] mṛtakāya
[376] 潔淨 khiết tịnh; [Tib] gtsang sbra; [Skt] śuci
[377] 閻浮樹 diêm-phù thọ; [Tib] 'dzam bu'i tshal; [Skt] jambukhaṇḍa
[378] 惡叉; [Tib] shing rta'i srog shing; [Skt] akṣa

hỏi nhân duyên vì đâu mà việc ấy như vậy?

Trả lời: Nước cây diêm-phù ấy phần lớn được các loài động thực vật sinh sống trong đại dương tiêu thụ, những gì còn thừa lại sẽ bị gió nóng làm bốc hơi đi hết, cho nên nước trong biển không tăng cũng không giảm.

[0527b06] Như kinh đã nói, các loài chúng sanh sinh sống trong đại dương có vô số hình thể,[379] màu sắc[380] và âm thanh khác nhau, không hề có chung một hình thể hay cùng một âm thanh. Nay hỏi nhân duyên vì đâu mà việc ấy như vậy?

Trả lời: Các loài chúng sanh ấy kiếp trước đều làm thân người, làm nhiều việc bất thiện đáng sợ, những việc ác đó xuất phát từ thân ngữ ý. Đến lúc thân hoại mạng chung bị đọa vào đường ác địa ngục. Sau khi mãn kiếp địa ngục, tuy nhiên những tội xấu ác trước kia vẫn còn nên sinh làm các loài động vật sinh sống trong biển. Cho nên, các loài chúng sanh ấy có vô số hình thể, màu sắc và âm thanh khác nhau chứ không phải có chung một hình thể, màu sắc, âm thanh. Từ nhân duyên như vậy, việc ấy cũng lại như thế.

---

[379] 形顯 hình hiển; ⓉⒷ *dbyibs*; ⓈⓀⓉ *saṃsthāna*

[380] 色相 sắc tướng; ⓉⒷ *kha dog sna tshogs*; ⓈⓀⓉ *viśvavarṇa*

MÔN THỨ MƯỜI BA
NHÂN THI THIẾT TRONG
ĐỐI PHÁP ĐẠI LUẬN

[0527b23][381] Như kinh đã nói, từ một tánh tạo thành lại có nhiều chủng loại khác nhau.[382] Nay hỏi nhân duyên vì đâu mà việc ấy như vậy?

Trả lời: Như một vị bí-sô đạt được thiền định thế gian,[383] trước tiên sẽ ly được dục, tiếp đến không còn gian khổ,[384] sau nữa là không bị phân tán.[385] Do đó, vị ấy phát khởi,[386] sinh trưởng[387] và tích chứa,[388] về sau sẽ làm các việc thần thông biến hóa. Sau khi phát khởi, sinh tưởng, tích chứa và làm các việc thần thông biến rồi tùy ý vui thích mà biến thành thân người, hoặc biến thành các thân khác như thân voi, thân ngựa, thân bò, các thân chim bay, hoặc biến thành tướng xe cộ, tướng cây cối, tướng tường vách, hoặc đến hoặc đi, hoặc ra hoặc vào, tới lui đều được tự tại. Từ nhân duyên như vậy, việc ấy cũng lại như thế.

[0527c02] Như kinh đã nói, tuy có nhiều chủng loại khác nhau

---

[381] Quyển 7.

[382] *"de gcig tu gyur nas mang por 'gyur"* **Kpr. p. 1018.** *"Nhiều thứ sanh ra từ một thứ."*

[383] 世間定 thế gian định; *'jig rten pa'i ting nge 'dzin;* laukikasamādhi

[384] 不艱苦 bất gian khổ; *dka' ba med pa;* akṛcchra

[385] 不流散 bất lưu tán; *tshegs med pa;* anāyāsa

[386] 發起; *skyed pa;* janana

[387] 生長; *bskrun pa;* avaropita

[388] 積集 tích tập; *yang dag par sgrub pa;* samudāgama

nhưng đều quy hướng về một tánh.[389] Nay hỏi nhân duyên vì đâu mà việc ấy như vậy?

Trả lời: Như một vị bí-sô tùy vào các tướng mạo hình thể, hiện tượng xung quanh mà biến thành thân người, hoặc biến thành các thân khác như thân voi, thân ngựa, thân bò, các thân chim bay, hoặc biến thành tướng xe cộ, tướng cây cối, tướng tường vách, hoặc đến hoặc đi, hoặc ra hoặc vào. Tùy vào các hình tướng biến hóa mà thực hiện một cách nhẹ nhàng, nhanh chóng. Vị bí-sô dụng công biến hóa ra các hình tướng khác nhau như vậy, sau khi biến hóa ra rồi lại ẩn mất, tất cả đều không xuất hiện nữa. Từ nhân duyên như vậy, việc ấy cũng lại như thế.

[0527c09] Như kinh đã nói, trong các sự biến hóa đó như hiện đến, mất đi đều tùy vào mức độ thấy,[390] biết[391] của vị ấy mà có sự khác nhau giữa các sự biến hóa. Nay hỏi nhân duyên vì đâu mà việc ấy như vậy?

Trả lời: Như có người muốn biến hóa ra một tướng đến nơi nào đó, trước tiên tự suy nghĩ: "Làm thế nào khiến người khác không thể thấy ta, không thể biết ta." Sau khi suy nghĩ như vậy liền nhập vào định, nhảy vượt qua tường vách, tùy ý mà hiện đến. Đây tức là tướng hiện đến, người khác không thể thấy được.

[0527c14] Vì sao người khác không thể thấy được tướng biến đi?

Như có người muốn biến hóa tướng biến đi, trước tiên suy nghĩ: "Làm thế nào khiến người khác không thể thấy ta, không thể biết ta." Sau khi suy nghĩ như vậy liền nhập vào định, nhảy vượt qua tường vách, tùy ý mà biến đi. Từ nhân duyên như vậy, người khác không thể thấy tướng biến đi. Đó là ở trong định tướng hiện đến tức là tướng biến đi, còn tướng biến đi chính là tướng hiện đến. Thấy biết như vậy, tùy vào chỗ phát khởi mà mỗi kiểu có sự khác nhau, mỗi kiểu đều hiểu biết được. Người trí tùy vào hoàn cảnh thích ứng mà dùng tánh

---

[389] *"de mang por gyur nas gcig tu 'gyur ro,"* Kpr. p. 1019. *"Một thứ sanh ra từ nhiều thứ."*

[390] 見 kiến; mthong ba; darśana

[391] 知 tri; shes pa; jñāna

trí tuệ sáng suốt trong vô tướng[392] mà khởi hữu tướng,[393] trí lợi rộng lớn, thông hiểu khắp cùng. Từ nhân duyên như vậy, việc ấy cũng lại như thế.

[0527c22] Như kinh đã nói, khi vượt qua tường vách, hoặc vượt qua đá núi, thì thân ấy không hề bị trở ngại, tùy ý mà đi như đang bước trong hư không. Nay hỏi nhân duyên vì đâu mà việc ấy như vậy?

Trả lời: Như vị bí-sô nhập vào trong định như hư không,[394] trong định ấy mà vượt qua tường vách, hoặc vượt qua đá núi thì thân ấy không hề bị trở ngại, tùy ý mà đi như đang bước trong hư không. Vị ấy vượt qua tất cả mọi tường vách đá núi đều như hư không, hoàn toàn không bị trở ngại.

[0527c27] Như kinh đã nói, người có thể đi xuống lòng đất như đi vào nước, lại bước đi trên mặt nước như đi trên mặt đất. Nay hỏi nhân duyên vì đâu mà việc ấy như vậy?

Trả lời: Như khi vị bí-sô nhập vào định như nước,[395] từ mặt đất đi lên không trung hay đi xuống lòng đất, lên xuống như vậy không hề bị trở ngại, hay bước đi trong nước lên xuống như thế cũng không bị trở ngại, không làm ngưng dòng nước chảy, tùy ý mà đi lại. Người ấy ở trong lòng đất giống như trong nước, bước đi trên nước cũng như trên đất. Từ nhân duyên như vậy, việc ấy cũng lại như thế.

[0528a03] Như kinh đã nói, người có thể ngồi kiết già di chuyển quanh vòng trên không trung, tức là ngồi mà di chuyển được, hình dáng như chim bay nhẹ nhàng tự tại. Nay hỏi nhân duyên vì đâu mà việc ấy như vậy?

Trả lời: Như một vị bí-sô đạt được thiền định thế gian, trước tiên sẽ ly được dục, tiếp đến không còn gian khổ, sau nữa là không bị phân tán. Do đó, vị ấy phát khởi, sinh trưởng và tích chứa, về sau

---

[392] 無相; *Tib* *mi snang pa*; *Skt* *asaṃdarśana* – không thấy được

[393] 有相; *snang ba*; *Skt* *saṃdarśana* – thấy được

[394] 空定 không định; *Tib* *nam mkha'i snyoms par 'jug pa*; *Skt* *ākāśa-samāpatti*

[395] 水定 thủy định; *Tib* *chu'i snyoms par 'jug pa*; *Skt* *udakasamāpatti*

sẽ làm các việc thần thông biến hóa, tùy theo xứ sở địa phương, có thể ngồi yên hoặc bước đi trong không trung, hoặc biến thành đống lửa cháy rực trong không trung, hoặc biến thành làn khói, hoặc biến thành cột khói, hoặc ở trong hư không hóa làn gió³⁹⁶ thổi, hoặc ở trong làn gió cỡi voi đi lại, hoặc biến thành các tướng xe cộ, ngựa, người, tường vách, cây cối, các loài chim bay, v.v. Từ các hình tướng biến hóa ấy mà mọi người đều thấy, ai cũng cảm thấy kỳ quái ngạc nhiên. Họ biết được chính do năng lực của thần thông mà biến hóa ra các hình tướng ấy, đấy là nhờ vào việc khéo tu tập các trí lực thần túc.³⁹⁷ Từ nhân duyên như vậy, việc ấy cũng lại như thế.

[0528a14] Như kinh đã nói, hoặc có người có thể ở giữa hư không đưa tay đụng chạm tới được mặt trời, mặt trăng³⁹⁸ cũng như vậy. Nay hỏi nhân duyên vì đâu mà việc ấy như vậy?

Trả lời: Như vị bí-sô trong thiền định, từ nơi mặt trời³⁹⁹ ấy mà xuất hiện ra từ trong ánh sáng mặt trời, từ nơi mặt trăng⁴⁰⁰ kia mà xuất hiện ra từ ánh sáng mặt trăng, cho đến trong định ấy mà khởi lên các thứ thần thông, đưa tay vào hư không chạm tới mặt trời và mặt trăng. Đó là nhờ vào lực thần thông của định mà được tùy ý vô ngại.

[0528a19] Như kinh đã nói, có người có thể đến đi tùy ý tự tại nơi thế giới Phạm thiên.⁴⁰¹ Nay hỏi nhân duyên vì đâu mà việc ấy như vậy?

Trả lời: Như một vị bí-sô đạt được thiền định thế gian, trước tiên sẽ ly được dục, tiếp đến không còn gian khổ, sau nữa là không bị

---

396 風輪 phong luân; [Tib] *rlung gi dkyil 'khor*; [Skt] *vāyumaṇḍala*

397 善修神足智力 thiện tu thần túc trí lực; [Tib] *rdzu 'phrul gyi rkang pa rnams legs par bsgoms pa* – khéo tu tập các thứ thần túc (*ṛddhi-pada*)

398 舉手捫觸日月二相 cử thủ môn xúc nhật nguyệt nhị tướng; [Tib] *nyi ma dang zla ba gnyis lag pas 'dzin* – bằng tay (*hasta*) nắm được cả hai mặt trời (*sūrya*) và mặt trăng (*candra*)

399 日輪 nhật luân; [Tib] *nyi ma'i dkyil 'khor*; [Skt] *sūryamaṇḍala*

400 月輪 nguyệt luân; [Tib] *zla ba'i dkyil 'khor*; [Skt] *candramaṇḍala*

401 梵界 phạm giới; [Tib] *tshangs pa'i 'jig rten*; [Skt] *brahmaloka*

phân tán. Do đó, vị ấy phát khởi, sinh trưởng và tích chứa, về sau sẽ làm các việc thần thông biến hóa, thân và tâm dung hòa thành một, tâm tức là thân, thân tức là tâm, thân và tâm tương tức, vận dụng hòa quyện với nhau. Giống như ở thế gian, sữa, mật, nước, dầu được trộn lẫn hòa tan vào nhau một nơi. Vị bí-sô khi ở trong định cũng giống như thế, thân và tâm dung hòa, uyển chuyển nhẹ nhàng, tâm tưởng tự tại, tùy ý có thể đi lại trong thế giới Phạm thiên, cao thấp đều bay qua dễ dàng không gì trở ngại. Cũng như người nghệ nhân chế tạo đồ thủ công tre nứa, cầm nắm vật liệu tre nứa đan xỏ tùy ý không bị khó khăn. Lại như vị bí-sô đi khất thực, thức ăn cúng dường được đặt vào trong bình bát, vị ấy tùy ý bốc ăn tự nhiên không gì trở ngại. Khi vị bí-sô ở trong định cũng lại như vậy, thân tâm uyển chuyển, các tưởng sinh khởi nhẹ nhàng, vận dụng bay cất lên không có gì trở ngại, cho đến chỉ cần khởi tâm liền tức thì đến được cung điện của Phạm thiên. Sức lực tăng mạnh, quyền thế vững chắc, đến đi tùy ý tự tại nơi thế giới Phạm thiên.

[0528b03] Như kinh đã nói, vào một lúc nọ, đức Phật bảo tôn giả A-nan: "Thầy có biết không? Ta dùng thân tướng được tạo thành từ ý như vậy,[402] dùng sức mạnh của thần thông mà tùy ý đi lại nơi cung điện của Phạm thiên." Tôn giả A-nan bạch đức Phật: "Đúng thật như vậy, con biết Thế Tôn dùng thân tướng nặng nề từ bốn đại[403] tạo thành để tùy ý đi lại nơi cung điện của Phạm thiên." Phật bảo: "A-nan! Ta biết thân tướng bốn đại nặng nề như vậy, nó được tạo thành từ sự kết hợp của tinh cha huyết mẹ và các điều kiện bên ngoài khác. Dù nhờ vào các việc ăn uống, y phục, tắm rửa, nuôi dưỡng mọi thứ, thế nhưng cuối cùng thân ấy vẫn là pháp hao mòn, tan rã, thì sao có thể tùy ý đi lại nơi cung điện của Phạm thiên?" A-nan bạch cùng đức Phật: "Có thể được, thưa Thế tôn, có thể được, bạch Thiện thệ!" "Giống như ở thế gian, sắt trước khi làm công cụ cày bừa, khi ở trong lò luyện, khi bị lửa lớn nung cháy chưa mang ra ngoài thì công cụ sắt ấy có tính nhẹ nhàng, lại còn mềm dẻo rất dễ uốn nắn. Đến khi mang ra bên ngoài mát mẻ, các công cụ sắt ấy lại trở nên nặng chắc, kiên cố

---

402 意所成身 ý sở thành thân; yid kyi rdzu 'phrul; manasṛddhi

403 四大 tứ đại; 'byung ba chen po bzhi; caturmahābhūta

rất khó uốn nắn. Này A-nan, Như lai cũng lại như vậy, như khi thân và tâm dung hòa, các tưởng sinh khởi nhẹ nhàng, lại càng thêm uyển chuyển tiếp nối yên tĩnh, tùy ý đi lại nơi cung điện của Phạm thiên. Lại nữa, A-nan! Cần phải biết rằng giả sử tâm không tiếp nối liên tục, tức là tâm không nương tựa vào đâu, tâm không dính mắc chốn nào. Với tâm không nương tựa vào đâu, tâm không dính mắc chốn nào thì thân tức khắc tự tại."

[0528b19] Lại hỏi: Vì đâu người được biến hóa ra có thể tùy ý đi lại trên không trung?

Trả lời: Người biến hóa tự tại thì người được hóa ra cũng tự tại. Từ thần lực của sự biến hóa mà đi trên không trung như đi trên mặt đất. Từ nhân duyên như vậy, người ấy có thể đi lại trên không trung.

[0528b22] Lại hỏi: Vì đâu người được biến hóa ra có thể đứng trên không trung?

Trả lời: Người biến hóa tự tại thì người được hóa ra cũng tự tại. Từ thần lực của sự biến hóa mà biến hư không như mặt đất. Từ nhân duyên như vậy, người ấy có thể đứng trên không trung.

[0528b25] Lại hỏi: Vì đâu người được biến hóa ra có thể ngồi trên không trung?

Trả lời: Người biến hóa tự tại thì người được hóa ra cũng tự tại. Cho nên ở trong không trung mà biến thành chỗ ngồi. Từ nhân duyên như vậy, người ấy có thể ngồi trên không trung.

[0528b28] Lại hỏi: Vì đâu người được biến hóa ra có thể sắp đặt giường ghế tùy ý nằm ngồi?

Trả lời: Người biến hóa tự tại thì người được hóa ra cũng tự tại, cho nên sắp đặt giường ghế ở trên không trung. Từ nhân duyên như vậy, người ấy có thể nằm trên không trung.

[0528c02] Các việc như vậy, còn các hình thức biến hóa khác do công lực của thần thông tạo ra cũng giống như các việc đã nói ra, tùy ý nên biết.

MÔN THỨ MƯỜI BỐN
NHÂN THI THIẾT

[0528c05] Hỏi rằng: Có gì tính đếm biết được trời có mưa hay không?[404]

Trả lời: Có tám loại mây. Loại mây thứ nhất cao một do-tuần[405] rưỡi. Loại mây thứ hai cao năm câu-lô-xá.[406] Loại mây thứ ba cao một do-tuần. Loại mây thứ tư cao ba câu-lô-xá. Loại mây thứ năm cao nửa do-tuần. Loại mây thứ sáu cao một câu-lô-xá. Loại mây thứ bảy cao nửa câu-lô-xá. Loại mây thứ tám cao một phần tư câu-lô-xá. Các đám mây ngừng rồi thì trời mưa hay không, lại không nhất định.

[0528c11] Lại hỏi: Vì đâu con người vào lúc thế giới vừa mới hình thành, đám mây bay cao một do-tuần rưỡi thì toàn bộ mặt đất đều nhận được mưa rơi?

Trả lời: Con người vào lúc thế giới vừa mới hình thành có đầy đủ oai đức lớn, các rồng có sức mạnh lớn đều kính ngưỡng, tôn trọng người, cho nên đám mây bay cao một do-tuần rưỡi, khi ấy toàn bộ mặt đất đều nhận được mưa rơi. Con người ngày nay oai đức suy kém, các rồng có sức mạnh lớn không còn sinh lòng kính ngưỡng, tôn trọng người. Cho nên, ngày nay đám mây bay cao nửa câu-lô-xá thì trên trời đã có mưa rơi. Từ nhân duyên như vậy, việc ấy cũng lại như thế.

[0528c17] Lại hỏi: Vì đâu có khi trong ngày lại không có mưa?

---

[404] "char pa ji tsam na 'dug ste 'bab ce na," **Kpr. p.** 1026. "*Lượng nước mưa (vṛṣṭi) nhiều đến bao nhiêu (yāvat) thì mưa rơi xuống (pra-vahati)?*"

[405] 由旬; **Tib** *dpag tshad*; **Skt** *yojana*

[406] 俱盧舍; **Tib** *rgyang grags*; **Skt** *krośa*

Trả lời: Có tám nguyên nhân trời không mưa. Những gì là tám?

[0528c19] Một: Khi sắp có mưa thì bóng chớp sáng lòe, mây lớn kéo đến ầm ầm. Gió lớn bốn phương ùn ùn vang động. Người dự báo thời tiết[407] không thể biết rõ, chỉ tự nói lời: "Trời sắp có mưa." Tuy nhiên, sức nóng[408] trên mặt đất lại tăng mạnh, do nguyên nhân này mà hiện tượng làm mưa biến mất. Đây chính là nguyên nhân thứ nhất khiến trời không mưa.

[0528c23] Hai: Khi sắp có mưa thì bóng chớp sáng lòe, mây lớn kéo đến ầm ầm. Gió lớn bốn phương ùn ùn vang động. Người dự báo thời tiết không thể biết rõ, chỉ tự nói lời: "Trời sắp có mưa." Tuy nhiên, gió trên không trung bỗng nhiên thổi mạnh vang động, liền khiến mưa kia rơi xuống những nơi xa xôi vắng vẻ, đồng không hoang lạnh hoặc nơi không có nhà cửa. Đây chính là nguyên nhân thứ hai khiến trời không mưa.

[0528c28] Ba: Khi sắp có mưa thì bóng chớp sáng lòe, mây lớn kéo đến ầm ầm. Gió lớn bốn phương ùn ùn vang động. Người dự báo thời tiết không thể biết rõ, chỉ tự nói lời: "Trời sắp có mưa." Tuy nhiên, vua La-hầu a-tu-la[409] lại lấy hai tay che đi, khiến nước mưa rơi xuống đại dương. Đây chính là nguyên nhân thứ ba khiến trời không mưa.

[0529a04] Bốn: Khi sắp có mưa thì bóng chớp sáng lòe, mây lớn kéo đến ầm ầm. Gió lớn bốn phương ùn ùn vang động. Người dự báo thời tiết không thể biết rõ, chỉ tự nói lời: "Trời sắp có mưa." Tuy nhiên, quan trời thần mưa[410] lại say sưa quên lãng, chính từ sự quên lãng ấy đã làm trời không mưa. Đây chính là nguyên nhân thứ tư khiến trời không mưa.

[0529a09] Năm: Khi sắp có mưa thì bóng chớp sáng lòe, mây

---

[407] 占候之人 chiêm hậu chi nhân; Tib ltas pa; Skt naimittika

[408] 火界 hỏa giới; Tib me'i khams; Skt tejodhātu

[409] 羅睺阿修羅王 La-hầu a-tu-la vương; Cf.: Tib lha ma yin gyi dbang po; Skt asurendra.

[410] 行雨天官 hành vũ thiên quan; Tib char 'bebs pa'i lha'i bu; Skt varṣaṇadevaputra

lớn kéo đến ầm ầm. Gió lớn bốn phương ùn ùn vang động. Người dự báo thời tiết không thể biết rõ, chỉ tự nói lời: "Trời sắp có mưa." Tuy nhiên, dân chúng làm nhiều việc phi pháp,⁴¹¹ xấu ác, chính từ những việc phi pháp, xấu ác ấy đã làm trời không mưa. Đây chính là nguyên nhân thứ năm khiến trời không mưa.

[0529a14] Sáu: Khi sắp có mưa, hoặc có vị thiên tử có thần thông,⁴¹² dùng oai lực⁴¹³ của thần thông ấy tùy vào mức độ mưa rơi mà dừng mưa hẳn. Đây chính là nguyên nhân thứ sáu khiến trời không mưa.

[0529a17] Bảy: Chính là nghiệp chướng của dân chúng kia cộng chung lại như vậy cho nên vùng trời nơi đó không có mưa rơi.⁴¹⁴ Đây chính là nguyên nhân thứ bảy khiến trời không mưa.

[0529a19] Tám: Hoặc khi mưa rơi trái mùa, dân chúng thành tâm cầu xin⁴¹⁵ mưa xuống nhưng vị trời dùng oai lực thần thông kia ngăn chặn mưa rơi. Đây chính là nguyên nhân thứ tám khiến trời không mưa.

[0529a22] Lại hỏi: Vì đâu có thể khiến trời mưa đúng lúc?

Trả lời: Có tám nguyên nhân có thể làm mưa rơi xuống. Những gì là tám.

[0529a24]

Một: do oai lực của loài Rồng⁴¹⁶ nên trời liền có mưa.

Hai: do oai lực của Dạ-xoa⁴¹⁷ nên trời liền có mưa.

Ba: do oai lực của Cưu-bàn-trà⁴¹⁸ nên trời liền có mưa.

---

⁴¹¹ 藏 *mi rnams chos ma yin pa spyod cing mi mthun par spyod de* – con người làm việc phi pháp (*adharma*) và tàn hại (*viruddha*)

⁴¹² 神通; 藏 *rdzu 'phrul che*; 梵 *maharddhi*

⁴¹³ 威力; 藏 *mthu che ba*; 梵 *mahānubhāva*

⁴¹⁴ 藏 *'jig rten gyi chos nyid de* – đó là pháp nhĩ của thế gian

⁴¹⁵ 祈求 kỳ cầu; 藏 *bskul ba*; 梵 *adhyeṣaṇā*

⁴¹⁶ 龍威力; 藏 *klu'i mthu*; 梵 *nāgaprabhāva*

⁴¹⁷ 夜叉威力; 藏 *gnod spyin gyi mthu*; 梵 *yakṣaprabhāva*

⁴¹⁸ 鳩盤荼威力; 藏 *grul bum gyi mthu*; 梵 *kumbhāṇḍaprabhāva*

Bốn: do oai lực của chư thiên[419] nên trời liền có mưa.

Năm: do oai lực của loài người[420] nên trời liền có mưa.

Sáu: do oai lực của thần thông[421] nên trời liền có mưa.

Bảy: do đúng thời hợp pháp[422] nên trời liền có mưa.

Tám: do sự thành tâm cầu xin[423] nên trời liền có mưa.

[0529a29] Lại hỏi: Vì đâu đến lúc mùa hạ nóng bức[424] hay giữa mùa mưa lại có mưa nhiều khắp nơi?

Trả lời: Vào khoảng hai thời gian này, các Long vương vui vẻ nhờ vào thời tiết, từ không trung vui thích bay lượn mà đến. Vì Long vương vui vẻ nên vào hai thời gian ấy có mưa nhiều. Hoặc do dân chúng làm việc đúng pháp, thực hành, giữ gìn nghiệp thiện, nhờ vào sức mạnh của điều thiện mà vào hai lúc này có mưa nhiều.

[0529b05] Lại hỏi: Vì đâu khi mưa rơi nước lại kết thành giọt tiếng lớn?

Trả lời: Gió mạnh từ hai hướng thổi về lại một chỗ cho nên đúng lúc mưa rơi thì kết thành giọt có tiếng lớn. Hoặc do con người làm nhiều việc ác, bởi sức mạnh của điều ác tích lũy, loài phi nhân[425] náo động. Các điều kiện như thế thật không mang lợi ích[426] gì. Từ nhân duyên như vậy, việc ấy cũng lại như thế.

[0529b09] Lại hỏi: Vì đâu khi mưa lớn lại có mưa đá[427] xuất hiện?

Trả lời: Gió mạnh từ hai hướng thổi về lại một chỗ, cho nên đúng lúc mưa rơi thì kết thành giọt lớn rơi xuống, mặt đất lại cứng chắc,

---

[419] 天威力; ⓉⒷ lha'i mthu; ⓈⓀⓉ devaprabhāva

[420] 人威力; ⓉⒷ mi'i mthu; ⓈⓀⓉ manuṣyaprabhāva

[421] 神通力; ⓉⒷ rdzu 'phrul; ⓈⓀⓉ ṛddhi

[422] 法合依時 pháp hợp y thời; ⓉⒷ chos nyid; ⓈⓀⓉ dharmatā

[423] 精實祈求 tinh thật kỳ cầu; ⓉⒷ bden pas bskul ba; ⓈⓀⓉ satyādhyeṣaṇā

[424] 熱 nhiệt; ⓉⒷ so ka; ⓈⓀⓉ grīṣma

[425] 非人; ⓉⒷ mi ma yin pa; ⓈⓀⓉ amānuṣa

[426] 無義利 vô nghĩa lợi; Cf.: ⓉⒷ gnod pa; ⓈⓀⓉ apakāra – tổn hại

[427] 雹 bạc; ⓉⒷ ser ba; ⓈⓀⓉ aśani

gió bên dưới thổi mạnh có khi làm thành tuyết, lại có khi làm thành mưa lớn. Từ nhân duyên như vậy, việc ấy cũng lại như thế.

[0529b12] Lại hỏi: Vì đâu lại có ánh chớp[428] xuất hiện?

Trả lời: Vì có gió nóng mạnh bạo từ hai hướng thổi đến, hai gió này va chạm mạnh vào nhau nên có ánh chớp từ gió xuất hiện. Từ nhân duyên như vậy, việc ấy cũng lại như thế.

[0529b15] Lại hỏi: Vì đâu khi mưa lại có tiếng sấm sét vang động?

Trả lời: Vì bên dưới có lửa nóng dữ dội, hình dạng như ngọn lửa cháy lớn, tức là phần lửa tăng mạnh. Vì phần lửa tăng mạnh nên phần gió cũng tăng mạnh. Vì gió tăng mạnh nên có nước đến và đi. Từ nhân duyên như vậy, việc ấy cũng lại như thế.

[0529b19] Lại hỏi: Vì đâu mây có màu xanh?

Trả lời: Vì có tính thấm nhuần của nước.

[0529b20] Lại hỏi: Vì đâu mây có màu vàng và đỏ?

Trả lời: Vì có tính hâm nóng khô ráo của lửa.

[0529b21] Lại hỏi: Vì đâu mây có màu trắng?

Trả lời: Vì có tính hòa hợp của các giới.[429]

Do vậy cần phải biết rằng mây có các tướng màu xanh, vàng, đỏ, trắng.

[0529b23] Lại hỏi: Vì đâu các vị trên thế gian có đắng,[430] chua,[431] cay,[432] mặn,[433] nhạt?[434]

Trả lời: Vì các giới trái nghịch với nhau. Từ nhân duyên như vậy, việc ấy cũng lại như thế.

---

[428] 電光 điện quang; *glog*; *taḍit*

[429] 界; *khams*; *dhātu* (đất, nước, gió, lửa)

[430] 苦 khổ; *ro kha ba*; *tikta*

[431] 醋 thố; *skyur ba*; *amla*

[432] 辛 tân; *tsha ba*; *kaṭuka*

[433] 鹹 hàm; *lan tshwa*; *lavaṇa*

[434] 淡 đạm; *bska ba*; *kaṣāya*

[0529b25] Lại hỏi: Vì đâu lại có vị ngon ngọt?[435]

Trả lời: Vì có tính hòa hợp của các giới. Từ nhân duyên như vậy, việc ấy cũng lại như thế.

[0529b27] Lại hỏi: Vì đâu trong các vật trên thế gian lại có những thứ thô nặng,[436] bền chắc?[437]

Trả lời: Vì tính chất kiên cố của địa giới mạnh mẽ.

[0529b29] Lại hỏi: Vì đâu có những thứ mềm mại, uyển chuyển?[438]

Trả lời: Vì tính chất thấm nhuần của thủy giới mạnh mẽ.

---

[435] 甘 cam; Tib *mngar ba*; Skt *madhura*
[436] 麁重 thô trọng; Tib *lci ba*; Skt *guru*
[437] 堅硬 kiên ngạnh; Tib *rtsub pa*; Skt *karkaśa*
[438] 調適 điều thích; Tib *mnyen pa*; Skt *mṛdu*

THƯ MỤC THAM KHẢO

Để bản: *Thi thiết luận* (施設論), T 26, *No.* 1538.

Tham chiếu để bản: *rgyu gdags pa*, 中國藏學研究中心 :『中華大藏經』（藏文）對勘本, 北京: 中國藏學出版社, 2006, vol. 78.

SÁCH DẪN
[A-TÌ-ĐẠT-MA THI THIẾT TÚC LUẬN]

A-TÌ-ĐẠT-MA
GIỚI THÂN TÚC LUẬN
ABHIDHARMADHĀTUKĀYAŚĀSTRA

阿毘達磨界身足論卷上

尊者世友造

三藏法師玄奘奉　詔譯

No. 1540

❀

Tôn giả Thế Hữu
soạn
Tam tạng Pháp sư Huyền Trang
Phụng chiếu dịch

Thích Nhuận Châu
Việt dịch & chú thích

A-TÌ-ĐẠT-MA GIỚI THÂN TÚC LUẬN[1]

PHẨM I - BẢN SỰ

I. SƠ MÔN[2]

Tụng tổng nhiếp:

Ba địa,[3] mỗi địa có mười:
Năm phiền não, năm kiến
Năm xúc, năm căn, năm pháp
Sáu sáu tương ưng thân.

---

[1] Bản dịch Việt, dẫn dụng và tham khảo các chú thích từ bản dịch Anh ngữ *"Treatise on groups of elements"* của Swati Ganguly, Delhi, 1994. (dẫn: Swati Ganguly).

[2] Nội dung của Luận phân làm 16 *môn*. Sơ môn - môn thứ nhất bao gồm toàn bộ vấn đề trong phẩm Bản sự. 15 *môn* còn lại được luận thuật trong phẩm Phân biệt. Không rõ từ gốc Phạn. Takakusu đề nghị, từ Anh: *category* (phạm trù).

[3] 地, ██ *bhūmi*: mặt đất, địa vức, phạm vi. AK (Pradhan) 5414. *bhūmir nāma gativiśayaḥ | yo hi yasya gativiśayaḥ sa tasya bhūmir ity ucyate*, địa, có nghĩa là môi trường hoạt động (sở hành cảnh giới). Pháp nào là môi trường hoạt động của pháp kia, nó được nói là địa của pháp ấy. Ba địa ở đây chỉ đại địa pháp, đại phiền não địa pháp và Tiểu phiền não địa pháp. *Câu-xá* kể có 5 địa: Đại địa pháp, đại thiện địa pháp, đại phiền não địa pháp, đại bất thiện đa pháp, tiểu phiền não địa pháp. AK (Pradhan) 5413: *pañca prakārāś caittā mahābhūmikāḥ kuśalamahābhūmikāḥ kleśamahābhūmikāḥ akuśalamahābhūmikāḥ parīttakleśamahābhūmikāś ca |*. Huyền Trang (Htr), T1550.

[*Các vấn đề sẽ được luận:*] 1. Ba địa: **[614b13a]** a. Mười đại địa pháp; b. Mười phiền não địa pháp; c. Mười tiểu phiền não địa pháp. 2. Năm phiền não. 3. Năm kiến. 4. Năm xúc. 5. Năm căn. 6. Năm pháp. 7. Sáu thức thân. 8. Sáu xúc thân. 9. Sáu thọ thân. 10. Sáu tưởng thân. 11. Sáu tư thân. 12. Sáu ái thân.

1. Ba địa

a. *Mười đại địa pháp*[4] là những gì? Thọ[5], tưởng[6], tư[7], xúc[8], tác ý[9],

---

[4] 大地法; **Skt** *mahābhūmika-dharma*. AK, dẫn trên: *tatra mahatī bhūmir eṣām iti mahābhūmikāḥ ye sarvatra cetasi bhavanti* | Trong đây, những địa nào có tính phổ biến, chúng được gọi là đại địa, tức các tâm sở có mặt khắp tất cả (trong mọi hoạt động của thức). Htr. T1558, **tr. 1911**. - *Thuận chính lý* (Htr. T1562, **tr. 384a26**): 心非大地法。非心俱生故。Tâm không phải là đại địa pháp, vì không sinh khởi cùng lúc với tâm. Thứ tự 10 đại địa pháp ở đây không nhất trí với Câu-xá. AK (Pradhan) 5417: *vedanā cetanā saṃjñā cchandaḥ sparśo matiḥ smṛtiḥ | manaskāro 'dhimokṣaś ca samādhiḥ sarvacetasi* || 2.24 || Htr. T1558, **tr. 178b8**: 受想思觸欲　慧念與作意 勝解三摩地　遍於一切心. Thọ, tưởng, tư, xúc, dục, huệ, niệm, tác ý, thắng giải, và định, chúng có mặt trong tất cả tâm.

[5] 受; AK (Pradhan) 5419: *tatra vedanā trividho 'nubhavaḥ | sukho duḥkho 'duḥkhāsukhaś ca | cetanā cittābhisaṃskāro manaskarma* | Trong đây, thọ là ba sự cảm nghiệm khác nhau: khổ, lạc và phi cả hai. **Skt** *anubhava* (cảm nghiệm), Htr. 領納隨觸. *Vyākhyā*,: *anubhūtir anubhavaḥ upabhogaḥ*: tri giác, lãnh nạp, đồng nghĩa thọ dụng.

[6] 想; **Skt** *saṃjñā*. AK (Pradhan) 114: *saṃjñā nimittodgrahaṇātmikā*, tự thể của tưởng là sự nắm bắt các đối tượng.

[7] 思; **Skt** *cetanā*. AK. 5420: *cetanā cittābhisaṃskāro*, tư, ý chí, là hành xử của tâm.

[8] 觸; **Skt** *sparśa*. AK. 5421: *sparśa indriyaviṣayavijñānasannipātajā spṛṣṭiḥ* | xúc, sự tiếp xúc phát sinh từ tổ hợp căn, cảnh và thức.

[9] 作意; **Skt** *manaskāra*. AK. 5423: *manaskāraś cetasa ābhogaḥ* | tác ý, sự chú ý, sự hướng đến (đối tượng) của tâm, sự thiên hướng của tâm. Htr. T1558, **tr. 1921**: 作意謂能令心警覺. *Vyākhyā*: *ālambane cetasa āvarjanam avadhāraṇam ity arthaḥ/* Nghĩa là, sự quy hướng (chuyên chú), sự xác định của tâm nơi đối tượng.

dục[10], thắng giải[11], niệm[12], định[13], huệ.[14]

---

[10] 欲; **Skt** *chanda*. AK. 5421: *cchandaḥ kartṛkāmatā* | Dục, muốn hành động.

[11] 勝解; **Skt** *adhimukti*.AK. 5423: *adhimokṣo 'dhimuktiḥ* | thắng giải tức sự xác tín. *Vyākhyā: adhimuktis tad ālambanasya guṇato'vadhāraṇam / rucir ity anye yathāniścayaṃ dhāraṇeti yogācāracittāḥ/* xác tín là sự xác nhận (ấn khả) đối tượng về mặt phẩm chất. Hoặc nó có nghĩa là yêu thích, tức là sự ấn khả (xác nhận) tùy theo đối tượng đã được quyết định, như tâm tu tập quán hành. Xem *Câu-xá* ii (Việt dịch, **cth. 65**).

[12] 念; **Skt** *smṛti*. AK. 5422: *smṛtir ālambanāsaṃpramoṣaḥ*| sự ghi nhớ, không quên lãng đối tượng. Htr. T1558, **tr. 178b14**: 念謂於緣明記不忘。

[13] 三摩地 **Skt** *samādhi*. AK. 5423: *samādhiś cittasyaikāgratā* | định, sự tập trung của tâm trên một đối tượng. Htr. T 1558 19a22 - 三摩地謂心一境性。

[14] 慧; **Skt** *mati*. AK. 5422: *matiḥ prajñā dharmapravicayaḥ* | sự giản trạch (thẩm tra), phân biệt các pháp. *Vyākhyā: pravicinotīti pravicayaḥ/ pravicīyante vānena dharmā iti pravicayaḥ/ yena saṃkīrṇā iva dharmāḥ puṣpāṇīva pravicīyante, ucciyante ity arthaḥ/ ime sāsravāḥ, ime'nāsravāḥ, ime rūpiṇaḥ, ime arūpiṇa iti/ dharmāṇāṃ pravicayo dharmapravicayaḥ/ pratītatvāt prajñeti vaktavye ślokabandhānuguṇyena matir iti kārikāyām uktam:* Nó tuyển trạch (= tư duy thẩm sát) nên gọi là sự tuyển trạch (= giản trạch). Do thẩm sát (tư trạch) mà các pháp được tuyển lựa (tuyển trạch). Các pháp giống như hoa đốm lăng xăng, do tư trạch mà chúng được tuyển trạch (lựa), được tuyển tập (chọn). Các pháp này hoặc là hữu lậu, hoặc vô lậu, có sắc, không có sắc. Sự tuyển trạch các pháp gọi là trạch pháp. Vì tính liễu tri nên gọi là [thắng] huệ. Do tùy thuận với âm luật của thi tụng nên từ *mati* được dùng trong tụng văn (thay cho từ *prajñā*). Xem *Câu-xá* ii (Việt dịch, **cth. 63**)

b. *Mười đại phiền não địa pháp*[15] là những gì? Bất tín[16], giải đãi[17], thất niệm[18], tâm loạn[19], vô minh[20], bất chánh tri[21], phi lý tác ý[22], tà

---

[15] 大煩惱地法; Skt *kleśamahābhūmika dharma*, đi kèm theo tất cả các tâm nhiễm ô câu sanh (*sarvākuśalacittasahaja*, AA, p.66). AA đưa ra danh sách 10 Đại thiện địa pháp hầu như tương ứng với thứ tự trong Giới thân túc luận, tuy nhiên, AK chỉ giải thích 6 tâm sở tương tự.

[16] 不信; Skt *āśaraddhya*, AK. Pradhan (1967) 567-8: *āśraddhyaṃ cetaso 'prasādaḥ śraddhāvipakṣaḥ*. Chân Đế (Cđ): 無信謂心無澄淨。此是信對治法。(Htr): 不信者謂心不澄淨。是前所說信所對治。

[17] 懈怠; Skt *kausīdya*; AK.567: *kausīdyaṃ cetaso nābhyutsāho vīryavipakṣa*. (Cđ): 懈怠謂心無勝能。(Htr): 怠謂懈怠心不勇悍。是前所說勤所對治。

[18] 失念; Skt *muṣitasmṛtitā*, AK. 5617: *smṛtireva hi kliṣṭā muṣitasmṛtitā|*... (Cđ): 若念彼染污，說為忘念。(Htr): 即染污念，名為失念。Niệm bị nhiễm ô, gọi là thất niệm.

[19] 心亂; Skt *vikṣepa*. AK. 5614-16 *muṣitasmṛtivikṣepāsamprajanyāyoniśomanasikāramithyādhimokṣā mahābhūmikatvāt na kleśamahābhūmikā evāvadhāryante|*. (Cđ): 心亂，不了別，不正思惟，邪相了。此法已屬大地，不可重安立為惑大地。(Htr): 謂失念心亂不正知非理作意邪勝解。已說彼在大地法中，不應重立為大煩惱地法。

[20] 無明; Skt *avidya* AK.13119; *atha ka ime'vidyādayaḥ? pūrvakleśā daśā'vidyā, yā pūrvake janmani kleśāvasthā, sehāvidyetyucyate;* (Cđ): 何法名無明等。偈曰。宿惑位無明。釋曰。於宿世中一切惑位。於今名無明。(Htr):無明等支何法為體。頌曰　宿惑位無明。論曰。於宿生中諸煩惱位至今果熟總謂無明。

[21] 不正知; Skt *asamprajanya*, AK. 5617 ... *samādhireva kliṣṭo vikṣepa ityevamādi|*. (Htr): 染污等持，名為心亂。諸染污慧，名不正知…。Nhiễm ô định, gọi là loạn tâm. Các món huệ bị nhiễm ô, gọi là bất chánh tri.

[22] 非理作意; Skt *ayoniśomanaskāra*, AK.13512-13 *ayoniśomanaskārahetukā'vidyoktā sūtrāntare|*. (Cđ): 於餘經中說。無明以不正思惟為因。(Htr): 餘契經說。非理作意為無明因。Ngoài ra khế kinh nói, phi lý tác ý là nhân của vô minh.

thắng giải[23], trạo cử[24], phóng dật.[25]

c. Mười *tiểu phiền não địa pháp*[26] là những gì? Phẫn[27],

---

[23] 邪勝解; ^{Skt} *mithyādhimokṣa*. AK. 5617 ...*kliṣṭo vikṣepa ityevamādi*|. (Htr):... 染污作意，勝解名為。非理作意，及邪勝解。Nhiễm ô tác ý gọi là phi lý tác ý, nhiễm ô thắng giải gọi là tà thắng giải.

[24] 掉舉 ^{Skt} *auddhatya*, AK.3977; *uddhataṃ kliṣṭamauddhatyasamprayogāt*|.(Cđ): 動心者是染污心。與掉起相應故。(Htr): 掉心者謂染心。掉舉相應故。Tâm động gọi là tâm nhiễm ô, tương ứng với trạo cử.

[25] 放逸; ^{Skt} *pramāda*. AK.557; *apramādaḥ kuśalānāṃ dharmāṇāṃ bhāvanā*|. (Cđ): 不放逸謂修習善法。Bất phóng dật (*apramāda*) là tu tập các thiện pháp. (Htr): 不放逸者，修諸善法，離諸不善法。Bất phóng dật là tu tập thiện pháp, lìa xa các pháp bất thiện. Đoạn sau, *yā teṣvavahitatā*| (Cđ): 恒在善法，名不放逸。Thường trong thiện pháp, gọi là bất phóng dật.

Theo AA các Đại phiền não địa pháp là *āśraddhya*, *kausīdya*, *muṣitasmṛtitā*, *moha*, *mithyāmanaskāra*, *mithyādhimukti*, *auddhatya*, *avidyā*, và *mithyāsaṃskāra*. AK chỉ nêu sáu đại phiền não địa (*kleśamahābhūmika*): *moha*, *pramāda*, *kausīdya*, *āśraddhya*, *styāna* và *uddhava*.

[26] 小煩惱地法; ^{Skt} *upakleśabhūmika*, (Cđ): *Tiểu hoặc địa.* 小惑地. Những cơ địa của pháp phiền não thứ cấp gọi là tiểu phiền não địa. *Câu-xá* ii (Việt dịch). AK.574-5 *krodhopanāhaśāṭhyeṣyārpradāsamrakṣamatsarāḥ*| *māyāmadavirhisāśca parīttakleśabhūmikāḥ*||27||. (Cđ): 嫌恨諂嫉妬，悋覆及悋恡。詔醉并逼惱，是十小惑地。(Htr): 頌曰：忿覆悋嫉惱，害恨諂誑憍。如是類名為，小煩惱地法。*Phẫn, phú, xan, tật, não, Hại, hận, siểm, cuống, kiêu; Loại như vậy được gọi Tiểu phiền não địa pháp. Câu-xá* ii (Việt dịch). Đối chiếu với liệt kê trong *Giới thân*, trong AA có *dveṣa*, *māna*, *mahāmāna*, mà không đề cập đến phẫn (*krodha*), kiêu (*mada*) và hại (*vihiṃsā*).

[27] 忿; ^{Skt} *krodha*. AK.3129 *vyāpādavihiṃsāvarjitaḥ sattvāsattvayorāghātaḥ krodhaḥ*| (Htr): ... 除瞋及害於情非情令心憤發說名為忿。Ngoài sân và hại, đối với hữu tình và phi hữu tình, khiến tâm (mình) khởi lên thù oán, gọi là phẫn.

hận[28], phú[29], não[30], tật[31], xan[32], cuống[33], siểm[34], kiêu[35], hại.[36]

2. Năm phiền não[37] là những gì? Dục tham[38], sắc tham[39], vô sắc

---

[28] 恨; ^{Skt} *upanāha;* thù oán, thâm thù. AK 31315: *āghātavastubahulīkāra upanāhaḥ.* Ht.: 恨謂於忿所緣事中數數尋思結怨不捨。 "Luôn luôn ôm ấp ý nghĩ kết oán không bỏ đối với những điều mà nó căm giận."

[29] 覆; ^{Skt} *mrakṣa.* AK.31220 *avadya-pracchādanaṃ mrakṣaḥ|* (Cđ): 隱祕可訶名覆藏。 (Htr): 隱藏自罪說名為覆。 Che giấu lỗi lầm của mình.

[30] 惱; ^{Skt} *pradāśa.* AK 31314-15: *sāvadyavastudṛḍhagrāhitā pradāśaḥ, yena nyāyasaṃjñaptiṃ na gṛhṇāti |* (Htr): 論曰。 惱謂堅執諸有罪事。 由此不取如理諫悔。 Cố chấp tội lỗi, do bởi đó mà không chấp nhận can gián đúng chánh lý. *Câu-xá* iv (Việt dịch).

[31] 嫉; ^{Skt} *īrṣyā.* AK.31216 *parasampattau cetaso vyāroṣa īrṣyā |* (Cđ): 嫉妬 tật đố; 於他圓德心不安喜名嫉妬。 (Htr): 嫉謂於他諸興盛事令心不喜。

[32] 慳; ^{Skt} *mātsarya.* AK. 31216-17: *dharmāmiṣakauśalapradānavirodhī cittāgraho mātsaryam|* (Cđ): 與法財施聰解相違心執名慳恪. (Htr): 慳謂財法巧施相違令心恪著。 Keo kiệt, tâm chấp chặt, không chịu bố thí tài, pháp, thiện xảo.

[33] 誑; ^{Skt} *māya.* AK. 31313: *tatra paravañcanā māyā |*(Cđ): 釋曰。 此中於他假偽名誑心。 (Htr): 誑謂惑他。 Cuống là làm mê hoặc người khác.

[34] 諂; ^{Skt} *śāṭhya.* AK. 31314: *cittakauṭilyaṃ śāṭhyam,* (Cđ): 邪曲名諂曲。 (Htr): 諂謂心曲。 Tâm cong vạy.

[35] 憍; ^{Skt} *mada.* kiêu ngạo, say sưa, cuồng hỷ; (Cđ). túy 醉. AK. *sukhābhyām,* (Cđ): 偈曰。 醉喜樂。 (Htr): 憍喜樂 憍喜樂相應。 歡行唯意故. Chỉ thích làm theo ý mình.

[36] 害; ^{Skt} *viheṭhana;* não hại 惱害; ^{Tib} *rnam par 'tse ba.* Ht.: 逼迫 bức bách; Cđ.: 逼惱 bức não.

[37] Năm phiền não (*pañcāḥ kleśāḥ*), được kể là năm trong 10 tùy miên căn bản thuộc Dục giới, Câu-xá v phẩm Tùy miên (*anuśayanirdeśaḥ*), AK.v 1a: *mūlaṃ bhavasyānuśayāḥ.* Ht. 隨眠諸有本, tùy miên: rễ các hữu.

[38] Dục tham (*kāma-rāga*), tham nhiễm Dục giới.

[39] Sắc tham (*rūpa-rāga*), tham nhiễm Sắc giới.

tham[40], sân[41], nghi.[42]

3. Năm kiến[43] là những gì? Hữu thân kiến[44], biên chấp kiến[45], tà kiến[46], kiến thủ[47], giới cấm thủ.[48]

[40] Vô sắc tham (*ārūpya-rāga*), tham nhiễm Vô sắc giới.

[41] *Sân*, đây nên hiểu là sân tùy miên, Skt. *pratigha-anuśaya*. Phổ thông cũng được hiểu đồng nhất với *dveṣa*.

[42] 疑 (s): *vicikitsā*, AK.304[18;] *vicikitsāyā mithyādṛṣṭiḥ pravartate* |釋曰。從疑惑起邪見。Ht. "Do nghi nên giải thoát và giải thoát tri kiến không thể phát khởi." Cđ.: "Do nghi mà tổn hại giải thoát và giải thoát tri kiến."

[43] Pāḷi *pañcadiṭṭhiyo*, theo *Vibhaṅga*, p. 378; chỉ cho cả 2 phương diện thiện ác. Theo *Tập dị môn túc luận* 17, chỉ cho tà kiến, quan niệm sai lầm, do tâm nhiễm ô khiến gây chướng ngại cho sự đạt đến trí tuệ thanh tịnh. Tuy nhiên, còn chỉ cho chánh kiến hay tuệ quán. Theo AK (II. 29), kiến (*dṛṣṭi*) là một loại huệ (*prajñā*) khiến 'vượt qua bờ bên kia'. Tà kiến trong văn hệ Pāli, xem *Nyanatiloka, Buddhist Dictionary*, pp. 51-53. Về biến thể của *dṛṣ*, xem: S. Sastri, *Jñānaprasthāna*, pp. 7-9. (Cht.10 của Swati Ganguly, tr. 32)

[44] 有身見 Skt *satkāyadṛṣṭiḥ*; Cđ: 身見; Ht: 薩迦耶見. Ngã kiến và ngã sở kiến là hữu thân kiến, *Câu-xá* v (Việt dịch).

[45] 邊執見 Skt *antagrāhadṛṣṭi*. Chấp chặt 2 thường kiến và đoạn kiến, vọng tưởng tự ngã là thật hữu, gọi là biên chấp kiến

[46] 邪見 Skt *mithyādṛṣṭi*. AK.24213 *mithyādṛṣṭestu mohena*. 偈曰。邪見由無明。Tà kiến do từ vô minh.

[47] 見取 Skt *dṛṣṭiparāmarśa*. Cố chấp quan điểm, chấp chặt cái hạ liệt mà cho là thù thắng. AK.31015-16 *dṛṣṭiparāmarśaḥ śīlavrataparāmarśapravartitaḥ mithyādṛṣṭir-vicikitsāpravatitā* | 見取由戒執取生。邪見由疑惑生。

[48] 戒禁取 Skt *śīlavrataparāmarśa*. AK 2828-9: *ahetau hetudṛṣṭir amārge ca mārga-dṛṣṭiḥ śīlavrataparāmarśaḥ*. Ht. 於非因道謂因道見。一切總說名戒禁取。Không phải nhân mà thấy là nhân; phi đạo mà thấy là đạo, gọi chung tất cả chúng là giới cấm thủ.

4. Năm xúc[49] là những gì? Hữu đối xúc[50], tăng ngữ xúc[51], minh xúc[52], vô minh xúc[53], phi minh phi vô minh xúc.[54]

5. Năm căn[55] là những gì? Lạc căn[56], khổ căn[57], hỷ căn[58], ưu căn[59], xả căn.[60]

---

[49] 觸 [Skt] *saṃsparśa*. Xúc là chi thứ 7 trong chuỗi 12 chi phần Duyên khởi. *sparśapratyayā: trayānāṃ saṃnipātaḥ*, xúc là một tổ hợp ba, một tổ hợp gồm ba thành phần: căn, cảnh, thức; *Câu-xá* iii.30b. (Việt dịch).

[50] 有對觸; [Skt] *sapratighasaṃsparśa*. AK 14326: *cakṣuḥśrotraghrāṇajihvākāya-saṃsparśāḥ pañca pratighasaṃsparśa ityucyate; sapratighendriyāśrayatvāt*. Năm xúc của nhãn, nhĩ, tị, thiệt, thân được gọi là hữu đối xúc, vì y vào các căn hữu đối.

[51] 增語觸; [Skt] *adhivacanasaṃsparśa*. AK.1441-2: *manaḥ saṃsparśaḥ ṣaṣṭhaḥ so 'dhivacanasparśa ityucyate / kiṃ kāraṇaṃ adhivacanamucyate nāma / tatkilāsyādhikamālambanamato 'dhivacanasaṃsparśa iti* / Sự xúc của ý thứ sáu được gọi là tăng ngữ xúc. Tại sao? Vì danh được gọi là tăng ngữ. Thật vậy, nó có sở duyên quá mức vì vậy được gọi là tăng ngữ xúc.

[52] 明觸; [Skt] *vidyāsaṃsparśa*. Minh xúc là xúc vô lậu.

[53] 無明觸; [Skt] *avidyāsaṃsparśa*. Vô minh xúc là xúc nhiễm ô.

[54] 非明非無明觸; [Skt] *naivavidyā-nāvidyāsaṃsparśa*: không tương ưng với minh và vô minh. *Câu-xá* ii (Việt dịch).

[55] Còn gọi Ngũ thọ căn. *Tập dị môn luận* quyển 2, gọi là Ngũ giới; *Pháp uẩn túc luận* quyển 10, là một trong phần thuyết minh về 22 căn. Nói chung, chỉ cho 22 pháp vừa là tâm pháp vừa là sắc pháp, vốn đã được phân tích chi tiết trong A-tì-đạt-ma tiếng Phạn và Pāli. Căn là điều kiện để cho xuất hiện và biến mất các cảm thọ. Trong *Giới thân túc luận*, năm thọ căn được đề cập như 1 phạm trù riêng.

[56] 樂根; [Skt] *sukhendriya*. Lạc thuộc thân.

[57] 苦根; [Skt] *duḥkhendriya*. Khổ thuộc thân.

[58] 喜根; [Skt] *saumanasyendriya*. Lạc thuộc tâm.

[59] 憂根; [Skt] *daurmanasyendriya*. Khổ thuộc tâm.

[60] 捨根; [Skt] *upekṣendriya*. Không có sự phân biệt mà phát sanh một cách tự nhiên, hợp nhất khổ lạc thuộc thân và khổ lạc thuộc tâm lập thành một căn.

6. Năm pháp[61] là những gì? Tầm[62], tứ[63], thức, vô tàm[64], vô quý.[65]

7. Sáu thức thân[66] là những gì? Nhãn thức[67], nhĩ thức[68], tỷ thức[69], thiệt thức[70], thân thức[71], ý thức.[72]

---

[61] Lần đầu tiên xuất hiện nhóm tâm sở pháp nầy trong *Lục túc luận*, phân tích về nhận thức tri giác. Về sau *Câu-xá* (ii. 27) tổng hợp tầm (*vitarka*) và tư (*vicāra*) gọi là vô thường (*aniyata*), tổng hợp hai tâm sở pháp Vô tàm (*ahrikya*) và Vô quý (*anapatrāpya*) vào trong 2 pháp đại bất thiện địa pháp (*akusalamahā bhumikas*) (ii. 26.), một phạm trù được hình thành trong truyền thống A-tì-đạt-ma về sau (xem *Vibhāṣā*, 1.27, p. 220b4). Thức (*vijñāna*) chỉ cho 6 thức thân (*vijñānakāya*). (**Cht.14** của Swati Ganguly, **tr. 34**)

[62] 尋 tầm; Skt *vitarka*. Trong *Câu-xá* (AK ii), liệt tầm vào các tâm sở bất định, khi thì có mặt trong tâm thiện, khi thì có mặt trong tâm bất thiện, khi thì có mặt trong tâm vô ký.

[63] 伺 tứ; Skt *vicāra*: thẩm sát. Cđ. dịch *upavicāra* là "phân biệt".

[64] 無慚; Skt *āhrīkya*. Đối với tội đã làm, quán sát mình mà không thấy xấu hổ, gọi là vô tàm. (*Tì-bà-sa* 34, **tr. 179c14**)

[65] 無愧; Skt *anapatrāpya*. Đối với tội đã làm, quán sát người mà không thấy xấu hổ, gọi là vô quý. (*Tì-bà-sa* 34, **tr. 179c14**)

[66] Các pháp hữu vi đều gồm trong 5 uẩn: sắc, thọ, tưởng, hành, thức. Thức uẩn chỉ cho sự hình thành tâm và tâm sở pháp. Toàn thể phạm vi của thức uẩn được gọi là *mana-āyatana* gồm 7 giới, 6 thức (*vijñānakāya* hay *vijñānadhātu*) và ý (*manodhātu*) Cf. *Tập dị môn túc luận*. AK, i. 16. (**Cht.15** của Swati Ganguly, **tr. 34**)

[67] 眼識; Skt *cakṣurvijñāna*. Điều được chứng nghiệm bởi nhãn thức, gọi là "cái được thấy". (*Tì-bà-sa* 121, **tr. 631c22**)

[68] 耳識; Skt *śrotravijñāna*. Điều được chứng nghiệm bởi nhĩ thức, gọi là "cái được nghe". (*Tì-bà-sa* 121, **tr. 631c22**)

[69] 鼻識; Skt *ghraṇenjñāna*. Điều được chứng nghiệm bởi tỷ thức, thiệt thức và thân thức, gọi là "cái được cảm". (*Tì-bà-sa* 121, **tr. 631c22**)

[70] 舌識; Skt *jihvenjñāna*.

[71] 身識; Skt *kāyavijñānam*.

[72] 意識; Skt *manovijñāna*. Điều được chứng nghiệm bởi ý thức, gọi là "cái được biết." (*Tì-bà-sa 121*, **tr. 631c22**)

8. Sáu xúc thân[73] là những gì? Nhãn xúc[74], nhĩ xúc[75], tỷ xúc[76], thiệt xúc,[77] thân **[614c01]** xúc,[78] ý xúc.[79]

9. Sáu thọ thân[80] là những gì? Do nhãn xúc sinh thọ[81], do nhĩ xúc sinh thọ, do tỷ xúc sinh thọ, do thiệt xúc sinh thọ, do thân xúc sinh thọ[82], do ý xúc sinh thọ.[83]

10. Sáu tưởng thân[84] là những gì? Do nhãn xúc sinh tưởng, do nhĩ

---

[73] 觸; Skt. *sparśa*. AK5421-22 *sparśa indriyaviṣayavijñānasannipātajā spṛṣṭiḥ |*

Cđ: 觸謂根塵識和合所生異法。 Xúc là sự xúc chạm phát sinh khi có sự hoà hợp căn-trần-thức. Xuất phát từ kinh *Pháp môn sáu sáu (Ṣaṭṣaṭko dharmaparyāyaḥ); Tạp A-hàm* 13, tr. **86c24**. M.iii. 180 (*Chachakkasuttaṃ*): sáu nội xứ, sáu ngoại xứ, sáu thức thân, sáu xúc thân, sáu thọ thân, sáu ái thân. (*cha ajjhattikāni āyatanāni ... cha bāhirāni āyatanāni ... cha viññāṇakāyā ... cha phassakāyā ... cha vedanākāyā ... cha taṇhākāyā veditabbā*). Kinh nói, ngoài căn, cảnh, thức ra lại nói riêng sáu xúc, cho nên xúc có tự thể riêng biệt. *Câu-xá* ii (Việt dịch).

[74] 眼觸; Skt *cakṣuḥsaṃsparśa*.

[75] 耳觸; Skt *śrotrasaṃsparśa*.

[76] 鼻觸; Skt *ghraṇensaṃsparśa*.

[77] 舌觸; Skt *jihvensaṃsparśa*.

[78] 身觸; Skt *kāyasaṃsparśa*.

[79] 意觸; Skt *manaḥsaṃsparśa*.

[80] 受身; Skt *vedanākāya*. Cđ. 受 聚 thọ tụ. Các dạng cảm thọ phát sinh từ sự tiếp xúc của các căn. Cf. *Tập dị môn túc luận.* 17, Thọ uẩn được phân thành 6 loại cảm thọ, gọi là thọ thân (*vedanākaya*). Đây là những cảm thọ phát sinh do sự tiếp xúc với nhãn căn cho đến cảm thọ phát sinh do sự tiếp xúc với tâm.

[81] Thọ sinh từ tiếp xúc của nhãn căn.

[82] Từ nhãn xúc đến thân xúc, đều có các căn thân làm sở y nên đều thuộc về thân.

[83] Thọ thứ sáu sinh khởi từ ý xúc; loại này có sở y là tâm (*citta*) nên thuộc về tâm.

[84] 六想身; Skt *ṣaḍ saṃjñākāyā*. phát sinh 6 loại tưởng, gọi là tưởng thân (*saṃjñā-kāya*). Đây là tưởng phát sinh do sự tiếp xúc của nhãn căn

xúc sinh tưởng, do tỷ xúc sinh tưởng, do thiệt xúc sinh tưởng, do thân xúc sinh tưởng, do ý xúc sinh tưởng.[85]

11. Sáu tư thân[86] là những gì? Do nhãn xúc sinh tư, do nhĩ xúc sinh tư, do tỷ xúc sinh tư, do thiệt xúc sinh tư, do thân xúc sinh tư, do ý xúc sinh tư[87].

12. Sáu ái thân[88] là những gì? Do nhãn xúc sinh ái, do nhĩ xúc sinh ái, do tỷ xúc sinh ái, do thiệt xúc sinh ái, do thân xúc sinh ái, do ý xúc sinh ái.

II. GIẢI THÍCH CÁC PHÁP NÊU TRÊN

a. Giải thích mười Đại địa pháp

Thế nào là thọ? **[614c10]**

Là thọ nhận, cùng thọ nhận,[89] đều cùng thọ nhận,[90] đã thọ nhận, sẽ thọ nhận, những gì thuộc về thọ. Đó gọi là thọ.[91]

---

cho đến tưởng phát sinh do sự tiếp xúc bởi ý xúc. (AK. i.14). *Vibh*, nêu ra 7 loại tưởng (38,1.12). (**Cht.18** của Swati Ganguly, **tr. 35**). Cf. *Tập dị môn túc luận.*

[85] "Thọ, tưởng, tư, thức; các pháp này tương tạp với nhau (*saṃsṛṣṭa*), không tách rời nhau (*visaṃsṛṣṭa*)." (*Madhyama*, 58, 12).

[86] 思身; [Skt] *cetanakāya*. Cf. *Tập dị môn túc luận.* Sáu loại tư phát sinh bởi tư uẩn (*cetanāskandha*) gọi là tư thân (*cetanākāyas*) (xem AKB, pp. 48-49). Trong *Vibhy*, mô tả 7 loại tư, có thêm *manoviññādhātusamphassajā cetanā* (Cf. 18.1,13). (**Cht.19** của Swati Ganguly, **tr. 35**)

[87] Các xúc sinh khởi từ sự hòa hợp của ba pháp căn, cảnh và thức.

[88] 愛身; [Skt] *taṇhākāyā*. Sáu loại ái phát sinh từ hành uẩn (*saṃkāraskandha*) gọi là ái thân (*taṇhākāyā*). Sáu ái thân trong *Vibh.* là sắc ái (*rupatanhā*), thanh ái (*saddatanhā*), hương ái (*gandhatanhā*), vị ái (*rasatanhā*), xúc ái (*photthabbatanhā*) và pháp ái (*dhammatanhā*), Cf. *Tập dị môn túc luận.*

[89] 等受; [Skt] *saṃvedanā.*

[90] 各等受; [Skt] *paṭisaṃvedanā. Tập dị môn túc luận*, q.15 gọi là Biệt thọ 別受.

[91] AK.1013: *vedanā 'nubhavaḥ.* Cđ. 受陰領隨觸。 Thọ lãnh nạp tùy xúc.

Thế nào là tưởng[92]?

Là tưởng, cùng tưởng, hiện tưởng, đã tưởng, sẽ tưởng. Đó gọi là tưởng.[93]

Thế nào là tư[94]?

Thọ (*vedanā*) trình bày trong luận nầy như sau:

1. Thọ, 1 trong 10 Đại địa pháp, là tâm sở cảm thọ (*anubhava*), 2. Thọ có trong tất cả mọi chúng sinh (*sarvatraga*), 3. Thọ bao gồm tất cả mọi trạng thái cảm thọ. Các nguồn A-tì-đạt-ma khác đề cập đến thọ (*vedanā*) đều chỉ ra rằng bản chất của thọ là kinh nghiệm (*anubhavayvitti*), bằng nhận thức lý trí về những gì dễ chịu, hoặc đau đớn, hoặc điều gì đó khác biệt với cả khoái cảm và đau đớn. Vì vậy, có ba loại cảm giác.

a. Lạc thọ (*sukhāvedanā*): cảm giác thoả mãn cơ thể và hài lòng tâm trí. b. Khổ thọ (*duhkhavedanā*): cảm giác không thoả mãn cơ thể và không hài lòng tâm trí. c. Trung tính (*aduhkhasukhavedana*): không khổ không lạc. Thọ còn có đặc trưng là thọ dụng (*upabhoga*), vì nó hưởng thụ đối tượng hoặc toàn bộ hoặc ở dạng mong muốn của nó. Đối với giác quan, thọ (*vedanā*) có sáu loại (xem sáu thọ thân; *vedanākāya*). (**Cht.21** của Swati Ganguly, **tr. 35**)

[92] 想; [Skt.] *saṃjñā*; [Pali] *sañña*. AK.1013: ... *saṃjñā nimittodgrahaṇātmikā*||14cd|| Ht.想取像為體. Cđ. 想陰別執相. Tưởng, nắm bắt tín hiệu.

[93] Trong *Giới thân túc luận*, thọ và 4 mục kế tiếp trong danh mục 10 đại địa pháp, được trình bày theo cùng cách thức, phong cách rất thông dụng trong A-tì-đạt-ma hệ Pāli. Thế nên tưởng (*saṃjñā*), tư, xúc và tác ý cũng được trình bày tương tự. Tưởng (*saṃjñā*) là 1 trong ngũ uẩn, được đặt trước thức (*vijñāna*). Là cái biết về đặc tính chung của đối tượng. Chi tiết, xem *Dhs*, 4; SN XXII. 79. Xem thêm A A. 6.11 *vijñānaviśesāvalambanā saṃjñā*, AK.1.14 (*saṃjñā nimittadgrahanāmikā. nimita-charactristic, mark, udgrahana-determination*). Về sau Duy thức tông (*Vijñānavāda*) chấp nhận định nghĩa nầy (VHS. p. 20) và mô tả hoạt động của tưởng (*saṃjñā*) với nhiều danh xưng và ý niệm (*nānā-abhidhāna-prajñāpti-karmikā*). (**Cht.22** của Swati Ganguly, **tr. 36**)

[94] [Skt.] *cetanā*; AK.5420: *cetanā cittābhisaṃskāro manaskarma*, tư là ý

Là tư duy, cùng tư duy, hiện tư duy, đã tư duy, sẽ tư duy, tạo nghiệp tâm ý do tư dẫn dắt. Đó gọi là tư.

Thế nào là xúc⁹⁵?

Là xúc chạm, cùng xúc chạm, hiện xúc chạm, đã xúc chạm, sẽ xúc chạm. Đó gọi là xúc.

Thế nào là tác ý⁹⁶? Là tâm dẫn dắt, tùy dẫn dắt, cùng tùy dẫn dắt, hiện tác ý, đã tác ý, sẽ tác ý, tâm tỉnh giác. Đó gọi là tác ý.

Thế nào là dục⁹⁷? Là ham muốn, tánh phát sinh ham muốn, tánh hiện bày ham muốn, vui mừng, hướng tới, tánh trông mong ham muốn, tánh vui thích tìm cầu, mọi tánh của đối tượng được tạo tác hiện có nơi dục. Đó gọi là dục.

Thế nào là thắng giải⁹⁸? Là tánh của tâm hiểu rõ, đã hiểu rõ, sẽ hiểu

---

nghiệp (hoạt động của ý), là sự tác hành (tạo tác) của tâm. Cđ. 作意謂心故為事。 Tư là cái khiến tâm tạo tác, bản chất của nó là tư nghiệp (*karmacetanā*). AA, *karmasvarupa Sputārthā* (l.14) Giải thích rằng tư làm duyên (*abhisamskāra*) cho tâm tạo thành hành động. Hàm ý đạo đức của tư (*cetanā*) được mô tả trong VMS. *ibid.* "... hoạt động của nó là điều động tâm trí theo hướng tốt, v.v... hiểu các đặc điểm của đối tượng, nó điều khiển tâm thức để hành động theo cách mà nó tạo ra điều tốt, v.v... "(**Cht.23** của Swati Ganguly, **tr. 36**)

⁹⁵ Skt *sparśa*; Pali *saṃphasa*. Theo các luận sư Duy thức, Xúc hoạt động như là sở y (*samniśraya*) cho 4 tâm sở khác, đó là tác ý, thọ, tưởng, tư. Xem *Thành duy thức luận*.11b 19-20). (**Cht.24** của Swati Ganguly, **tr. 36**)

⁹⁶ 作意; Skt *manaskāra*; Pali *mansikara*. AK.5423: *manaskāraś cetasa ābhogaḥ*: Cđ: 作意謂能令心警覺 tác ý là sự thiên hướng của tâm tư.

⁹⁷ Skt *chanda*. AK. Dục là 1 trong những tâm sở biến hành, chủ yếu tìm cầu sự thoả mãn (*kartṛkāmyatā*), được trình bày chi tiết trong Vibh. 208; AK. 11.24; AKV; AA 6.11; các luận sư Duy thức giải thích Dục là yếu tố chung, như mong muốn một đối tượng được nhắm đến một cách nồng nhiệt (*abhipreta*). Chi tiết xem VSM, p. 20. Trong CWSL phản bác quan điểm của Nhất thiết hữu bộ (*Sarvāstivāda*) khẳng định Dục là 1 trong những tâm sở biến hành. (**Cht.26** của Swati Ganguly, **tr. 37**)

⁹⁸ 勝解; Skt *adhimukti*; Pali *adhimutti*. Cf. *Tập dị môn túc luận* quyển 2.

rõ. Đó gọi là thắng giải.

Thế nào là niệm[99]? Là niệm (nhớ nghĩ) tùy niệm, biệt niệm,[100] ức niệm, tánh nhớ lại, tánh không quên, pháp không quên nơi tánh không mất, pháp không mất nơi tánh không quên mất, tâm ghi nhớ kỹ. Đó gọi là niệm.

Thế nào là tam-ma-địa[101]? Là tâm an trụ, cùng trụ, hiện trụ, cận trụ,

---

Thắng giải ở đây là Đại địa pháp vốn thường có trong tất cả chúng sinh trong trạng thái tán thành hoặc thừa nhận. Thắng giải được nêu ra trong danh mục các tâm sở trong MN III. Là Đại địa pháp, Thắng giải được định nghĩa là trạng thái tâm không ngăn ngại (*cittasya anāvaranam*; AA, ibid,), có nghĩa là trong sự xác định các đối tượng. Theo AK. (II. 24), Thắng giải là tâm sở biến hành "quán sát đối tượng từ quan điểm phẩm đức của nó" (*tadālambanasyaguṇatovadhdranāt*, AK). Khi tâm sở nầy phát sinh, nó thừa nhận hoàn toàn đối tượng, đó có nghĩa là thắng giải. Các luận sư Du-già hành tông định nghĩa Thắng giải là sự quyết định và phán quyết (*avadhārana*) về 1 đối tượng với sự nắm bắt một cách chắc chắn, bằng sức mạnh của giáo lý đúng hay sai, bằng lý luận, bằng thực chứng hoặc chứng cứ. Không có giải pháp nào liên quan đến một điều không chắc chắn (*niścita*). Các luận sư Du-già hành tông lập luận rằng nếu tâm thức không có sự quyết định về đối tượng đó, thì không có sự phân giải và do đó Thắng giải (*adhimokṣa*) là tâm sở biến hành. (Cht.27 của Swati Ganguly, tr. 37)

99 念; Skt *smṛti*; Pali *sati*. Niệm là trạng thái hồi tưởng (i) cũng được công nhận là trạng thái khiến cho tâm được ghi nhớ rõ ràng (*abhilapanatā*, VMS. 25), không quên (*asampromoṣa*) bất cứ điều gì đã trải qua (AKV, p.187). Theo các luận sư Du-già hành tông, niệm (*smṛti*) đóng vai trò như sự hỗ trợ thiền định, vì nó giữ lại những nội dung được trải nghiệm theo cách mà không làm hỏng sự ghi nhớ, do đó dẫn đến thiền định (*Thành duy thức luận*. 28b18-20). (Cht.28 của Swati Ganguly, tr. 37)

100 別念; Skt *pratismṛti*; Pali *paṭisati*. *Tập dị môn túc luận* q. 2 gọi là chuyên niệm 專念.

101 三摩地; Skt *samadhi*; Cựu dịch: tam muội 三昧. Tam-ma-địa là một Đại địa pháp chỉ cho trạng thái tâm an trụ (sthiti), vì tâm hoàn toàn

không rối loạn, không phân tán, thâu giữ, dừng dứt, vắng lặng, cùng đẳng trì (định), tánh của tâm cảnh hợp nhất. Đó gọi là tam-ma-địa.

Thế nào là huệ[102]? Là đối với pháp đã giản trạch, giản trạch rốt ráo, giản trạch tận cùng, hiểu rõ tướng, hiểu rõ cận tướng, cùng hiểu rõ tướng, thông hiểu, thấu đạt, suy xét, quyết định lựa chọn, biết rõ pháp hành của huệ, tì-bát-xá-na[103]. Đó gọi là huệ.

- ■ Giải thích mười Đại phiền não địa pháp

Thế nào là bất tín[104]? **[614c26]** Là không tin, tánh không tin, tánh

---

đồng nhất với đối tượng của nó. Đó là trạng thái tâm không tán loạn (*cittasyācāñcalyaṃ*, AA. 6.11). Theo các luận sư Du-già hành tông, khi nhập định, tâm vận dụng toàn bộ sự tập trung để quán sát đối tượng thiền định. Với sự hỗ trợ của tam-ma-địa, trí tuệ hoặc tri kiến xác thực về phẩm chất, v.v... của đối tượng sẽ được phát sinh (CWSL 28b25-30). Chi tiết về tam-ma-địa trong A-tì-đạt-ma hệ Pāli, xem *Nyanatiloka*, op.cit, pp. 155-56. (**Cht.29** của Swati Ganguly, **tr. 38**). Cf. *Tập dị môn túc luận* quyển 2 và 17.

102 慧; **Skt** *prajñā*; **Pāli** *paññā*. Là sự phân biệt, giản trạch các pháp (*dharmapravicaya*) được chỉ định với thuật ngữ *mati* trong AK 5422. *matiḥ prajñā dharmapravicayaḥ*. Cđ. 慧謂般若 即是擇法 Huệ có khả năng tuyển trạch đối với pháp. Tuy nhiên, trong truyền thống A-tì-đạt-ma, thuật ngữ *prajñā* cũng được sử dùng để biểu thị điều tương tự (*dharmavivekaḥ praññā*, AA. sđd.). Các phát sinh từ 4 Thánh quả khi thực chứng Niết-bàn (*Nyanatiloka*, op, cit. p. 122). Các luận sư Du-già hành tông định nghĩa huệ (*prajñā* hay *dhī*) là sự phân biệt một đối tượng đang được kiểm tra (*upaparīkṣya*) và mô tả hoạt động của *prajñā* như là sự loại trừ mối nghi ngờ (*saṃsayavyāvartana*). Chi tiết, xem CWSL, 28c 11-14. (**Cht.30** của Swati Ganguly, **tr. 38**). Cf. *Tập dị môn túc luận*, quyển 17, ghi giống nhau, cho đến: 1) bát định thiện xảo, 2) chánh tri, 3) tì-bát-xá-na.

103 毘鉢舍那; **Skt** *vipaśyanā*, pháp thiền quán chiếu hay phân tích.

104 不信; **Skt** *aśraddha*; **Pāli** *asaddhā*. là một trong 10 đại phiền não địa pháp được trình bày trong luận nầy theo văn phong A-tì-đạt-ma. Các định nghĩa khác theo truyền thống A-tì-đạt-ma về bất tín chỉ cho tình trạng tâm không thích (*cetaso prasādaḥ*, AKV, p. 191). Tâm không có

hiện tại không tin, không chứng nhận, không vừa lòng, đã không dựa vào niềm tin, sẽ không dựa vào niềm tin, hiện không dựa vào niềm tin, khiến tâm bất tịnh. Đó gọi là bất tín.

Thế nào là giải đãi[105]? Là tánh không tinh tấn, tánh tinh tấn thấp, tánh tinh tấn mù mờ, chướng ngại tinh tấn, làm dừng nghỉ tinh tấn, tâm không dũng mãnh hăng hái, đã không dũng mãnh hăng hái, sẽ không dũng mãnh hăng hái. Đó gọi là giải đãi.

Thế nào là thất niệm[106]? Là tính chất không nhớ nghĩ gì, trạng thái nhớ nghĩ không thật, trạng thái quên nhớ nghĩ, trạng thái mất nhớ nghĩ, tính chất tâm không ghi nhớ cụ thể. Đó gọi là thất niệm.

---

niềm tin vào pháp (*cittasya dharme' nāvatāraḥ,* AA 6.15, v.v...) Theo các luận sư Du-già hành tông, bất tín là trạng thái tâm nhiễm ô khiến cho không tin tưởng (*anabhisaṃpratyaya*) Tứ đế, Tam bảo, không mong chờ (*anabhilāsitva*), v.v... vào kết quả của nghiệp. Hành vi đó ngược với 'tịnh tín', hỗ trợ cho giải đãi (*kauśīdya*) (CWSL 34b5-6). (Cht.31 của Swati Ganguly, tr. 38). Cf. *Câu-xá luận, Tập dị môn túc luận,* quyển 17.

[105] 懈怠; Skt *kauśīdya;* Pāli *kusita.* là sự thiếu nghị lực trong nhiệm vụ của một người, được mô tả chi tiết trong phần đầu của "tám sự giải đãi cơ bản (*kusittavatthu*) trong *Vibh,* Theo AK567 *kauśīdyaṃ cetaso nābhyutsāho vīryavipakṣaḥ* |怠謂懈怠心不勇悍。是前所説勤所對治。 Giải đãi là không năng động (*nābhyutsāha*), đối trị bởi cần (*vīrya*). AA định nghĩa giải đãi là cảm giác chán nản khi làm nhiệm vụ của mình. Các luận sư Du-già hành tông cho rằng Giải đãi là một trong tiểu phiền não địa pháp, bản chất là tính lười biếng trong sự tu tập các pháp thiện và viễn ly các ác pháp. (VMS, pp. 31-32). (Cht.32 của Swati Ganguly, tr. 38–39) Cf., *Tập dị môn túc luận,* 17.

[106] 失念; Skt *muṣita-smṛtitā;* Pāli *muṭṭa-sati.* AK 5617 *mṛtir eva hi kliṣṭā muṣitasmṛtitā* | Ht. 即染汚念名爲失念。 Niệm nhiễm ô gọi là thất niệm. Các luận sư Duy thức tông định nghĩa Thất niệm là không có khả năng ghi nhớ các đối tượng rõ ràng (*kliṣṭā smṛtiḥ*). Hoạt động của Thất niệm là ngược với chánh niệm (*samyaksmṛti*) và cung cấp sự hỗ trợ cho tán loạn tâm (*vikṣepa*). Cf. CWSL 34b22-24. (Cht.33 của Swati Ganguly, tr. 39), *Tập dị môn túc luận* quyển 17; *Thành duy thức luận* quyển 6, *Bách pháp vấn đáp sao,* quyển 1.

Thế nào là tâm loạn[107]? Là tính chất tâm phân tán, tính chất tâm rối loạn, tính chất tâm suy nghĩ khác, tính chất tâm mê loạn, tính chất tâm không trụ vào một cảnh, tính chất tâm không an trụ nơi một cảnh. Đó gọi là tâm loạn.

Thế nào là vô minh[108]? Là không biết rõ về ba cõi.[109]

Thế nào là bất chánh tri[110]? Là huệ bị điều phi lý dẫn dắt.

---

[107] 心亂; **Skt** *vikṣepa*; **Pali** *vikkhepa*. AK 5617: *samādhir eva kliṣṭo vikṣepa ity evam ādi |*

(Ht): 染污等持名爲心亂. Định (đẳng trì) nhiễm ô gọi là tâm loạn. Theo các luận sư Du-già hành tông, tâm tán loạn khiến tâm thức đi lang thang và phân tán, chướng ngại chánh định (*samyaksamādhi*) và tạo cơ sở cho ác tuệ (*kuprajñā*). Cf. VMS. (**Cht.34** của Swati Ganguly, **tr. 39**). Cf. Phần Nhị bất định trong *Tập dị môn túc luận* quyển 17 gọi là tán loạn. Cf. *Thành duy thức luận* quyển 6.

[108] 無明; **Skt** *adviyā*; **Pali** *avijjā*. *Pháp uẩn túc luận* quyển 21, *Tập dị môn túc luận* quyển 1, 3, tuỳ chỗ, thường ghi: ách 軛, lậu 漏, kết 結, tuỳ miên 隨眠, v.v... Vô minh là không có trí tuệ chân chính về tam giới: dục giới, sắc giới và vô sắc giới. Vô minh đồng nghĩa với si (*moha*) và vô trí (*ajñāna*). Trong SN XIL 4, vô minh được định nghĩa là 'không biết rõ tứ đế, Khổ Tập Diệt Đạo'. Vô minh là chi phần thứ nhất trong chuỗi 12 chi phần Duyên khởi (*pratītyasāmutpāda*), vì nó là cội gốc của cái ác và khổ đau. Vô minh còn được xem là 1 trong thập triền (*samyojana*), lậu hoặc (*āśaya*) và tuỳ miên (*anuśaya*). Nghiên cứu chi tiết về định nghĩa vô minh của A-tì-đạt-ma và Kinh lượng bộ (*Sautrāntika*), xin xem AKV, pp. 463-67. Theo các luận sư Du-già hành tông, si (*moha*) là sai lầm và chướng ngại đối với các pháp. Vô minh gây chướng ngại cho sự sáng suốt và hỗ trợ cho ác pháp. Cf. VMS. *ibid*. (**Cht.35** của Swati Ganguly, **tr. 39**) Cf. *Tập dị môn túc luận* quyển 9 (*Tạp sự phẩm*, A-tì-đàm bộ quyển 3, p. 232).

[109] 三界, **Skt** *triloka, traidhātuka, trayo dhātavaḥ*, **Pali** *tisso dhātuyo*. Dục giới, Sắc giới, Vô sắc giới.

[110] 不正知; **Skt** *asaṃprajanya*; **Pali** *asampajaññā; asampajāna*. AK 5617 諸 染污慧名不正知; Các huệ nhiễm ô gọi là bất chánh tri. Bất chánh tri được đồng nhất với vô minh trong *Vibh*. 17.4.64. 104; *Pug*, 34 (*Aññanam moho akusalamulam-asampajannam*). Các luận sư Duy

Thế nào là phi lý tác ý[111]? Là tác ý nhiễm ô. Đó gọi là tác ý phi lý.

Thế nào là tà thắng giải[112]? Là tác ý nhiễm ô tương ưng với tâm thắng giải, khiến tâm nhận thuận theo. Đó gọi là tà thắng giải.

Thế nào là trạo cử[113]? Là tâm không tịch tĩnh, không tịch tĩnh cùng cực, tính chất không có tịch tĩnh, cử động ồn ào, cùng cử động ồn ào, tính chất tâm cử động ồn ào. Đó gọi là trạo cử.

Thế nào là phóng dật[114]? Là không kiên định trong việc đoạn trừ

---

thức tông định nghĩa Bất chánh tri là 'ý tưởng không chính xác' (*viparita buddhi*) về đối tượng quán sát. Bất chánh tri làm mất tác dụng của chánh tri (*samprajanya*) và kích động sự vi phạm. (*Dhammasaṅgṇi* 1394-1350); (**Cht.36** của Swati Ganguly, tr. 40). *Puggalapaññatti* II, 8). Cf. *Thành duy thức luận* quyển 6.

[111] 非理作意; Skt *ayoniśomanaskāra*; Pali *ayoniso-manasikāra*. AK5617 染污作意勝解名爲非理作意及邪勝解. Tác ý, thắng giải nhiễm ô gọi là phi lý tác ý và tà thắng giải. *Sphuṭārthā* p.190 – *manaskāra eva kliṣṭo yoniśomanaskāraḥ*. Trong *AA, op. cit.* gọi là tà tác ý (*mithyāmonaskāra*) và định nghĩa là 'không nhớ đến đạo; (*mārgasya asmaraṇam*). (**Cht.37** của Swati Ganguly, tr. 40) Cf. *Tập dị môn túc luận* quyển 6.

[112] 邪勝解; Skt *mithyādhimukti*. Tà thắng giải là không chịu từ bỏ sai lầm (*viparyāsāparityāga*).

[113] 掉舉; Skt *auddhatya*; Pali *uddhacca*. *Trạo* 掉: bướng bỉnh, ngoan cố; *cử* 舉: hấp tấp, vụt chạc, là trạng thái tâm thiếu kiên nhẫn, nhường chỗ cho sự lên tiếng. Cf, *cittasya asthairyam*, AA. ibid. Theo các luận sư Duy thức tông, *auddhatya* hay *uddhava* là trạng thái khiến tâm không an tịnh trước cảnh giới (*avyupasama*), khiến chướng ngại tâm an tịnh (*śamatha*), xem CWSL 34a7-8. Theo truyền thống A-tì-đạt-ma hệ Pāli, *uddhacco* là một trong những tâm sở tương ưng với hết thảy tâm thức bất thiện (*akuśala sādharaṇa*). Là một trong thập triền (*samyojana*) và ngũ chướng (*nīvaraṇa*). Xem *Nyanatiloka*, op. cit., p, 183. Cf. *Tập dị môn túc luận*, trong chú thích vô minh ở dưới. (**Cht.40** của Swati Ganguly, tr. 40) cf. *Pháp uẩn túc luận* quyển 9, *Tạp sự phẩm A-tì-đàm bộ*, quyển 3, p.243.

[114] 放逸; Skt *pramāda*; Pali *pamada*; AK 56 6-7; *pramādaḥ kuśalānāṃ dharmāṇām abhāvanā 'pramāda vipakṣo dharmaḥ |* (Ht); 逸謂放

pháp bất thiện[115] đưa đến việc tích tập pháp thiện làm không thường xuyên, không thân cận, không tu, không tập. Đó gọi là phóng dật.

b. Giải thích mười Tiểu phiền não địa pháp

1. Thế nào là phẫn[116]? **[615a13]** Những gì phẫn nộ, hoàn bị phẫn nộ, phẫn nộ khắp cả, phẫn nộ cùng cực, đã phẫn nộ, sẽ phẫn nộ. Đó gọi là phẫn.

2. Thế nào là hận[117]? Tính kết hận của tâm, hoàn bị kết hận, khắp cả kết hận, tính oán kết của tâm. Đó gọi là hận.

3. Thế nào là phú[118]? Là che giấu mọi tội lỗi đã làm.

逸。不修諸善。是修諸善所對治法。Dật nghĩa là phóng dật, tức không tu các thiện nghiệp. Đó là pháp được đối trị bằng việc tu thiện.

[115] 斷不善法; *Skt.* akuśalabhāvāvipakṣa.

[116] 忿; *Skt.* krodha; *Pāli* kodha. AK57 4-5. *krodhopanāhaśāṭhyeṣryāpradāsam rakṣa-matsarāḥ| māyāmadavihiṃsāśca parīttakleśabhūmikāḥ||27||* Ht. 忿覆慳嫉惱 害恨諂誑憍 如是類名為 小煩惱地法. Cđ. 嫌恨諂嫉 [女*石]妬很覆及慳[怡-台+齊]悋諂誑醉并逼惱 是十小惑地. Phẫn được sắp xếp hàng đầu trong 10 Tiểu phiền não địa pháp. Theo các luận sư Duy thức tông sắp xếp phẫn (*krodha*) trong mục tuỳ phiền não (*upakleśa*). Xem VMS. p. 30. (**Cht.43** của Swati Ganguly, **tr. 41**) Cf. *Pháp uẩn túc luận* quyển 9, Tạp sự phẩm 16, A-tì-đàm bộ, quyển 3, p. 233. *PP*, p.18; *Vibbaṅga* p.357.

[117] 恨; *Skt.* upanāha. Hận. Cf. AA,. – *katamaḥ upandḥ manasa vipaktā sthitiḥ*; VMS, *upandhaḥ vairdnubandha*, v.v... Hận là "phóng đại đối tượng gây sự bực tức" (*āghātavastuvahuīkdra*, AKB, p. 846), VMS giải thích, là kết quả của phẫn, (Cf, *pubbakālaṃkodhoaparakdlam upandho*, p. 29), nếu cảm tính xấu chống lại ai đó không từ bỏ và tiếp tục thù hằn, đó là hận. (**Cht.44** của Swati Ganguly, **tr. 41**) Cf. *Pháp uẩn túc luận* quyển 9, A-tì-đàm bộ, quyển 3, p. 234. *Puggal-paññati* p.18; *Vibbaṅga* p.356f.

[118] 覆; *Skt.* mrakṣa; *Pāli* makkha. Phú có nghĩa là che giấu tội lỗi (*pāpakartugopanam* AA; *avadyapraccādanaṃ*, AA p. 844, VMS.). Trong VMS, phú là hành vi che đậy tính đạo đức giả và gây trở ngại cho sự hối hận. Thực tế, người che giấu tội lỗi, nhất thiết phải

4. Thế nào là não[119]? Tính phật ý của tâm, cố chấp, oán ghét, tính ngang ngạnh. Đó gọi là não.

5. Thế nào là tật[120] (ganh ghét)? Là tâm không nhẫn chịu trước lợi lộc, vinh hoa của kẻ khác.

6. Thế nào là xan[121] (keo kiệt)? Là tâm tham chấp tiền của và giáo pháp, không phóng xả.

7. Thế nào là cuống[122] (dối gạt)? Là lừa dối khiến kẻ khác mê lầm.

---

hối hận về sau và mất cảm giác an tịnh. (**Cht.45** của Swati Ganguly, **tr. 41**). Cf. *Pháp uẩn túc luận* quyển 9, A-tì-đàm bộ, quyển 3, p. 234. *Puggalapaññati* p.18; *Vibbaṅga* p.356f .

[119] 惱; Skt. *pradāsa;* Pāli *patāsa;* VMS giải thích não là trạng thái tâm rất phẫn nộ. (**Cht.46** của Swati Ganguly, **tr. 41**). Cf. *Pháp uẩn túc luận* quyển 9 , p. 234. *Puggalapaññati* p.18; *Vibbaṅga* p. 357.

[120] 嫉; Skt. *Īrṣyā;* định nghĩa về tật ở đây rất giống định nghĩa trong AA - *parasampad darsanād asahiṣṇtā.*Cf. VMS: *irsyā parasampattau cetaso vyārosaḥ.* Tật được định nghĩa trong A-tì-đạt-ma hệ Pāli, xem PP p. 30. (**Cht.47** của Swati Ganguly, **tr. 41**). Cf. *Pháp uẩn túc luận* quyển 9, A-tì-đàm bộ, quyển 3, p. 235, *Puggal-paññati* p. 19; *Vibbaṅga* p. 357.

[121] 慳; s; *mātsarya;* Pāli *macchariya.* AK. 31216-17: *dharmāmiṣakauśalapradāna-virodhī cittāgraho mātsaryam* | (Ht): 慳謂財法巧施相違令心悋著。*Xan tham:* keo kiệt, tâm chấp chặt, không chịu bố thí tài, pháp, thiện xảo. Theo VMS, xan gây chướng ngại cho tính rộng lượng và kích động trạng thái nhẫn tâm. (**Cht.48** của Swati Ganguly, **tr. 41**). Cf. *Pháp uẩn túc luận* quyển 9, A-tì-đàm bộ, quyển 3, p. 235, *Puggal-paññati* p. 19; *Vibbaṅga* p. 357.

[122] 誑; Skt *śāthya;* Pāli *sātheyya.* Giải thích chi tiết về cuống, xem *Vibh* 17.2.52 B; PP. 31, mô tả. đó là trạng thái man trá, giả vờ, v.v... hay là người có những trạng thái nầy. AKB. *ibid*, và VMS, p.31 nhấn mạnh tâm 'quanh co' về trạng thái nầy (*cittakautilyam sāthyam*). Như thế, cuống là nhằm đánh lừa người khác bằng cách không tiết lộ thực tế, bóp méo sự thật, hoặc làm cho sự thật bị che khuất một cách đặc biệt, bằng cách giả vờ có được phẩm chất cao. *Sāthya* ngăn cản tính thẳng thắn và kích động hành vi dẫn đến lối sống sa đọa. (**Cht.49** của Swati Ganguly, **tr. 41**). Cf. *Pháp uẩn túc luận* quyển 9, A-tì-đàm bộ,

8. Thế nào là siểm[123] (dua nịnh)? Là tâm không ngay thẳng.

9. Thế nào là kiêu[124]? Là như có người nghĩ như vầy: "Ta có sắc đẹp,[125] tiền tài, địa vị, thế lực, đức hạnh thanh bạch,[126] dung mạo đoan nghiêm, ai nhìn thấy đều ưa thích". Do nhân duyên này, liền khởi lên kiêu ngạo, rất mực kiêu ngạo, ngông cuồng, rất ngông cuồng, trơ tráo, tính ngạo nghễ của tâm. Đó gọi là kiêu.

10. Thế nào là hại[127]? Là ưa việc đánh đập, gây tổn hại cho người khác. Đó gọi là hại.

c. Giải thích năm phiền não

1. Thế nào là dục tham[128]? **[615a23]** Là đối với các dục dấy khởi

---

quyển 3, p. 235, *Puggal-paññati* p.19; *Vibbaṅga* p. 358.

[123] 諂; Skt *māyā*; AK. *Siểm*: tâm hư ngụy. Bằng tâm đó, nó không tự bày tỏ một cách như thực, đánh lạc hướng, hoặc khiến người tin điều không rõ ràng. *Câu-xá* v (Việt dịch).

[124] 憍; Skt *mada*; mô tả về kiêu trong luận nầy tương tự như trong VMS (p. 31). AK: say sưa, kiêu ngạo. Cđ. dịch 醉 túy. Như thế, kiêu là ngã mạn, tạo ra sự chấp trước nhiễm ô vào tài sản thế gian (*svasampattau*). Người kiêu ngạo sẽ tạo ra các pháp bất tịnh. Kinh điển ghi nhận có 3 loại kiêu mạn, kiêu mạn về tuổi trẻ, kiêu mạn về của cải và kiêu mạn về dòng tộc. Kinh giải thích rằng do dính mắc vào 3 loại kiêu mạn nầy, chúng sinh phàm phu truy cầu ác nghiệp về thân, miệng và ý, v.v... **(Cht.51** của Swati Ganguly, **tr. 42**). Cf. *Pháp uẩn túc luận* quyển 9, A-tì-đàm bộ, quyển 3, p. 237.

[125] Các thứ diệu sắc. *Pháp uẩn túc luận*, v.v... ghi: 'Ta có chủng tánh, gia tộc, sắc lực công xảo, sự nghiệp, hoặc tiền tài, hoặc địa vị.'

[126] Như trong *Pháp uẩn túc luận*: 'Giới, định, huệ thù thắng'.

[127] 害; Skt *vihiṁśā*; Pāli *vihiṁsā*. (Ht): 害謂於他能為逼迫。 由此能行打罵 等事。

[128] 害: gây tổn hại người, do bởi đó mà bạo hành, đánh đập hoặc chửi mắng. Cf. *Pháp uẩn túc luận* quyển 9, *A-tì-đàm bộ*, quyển 3, p. 281, *Tập dị môn túc luận* quyển 3 (dục, nhuế, hại, trong tam giới). *Vibbaṅga* p. 363 (*vihiṁśā-dhātu*).

[128] 欲貪; Skt *kāma-rāga*. Tib *'dod pa la 'dod chags*. Theo A-tì-đạt-ma hệ Pāli, là một trong thập triền (*samyojanas*, AN. IV, 67, 68), có khi được

tham, cùng tham, nên cất giấu, phòng giữ, yêu thích, tham đắm. Đó gọi là dục tham.

2. Thế nào là sắc tham[129]? Là đối với các sắc dấy khởi tham, cùng tham, nên cất giấu, phòng giữ, yêu thích, tham đắm. Đó gọi là sắc tham.

3. Thế nào là vô sắc tham[130]? Là khởi tham đối với vô sắc, cùng tham, nên cất giấu, phòng giữ, yêu thích, tham đắm. Đó gọi là vô sắc tham.

4. Thế nào là sân[131]? Là đối với các hữu tình muốn gây bức hại, nội tâm sinh khởi mãi, giận dữ cùng cực, giận dữ khắp, cùng giận dữ, giận dữ hết sức, đã giận, đang giận, sẽ giận. Đó gọi là sân.

---

xếp vào dục tham trong bốn dục tham (*Vibh.*), còn là một trong bốn nhiễm ô. AK 27711-12 xếp nó vào trong 6 tuỳ miên (*anuśaya*). (Cht.53 của Swati Ganguly, tr. 42). *ṣaḍ rāgaḥ pratighas tathā | mano'vidyā ca dṛṣṭiśca vicikitsā ca.* Cđ. 六謂如欲瞋憍慢無明見心疑... Ht. 此差別有六謂貪瞋亦慢無明見及疑.

[129] 色貪; Skt. *rūpa-rāga*. Một trong Ngũ thuận thượng phần kiết sử. Sắc tham (*rūpa-rāga*) và Vô sắc tham (*arūparāga*) đều có trong Thập triền (*saṃyojana*). Theo AKV, p. 385, Sắc và Vô sắc tham được gọi là Hữu tham (*bhavarāga*), trong khi *kāmarāga* lại thuộc về Dục giới (*kāmadhātu*). (Cht.54 của Swati Ganguly, tr. 43).

[130] 無色貪; Skt. *arūpa-rāga*; Tib. *gzugs med pa'i 'dod chags*. Cf. Như trên.

[131] 瞋; Skt. *dveṣa*; Pāli *deśa*; *vyāpāda*. *Tập dị môn túc luận* ghi: Sân nhuế, sân hoả, sân nhiễm, sân khuể cái, sân tuỳ miên. Sân (*pratigha*) đồng nghĩa với *vyāpāda* và *dveṣa, doṣa*. Là 1 trong 6 tuỳ miên (AK.27711-12). Định nghĩa trong luận nầy sát với *Vibh.* Cf. *Pháp uẩn túc luận* quyển 9, Tạp sự phẩm. 16, A-tì-đàm bộ, quyển 3, p. 232.

5.   Thế nào là nghi[132]? Là do dự đối với sự thật.[133] Đó gọi là nghi.

d.   Giải thích năm kiến

1.   Thế nào là hữu thân kiến[134]? **[615b02]** Là đối với năm thủ uẩn theo chỗ quán xét mà chấp ngã, ngã sở, từ đó khởi thọ nhận ưa thích theo kiến chấp của tuệ quán.[135] Đó gọi là hữu thân kiến.

2.   Thế nào là biên chấp kiến[136]? Là đối với năm thủ uẩn theo chỗ quán xét để chấp hoặc chấp đoạn, hoặc chấp thường, từ đó khởi thọ

---

[132] 疑; Skt *vicikitsā*; Pāli *vicikicehā*. Nghi (*vicikitsā*) là 1 trong 6 tuỳ miên (*anusaya*), 1 trong ngũ chướng (*nīvaraṇa*, AA. p. 94), và là 1 trong 5 thượng phần kiết sử. Theo *Dhā* (1000), đó là nghi ngờ Phật, Pháp, Tăng, và pháp tu tập; nghi ngờ về các pháp trong quá khứ, vị lai và nhân duyên. Xem *Vibh* 17. (**Cht.56** của Swati Ganguly, **tr. 43**). *Cf. Tập dị môn túc luận* quyển 9, Tạp sự phẩm. 16, A-tì-đàm bộ, quyển 3, p. 243.

[133] 諦; Skt *satya*. Các đế trong tứ đế. Như trong *Tập dị môn túc luận* nói trên.

[134] 有身見; Skt *satkāya-dṛṣṭi*; Pāli *sakkāya-diṭṭi*, là một trong năm loại kiến nhiễm ô, tác nhân của chấp ngã và ngã sở (*ātmātmayagrāha*). Hữu thân kiến nhằm loại bỏ ý niệm thường hằng và nhất thể. Hữu thân kiến được liệt kê đầu tiên trong năm hạ phần kiết sử (*avarabhāgīyasaṃyoyana*). Theo AK.iii 'sat' là những gì hư hoại, chìm xuống; 'kāya' là tích luỹ (*cayaḥ*), *satkāya* là tích chứa những thứ hư hoại. có nghĩa là 5 thủ uẩn (*upādānaskandha*); dṛṣṭ là quan niệm. Như thế *satkāya dṛṣṭi* có nghĩa là 'quan niệm về sự tích tập của 5 thủ uẩn'. Cf. **Cht.57** của Swati Ganguly, **tr. 43**.

[135] "Này các bí-sô, tất cả sa-môn hoặc bà-la-môn nào ở thế gian này đã tin vào ngã thì những gì mà họ xem như là ngã chỉ là năm thủ uẩn." (*Saṃyukta*, 21, 17; *Madhyama*, 58, 1; *Vibhāṣā*, 8, 7).

[136] 邊執見; Skt *antagrāha-dṛṣṭi*. Biên chấp kiến là quan niệm về thường hằng luận hay hư vô chủ nghĩa. AK 2823-4: *tasya eva ātmābhimatasya vastuno dhruvadṛṣṭir ucchedadṛṣṭir vā antagrāhadṛṣṭiḥ; śāśvatocchedāntagrahaṇāt|* Ht. 即於所執我我所事執斷執常名邊執見。以妄執取斷常邊故。 Vọng tưởng tự ngã là một thật vật, với quan điểm thường hằng hay đoạn diệt; vọng tưởng đó gọi là biên chấp kiến, do vì bám chặt vào hai cực đoan thường và đoạn.

nhận ưa thích theo kiến chấp của tuệ quán. Đó gọi là biên chấp kiến.

3. Thế nào là tà kiến[137]? Là hủy báng nhân quả, hoặc hủy báng tác dụng của nhân quả, hoặc phá hoại sự thật[138], từ đó khởi thọ nhận ưa thích theo kiến chấp của tuệ quán.[139] Đó gọi là tà kiến.

4. Thế nào là kiến thủ[140]? Là đối với năm thủ uẩn theo chỗ quán xét để chấp, cho là tối thắng, là tối diệu[141], từ đó khởi thọ nhận ưa thích theo kiến chấp của tuệ quán. Đó gọi là kiến thủ.

5. Thế nào là giới cấm thủ[142]? Là đối với năm thủ uẩn theo chỗ quán xét để chấp, cho đó là thanh tịnh, là giải thoát, là xuất ly[143], từ

---

[137] 邪見; Skt. *mithya-dṛṣṭi*; Pali *micchā-diṭṭhi*. AK 24720-21: *nāsti dṛṣṭiḥ śubhāśubhe | mithyādṛṣṭiḥ.* (Ht): 偈曰。於善惡無見。邪見。Không thấy rõ thiện ác là tà kiến.

[138] Trong khi chân lý về khổ, v.v..., là sự thật, mà có quan điểm rằng không phải sự thật; đó gọi là tà kiến. (*Câu-xá* v; Việt dịch)

[139] Kiến chấp này thuộc loại giảm chấp *(apavādika)*, giảm trừ chủ nghĩa, phủ định luận: giảm trừ hiện thực thành phi hiện thực. Ht. 損減 tổn giảm (chấp); các kiến chấp khác thuộc loại tăng chấp *(samāropikā)*. (*Câu-xá* v; ch.t. Việt dịch)

[140] 見取; Skt. *dṛṣṭiparamārśa*; Cái hạ liệt *(hīna)* mà cho là thù thắng, gọi là kiến thủ (AK. p. 773). Cái 'hạ liệt' đều thuộc về hữu lậu (有漏 *sāsrava*), vì chúng bị người trí loại trừ.

[141] Đối với những gì bất thiện, hạ liệt *(hīna)*, cần phải đoạn trừ lại cho là thiện, thù thắng *(ucca)*.

[142] 戒禁取; Skt. *śīlavrataparāmāśa*; Pali *silabbataparāmāsa*. Giới cấm thủ là chấp thủ *(upādāna)* vào giới *(śīla)* và nghi thức như là chân lý tuyệt đối. Cf. *Dhs*, 1215- Thế nào là chấp thủ *(upādāna)* vào giới *(śīla)* và nghi thức? Là chấp cứng vào quan điểm cho rằng chỉ có giới *(śīla)* và nghi thức mới có thể đạt đến sự thanh tịnh. Đối với các luận sư Nhất thiết hữu bộ, Giới cấm thủ là xem nhân quả không phải là nhân quả, xem Đạo không phải là Đạo. Theo các luận sư Duy thức tông, giới cấm thủ là xem năm thủ uẩn là thanh tịnh, tự tại và siêu việt cảnh giới hiện hữu hạn định (VMS p. 64). **Cht.57** của Swati Ganguly, **tr.** 44. Cf. *Tập dị môn túc luận,* như trên.

[143] Skt. *niḥsaraṇa.* AK.55-6: *niḥsaraṇaṃ niḥsāraḥ sarvasya saṃskṛtasya*

đó khởi thọ nhận ưa thích theo kiến chấp của tuệ quán. Đó gọi là giới cấm thủ.

e.   Giải thích năm xúc

1.   Thế nào là hữu đối xúc[144]? **[615b11]** Là năm thức tương ưng[145] với xúc.

2.   Thế nào là tăng ngữ xúc? Là ý thức tương ưng với xúc.[146]

3.   Thế nào là minh xúc[147]? Là xúc vô lậu.

4.   Thế nào là vô minh xúc[148]? Là xúc nhiễm ô.

5.   Thế nào là phi minh phi vô minh xúc[149]? Là xúc hữu lậu không nhiễm.

> *nirvāṇam.* Ht. 或名有離。離謂永離，即 是涅槃。Hoặc gọi là hữu ly; ly là vĩnh viễn lìa khỏi tất cả hữu vi, tức Niết-bàn.

[144] 有對觸; ^{Skt} *pratigha-saṃsparśa.* 5 loại tiếp xúc của giác quan, đó là nhãn xúc, nhĩ xúc, tỷ xúc, thiệt xúc và thân xúc. Gọi là Hữu đối xúc vì chúng có sở y là các cơ quan có đối ngại (*sapratigha*) làm sở y cho chúng. Ht. 有對觸; Cđ. 有礙觸. Sở y là sắc có tính đối ngại.

[145] 相應; ^{Skt} *saṃprayogata* .

[146] Chỉ riêng xúc bởi ý thức mới được gọi là tăng ngữ. Xúc tương ưng với tăng ngữ này, gọi là tăng ngữ xúc. (*Câu-xá* ii; Việt dịch)

[147] 明觸; ^{Skt} *vidyā-saṃsparśa.* Minh xúc, đơn thuần là tăng ngữ xúc, về sau liên kết với minh (*vidyā*).

[148] 無明觸; ^{Skt} *avidyā-saṃsparśa.* Như trên, xúc tương ưng vô minh. Theo AKB, Vô minh xúc là minh xúc bất tịnh (*kliṣṭo vidyāsaṃsparśa*) khi liên kết với cả tri kiến và vô minh . **Ch.65** của Swati Ganguly, **tr. 45**

[149] 非明非無明觸; ^{Skt} *naivavidyānāvidyā-sparśa.* Phi minh phi vô minh xúc là Ý xúc trung tính, vì không liên kết với minh hay vô minh. Nó chỉ liên kết với tri kiến thiện (*kuśala*) mà không liên kết với tri kiến bất thiện (*akuśala*). Về ngũ xúc, xem thêm AA, p. 133. **Ch.66** của Swati Ganguly.

f. Giải thích năm căn¹⁵⁰

1. Thế nào là lạc căn¹⁵¹? **[615b14]** Là xúc thuận theo lạc thọ¹⁵². Người tiếp xúc đã khởi những an vui nơi thân và tâm thọ nhận bình đẳng, đều thuộc về thọ. Đó gọi là lạc căn.

2. Thế nào là khổ căn¹⁵³? Là xúc thuận theo khổ thọ.¹⁵⁴ Người tiếp xúc đã khởi những khổ não nơi thân thọ nhận không bình đẳng, đều thuộc về thọ. Đó gọi là khổ căn.

3. Thế nào là hỷ căn¹⁵⁵? Là xúc thuận theo hỷ thọ.¹⁵⁶ Người tiếp

----

¹⁵⁰ Ngũ căn về cảm thọ, đó là khổ thọ, lạc thọ, hỷ thọ, ưu thọ, xả thọ, đều gọi là căn (*indriya*), có nghĩa là những yếu tố chiếm ưu thế đối với sự tạp nhiễm (*saṃkleśa*) như tuỳ miên (*anusayas*) như tham, sân si, v.v... trở nên vướng mắc đối với các căn cảm thọ khiến ràng buộc chúng sinh trong cõi luân hồi. Sự đình chỉ ngũ căn được nêu trong AK. p. 145-46; AA. p, 129, v.v.... **Cht.67** của Swati Ganguly.

¹⁵¹ 樂根; ᔢᔅᵗ *sukhendriya*; ᔢᵃᵗ *sukhindriya*. Có tất cả bảy loại: Một ở Dục giới, thuộc Tu đoạn; năm ở Sắc giới, thuộc cả năm nhóm (ngũ bộ); một thuộc vô lậu. Lạc căn là cảm thọ (*vedana*) hài lòng (*sātā*) thuộc về thân (*kāyīki*). Tuy nhiên, Trong cảnh giới đệ tam thiền, cảm thọ thù thắng là tâm thức chứ không thuộc về thân. **Cht.68** của Swati Ganguly. Xem AKB, p. 146; Vibh. p, 158., Cf. *Pháp uẩn túc luận* 10.

¹⁵² 順樂受; ᔢᵏᵗ *sukkhavedya*; thuận hợp (*hita*) với lạc, có nghĩa là thuận hợp với cảm thọ thuộc lạc (*sukhavedanīya*).

¹⁵³ 苦根; ᔢᵏᵗ *duḥkhendriya*; Khổ căn là cảm thọ không hài lòng thuộc về thân (AKB, p. 145). Đối chiếu định nghĩa trong luận nầy với trong *Vibh.* **Cht.69** của Swati Ganguly . Cf. *Pháp uẩn túc luận* 10.

¹⁵⁴ 順苦受; ᔢᵏᵗ *duḥkhavedya*. *Phát trí* 11 **tr. 974c07**. *Tì-bà-sa* 118 **tr. 615c5**: ".... Nghiệp dẫn thuận khổ thọ (có dị thục) là tâm tâm sở pháp; nghiệp này dẫn đến khổ thọ là dị thục tương ưng với khổ."

¹⁵⁵ 喜根; ᔢᵏᵗ *saumanasyendriya*; ᔢᵃᵗ *somanassindriya*. Hỷ căn được định nghĩa trong luận nầy theo như trong *Vibh, ibid*. Trong AKB mô tả hỷ căn là cảm thọ tâm ý thỏa mãn trong dục giới (*kāmadhātu*) và trong cõi sơ thiền và nhị thiền. **Cht.70** của Swati Ganguly. Cf. *Pháp uẩn túc luận* 10.

¹⁵⁶ ᔢᵏᵗ *caitasikaṃ prītiḥ*: tâm sở hỷ; *saumanasya*: trạng thái hoan hỷ của ý.

xúc khởi những vui mừng nơi tâm thọ nhận bình đẳng, đều thuộc về thọ. Đó gọi là hỷ căn.

4. Thế nào là ưu căn[157]? Là xúc thuận theo ưu thọ. Người tiếp xúc đã khởi những lo buồn nơi tâm thọ nhận không bình đẳng, đều thuộc về thọ. Đó gọi là ưu căn.

5. Thế nào là xả căn[158]? Là xúc thuận theo thọ không khổ không vui.[159] Người tiếp xúc đã khởi những xả bỏ nơi thân và tâm thọ nhận không bình đẳng, không phải không bình đẳng, đều thuộc về thọ. Đó gọi là xả căn.

g. Giải thích năm pháp

1. Thế nào là tầm[160]? **[615b22]**

Hán dịch *hỷ thọ*.

[157] 憂根; **Skt** *daumanasyendriya*; **Pali** *domanassindriya*. Cảm thọ gây khó chịu (*asātā*). Ố tác và tật đố, phẫn, hại, hận và não, tương ưng với ưu căn. AK. 31710: *daurmanasyena kaukṛtyam īrṣyā krodho vihiṃsanam| upanāhaḥ pradāśaś ca*, Cđ. 憂根應憂悔 嫉妬忿逼惱結過不捨耶; Ht. 諸隨煩惱中 嫉悔忿及惱害恨憂俱起. Cf. *Pháp uẩn túc luận* 10.

[158] 捨根; **Skt** *upekṣendiya*; *upekhindriya*; **Tib** *btang snyoms kyi dbang po*. AKB cho rằng đây là cảm thọ trung gian (*madhya*), vì là cảm thọ chẳng gây khó chịu chẳng gây dễ chịu. **Cht.72** của Swati Ganguly. Cf. *Pháp uẩn túc luận* 10.

[159] 順不苦不樂受; **Skt** *asukhāduḥkhavedya*. AK.22824: *aduḥkhāsukhavedanīyasya cittaviprayuktā*. (Ht.)順不苦不樂受業心不相應行。

[160] 尋; **Skt** *vitarka*; **Pali** *vitakkha*. Tầm. trong Vibh (p.308) định nghĩa là tâm trạng, suy tư, tư duy, ám ảnh, tập trung, ứng dụng của tâm trí, suy tư đúng đắn. Đây gọi là tầm. (*vitakka*), Trong The Book of Analysis, p. 335. AKB (p. 204) định nghĩa tầm là sự thô động của tâm (*cinaudārikatā*) khi chưa an định trên đối tượng của nó. Theo các luận sư Duy thức tông, tầm là ý ngôn phân biệt 意言分別 (*manojalpa*) khi đang truy cầu (*paryeṣaka*) đối tượng. Tầm là tâm sở qua đó, tâm giản trạch (*prajñā*) thiện và ác. **Cht.73** của Swati Ganguly. Cf. *Tập dị môn túc luận* quyển 3, tam thiện tầm và tam bất thiện tầm. *Pháp uẩn túc luận* 9.

Là tâm suy tìm, suy tìm khắp, hiển bày, hiển bày hết mực, hiển bày hiện tiền, tìm cầu, tìm cầu khắp, tính toán, tính toán khắp, phân biệt, phân biệt khắp, tánh luôn phân biệt. Đó gọi là tầm.

2. Thế nào là tứ[161]? Là tâm sâu sát, hoàn bị sâu sát, bám sát sâu xét toàn diện, tùy chuyển, tùy lưu, tùy thuộc tính đó, gọi là tứ.

3. Thế nào là thức[162]? Là sáu thức thân[163], từ nhãn thức cho đến ý thức.

4. Thế nào là vô tàm[164]? Không liêm sỉ, không biết liêm sỉ, không cần biết liêm sỉ, không xấu hổ, không biết xấu hổ, không cần biết xấu hổ, không kính trọng, không có trạng thái kính trọng, không tự tại[165],

---

[161] 伺; Skt *vicāra*; Tứ được định nghĩa trong luận nầy theo như trong *Vibh* (p. 309). Đối chiếu thêm A A (p. 94): *cittasya udgṛhītasaṃskārānucintanaṃ ucyate vicāraḥ.* Theo AKB (p. 204), so với, *tứ, tầm* là nhận thức tinh tế về tư duy trừu tượng, xảy ra cùng lúc với *tứ* (*vicāra*). Các luận sư Duy thức tông giải thích rằng *tứ* (*vicāra*) cũng là một ý ngôn phân biệt 意言分別 (*manojalpa*) nỗ lực truy cầu (*praiyav-ekṣaka*) đối tượng của nó. Như thế, tứ liên quan đến sự hình thành khái niệm (*nirūpaṇa*) về những gì được nhận tri trước đó (*pūrvādhigata*) được xem là vi tế (*sūkṣmatā*). Tứ (*vicāra*) cung cấp cơ sở cho những gì giác quan có thể cảm nhận được và những gì không. **Cht.74** của Swati Ganguly.

[162] 識; Skt *vijñāna*; Pāli *viññāṇa*.

[163] 六識身; Skt *ṣaḍ-vijñāna-kāyaḥ*; Cđ. 六識聚 lục thức tụ. Nhận thức đối tượng cá biệt, cái bắt nắm đối tượng riêng biệt của nó, đó là sáu thức thân. (*Câu-xá* i; Việt dịch. Tuệ Sỹ)

[164] 無慚; Skt *ahri*; AK.31221 *rāgotthā āhrīkyauddhatyamatsarāḥ|*; Cđ. dịch *vô tu.* Do từ tham dục sinh. 偈曰。欲生。無羞掉起悋。Đối với các luận sư Duy thức tông, vô tàm là coi thường chính mình và pháp, không có cảm giác xấu hổ, phát sinh và nuôi dưỡng hành vi bất thiện. Cf. VMS, p. 31. **Cht.75** của Swati Ganguly. Cf. *Tập dị môn túc luận* 1, *Pháp uẩn túc luận* 9, A-tì-đàm bộ, quyển 3, p. 236.

[165] 自在; Skt *vaśitva*, hàm ý làm chủ. Chuyển luân vương có khả năng làm chủ đối với các thứ trân báu bởi vì nhà vua có thể có được tùy theo ý muốn (*kāmacāra*).

không có trạng thái tự tại, không có sự kính nể đối với người tự tại, gọi chung là vô tàm.

5. Thế nào là vô quý[166]? Là không thẹn, không có điều thẹn, không thẹn riêng, không hổ thẹn, không có điều hổ thẹn, không có hổ thẹn riêng, trạng thái đối với tội không sợ, không hãi, ở trong các tội không thấy sợ hãi. Đó gọi là vô quý.

h. Giải thích sáu thức thân

1. Thế nào là nhãn thức[167]? **[615c04]** Do duyên đến mắt và các sắc, nhãn thức phát sinh. Trong đây mắt là tăng thượng,[168] sắc là sở duyên. Khi mắt nhận thức sắc đã phân biệt rõ, đều phân biệt rõ. Đó gọi là nhãn thức.

---

[166] 無愧; ⓢ *anapatrāpya;* ⓟ *anottappa.* Vô quý được định nghĩa trong *Vibh.,* "là không sợ bị chê trách *(ottappa),* không có sự lo sợ bị người khác lên án khi phạm sai lầm *(avadye bhayāadarśitvam)."* Các luận sư Duy thức tông cho rằng vô quý là xem thường bản thân, coi trọng bạo lực và cái ác, không có cảm giác xấu hổ về tội lỗi của mình. Vô quý chống lại sự chính trực, phát sinh và nuôi dưỡng hành vi bất thiện. Sự khác biệt giữa Vô tàm và Vô quý được nêu trong AA (p. 8l) -Vô tàm là sự thiếu xấu hổ bên trong vì những việc làm xấu xa của mình *(duṣkṛte nātmani lajjā)* và Vô quý là sự thiếu ý thức khi bị người khác chê trách *(duṣkṛte naparato lajjā).* **Cht.76** của Swati Ganguly. Cf. *Tập dị môn túc luận 1, Pháp uẩn túc luận 9, A-tì-đàm bộ,* quyển 3, p. 236.

[167] 眼識; do sự tiếp xúc giữa sắc *(rūpa)* và mắt *(cakṣu),* yếu tố thứ nhất phụ thuộc vào yếu tố thứ hai là duyên *(ālambana),* và yếu tố thứ ba là sở y *(āśraya).* Năm thức thân luôn luôn bất tịnh, và nó bao hàm ý thức *(manovijñāna)* khi nó trở nên bất tịnh. **Cht.77** của Swati Ganguly. Cf. *Tập dị môn túc luận* 15.

[168] 增上; ⓢ *adhikṛtya.* Ht. 增上用謂勝自在. *Adhikaṃ hi prabhutvam ādhipatyam:* cái có uy thế nổi bật, cái đó có công dụng tăng thượng.

2-6. Thế nào là nhĩ[169], tỷ,[170] thiệt,[171] thân,[172] ý thức[173]? Do duyên đến ý và pháp, ý thức phát sinh; ý là tăng thượng, pháp là sở duyên, khi ý nhận thức pháp đã phân biệt rõ, đều phân biệt rõ, đó gọi là ý thức.

i. Giải thích sáu xúc thân[174]

1. Thế nào là nhãn xúc? **[615c10]** Do duyên đến mắt và các sắc, nhãn thức phát sinh, ba thứ ấy hòa hợp gọi là xúc, trong đó mắt là tăng thượng, sắc là sở duyên. Nơi sắc do mắt nhận biết có các xúc, cùng xúc, hiện xúc đã và sẽ xúc. Đó gọi là nhãn xúc.

---

[169] Nhĩ thức ^{Skt} *Śrotravijñāna*, kết quả là thức, âm thanh là duyên (*ālambana*) và tai là sở y (*āśraya*). Xem AKB, AKV., ibid; Vibh, ibid; AA. Ibid.

[170] Tỷ thức: kết quả là thức, mùi hương (*gandha*) là duyên và mũi là sở y (*āśraya*). Xem sđd.

[171] Thiệt thức: kết quả là thức, mùi vị (*rasa*) là duyên và lưỡi là sở y (*āśraya*). Xem Vibh., p. 110.

[172] Thân thức (*kāyavijñāna*), do xúc chạm (觸 *spraṣṭavya*) làm duyên và thân là sở y (*āśraya*). Xem sđd.

[173] Ý thức (*Manovijñāna*) phát sinh khi tiếp xúc với pháp giới (*dharmadhātu*) làm duyên (*ālambana*) và ý giới (*manodhātu*) là sở y (*āśraya*). Xem sdd.

[174] Phân biệt 5 xúc ở trên là trạng thái tương ứng của 6 thức, vô lậu, nhiễm ô, hữu lậu không nhiễm, ở đây phân tích Xúc tương ưng 6 căn, nên dùng từ thân (*kāya*) với nghĩa *tụ, nhóm*. Sáu xúc thân (*sparśakāya*) phát sinh từ sự tiếp xúc của bộ ba (*tṛkasaṃnipāta*) gồm các giác quan là sở y (*āśraya*), đối tượng làm duyên (*ālambana*) và thức (*vijñāna*), được thấy trong kinh *Mười sáu pháp môn* (*Saṭṣaṭako dharmaparyāya*). MN. iii.180. Truyền thống A-tì-đạt-ma ghi nhận 6 xúc thân là pháp riêng biệt. Theo Nhất thiết hữu bộ (*Sarvāstivāda*), sự kết hợp (*saṃnipāta*, 會, hội) có nghĩa là "kết quả của sự giao hội." Thế nên xúc là "cái sinh ra do sự kết hợp của bộ ba" được nêu ở trên. Tuy nhiên, Duy thức tông chủ trương rằng xúc (*sparśa*) là "sự kết hợp của 3 thành phần". Chi tiết, xem Guenther (Delhi, 1974), pp. 33-34. Về Xúc thân, xem AA. p. 123. **Cht.83** của Swati Ganguly.

2-6. Thế nào là nhĩ,[175] tỷ,[176] thiệt,[177] thân,[178] ý xúc[179]? Do duyên đến ý và pháp, ý thức phát sinh, ba thứ ấy hòa hợp gọi là xúc, trong đó ý là tăng thượng, pháp là sở duyên. Nơi pháp do ý nhận biết có các xúc, cùng xúc, hiện xúc đã và sẽ xúc. Đó gọi là ý xúc.

j. Giải thích sáu thọ thân

1. Thế nào là thọ do nhãn xúc sinh ra[180]? **[615c15]** Do duyên đến mắt và sắc, phát sinh nhãn thức, ba thứ ấy hòa hợp gọi là xúc, xúc làm duyên, sinh thọ, trong đó nhãn là tăng thượng, sắc là sở duyên, nhãn xúc là nhân, là tích tập, là chủng loại, là duyên, những gì do nhãn xúc sinh ra tương ưng với tác ý. Khi mắt nhận thức sắc, cái nào là thọ, hoàn toàn thọ, thọ hoàn toàn cá biệt,[181] được kể trong thọ. Đó là thọ do nhãn xúc sinh ra.[182]

---

[175] Nhĩ xúc. (s): *śrotrasaṃsparśa*, Cf. *Budd, Manual*, p. 178.

[176] Tỷ xúc (s): *ghraṇasaṃsparśa* Cf. ibid., p. 180.

[177] Thiệt xúc (s*): jihvāsaṃsparśa*, Cf. ibid., p. 181.

[178] Thân xúc (s): *kāya saṃsparśa* Cf. ibid., p. 182.

[179] Ý xúc (s): *manaḥsparśa*. Theo truyền thống A-tì-đạt-ma, tăng ngữ (增語 *adhivacana*) là đối tượng của xúc kết hợp với ý thức "qua nhãn thức, ta thấy màu xanh, nhưng không biết 'đó là màu xanh'; qua ý thức, ta biết màu xanh và biết 'đó là màu xanh'. AKB, p. 472. **Cht.88** của Swati Ganguly. Đồng tham chiếu *Tập dị môn túc luận* 15.

[180] Nhãn xúc phát sinh trong toàn sáu thọ thân. Cf, *Tập dị môn túc luận* 15.

[181] 各別等受; *Tập dị môn túc luận*: biệt thọ 別受.

[182] 眼觸所生受; ⓢ *Cakṣusaṃsparśajā vedanā*. Trong *Aṭṭh* (III. 183) nói rằng xúc phát sinh thọ. *Vaibhāṣika* chủ trương rằng xúc (*sparśa*). và thọ (*vedanā*) là phát sinh đồng thời. Trong khi Kinh lượng bộ (*Sautrāntika*) chủ trương rằng thọ (*vedanā*) phát sinh sau xúc (*sparśa*). Chi tiết, xem AKV (p. 473-76). Theo AK, đây là cảm thọ thuộc thân. Định nghĩa ở đây thể hiện văn phong A-tì-đạt-ma điển hình của Nhất thiết hữu bộ, cảm thọ phát sinh từ sự kết hợp của mắt, sắc (*rūpa*) và nhãn thức thị giác, có trong tất cả chúng sinh trong các thời. Trong *Vibh*, (trang 32) có đề cập đến sáu thọ thân. **Cht.89** của Swati Ganguly.

2-6. Thế nào là thọ do nhĩ,[183] tỷ,[184] thiệt,[185] thân,[186] ý[187] xúc sinh ra? Nghĩa là do duyên đến ý và pháp, phát sinh ý thức, ba thứ ấy hòa hợp gọi là xúc, xúc làm duyên, sinh thọ, trong đó ý là tăng thượng, pháp là sở duyên, ý xúc là nhân, là tích tập, là chủng loại, là duyên, những gì do ý xúc sinh ra tương ưng với tác ý. Khi ý nhận thức pháp, cái nào là thọ, hoàn toàn thọ, thọ hoàn toàn cá biệt,[188] được kể trong thọ. Đó gọi là thọ do ý xúc sinh ra.

k. Giải thích sáu tưởng thân

1. Thế nào là tưởng do nhãn xúc sinh ra[189]? **[615c26]**

Nghĩa là do duyên đến mắt và sắc, phát sinh nhãn thức, ba thứ ấy hòa hợp gọi là xúc, xúc làm duyên, sinh tưởng, trong đó mắt là tăng thượng, sắc là sở duyên, nhãn xúc là nhân, là tích tập, là chủng loại, là duyên, những gì do nhãn xúc sinh ra tương ưng với tác ý. Nơi sắc do mắt nhận biết có các tưởng, cùng tưởng, đều cùng tưởng riêng,[190] hiện tiền cùng tưởng, đã tưởng, sẽ tưởng. Đó gọi là tưởng do nhãn xúc sinh ra.

---

[183] 耳觸所生受 🔲 *śrotrasaṃsparśajā vedanā* , thọ phát sinh từ nhĩ căn, âm thanh và nhĩ thức, trong tất cả các thời.

[184] 鼻觸所生受 🔲 *ghrāṇasaṃsparśajā vedanā*, thọ phát sinh từ tỷ căn, mùi hương và tỷ thức, trong tất cả các thời.

[185] 舌觸所生受 🔲 *jihvāsaṃsparśajā vedanā*, thọ phát sinh từ thiệt căn, mùi vị và thiệt thức, trong tất cả các thời.

[186] 身觸所生受 🔲 *kāyasaṃsparśajā vedanā*, thọ phát sinh từ thân căn, xúc chạm và thân thức, trong tất cả các thời.

[187] 意觸所生受 🔲 *manaḥsaṃsparśajā vedanā*, thọ phát sinh từ sự kết hợp của ý căn, đối tượng và ý thức, trong tất cả các thời. Từ **cht.184-188** Việt dịch, dẫn **cht.90-94** bản Anh dịch của Swati Ganguly, **tr. 48-49**.

[188] 各別等受; *Tập dị môn túc luận:* biệt thọ 別受.

[189] 眼觸所生想. 🔲 *Cakṣusaṃsparśajā saṃjñā*. Nhãn xúc phát sinh trong toàn sáu tưởng thân. Cf, *Tập dị môn túc luận* 15. Là khái niệm do sự kết hợp của nhãn thức, nhãn căn và sắc trần, có trong mọi chúng sinh trong tất cả các thời.

[190] 各別等想. *Tập dị môn túc luận* không ghi.

2-6. Thế nào là tưởng do nhĩ,[191] tỷ,[192] thiệt,[193] thân,[194] ý xúc[195] sinh ra? Nghĩa là do duyên đến ý và pháp, phát sinh ý thức, ba thứ ấy hòa hợp gọi là xúc, xúc làm duyên, sinh tưởng, trong đó ý là tăng thượng, pháp là sở duyên, ý xúc là nhân, là tích tập, là chủng loại, là duyên, những gì do ý xúc sinh ra tương ưng với tác ý. Nơi pháp do ý nhận biết có các tưởng, cùng tưởng, đều cùng tưởng riêng, hiện tiền cùng tưởng, đã tưởng, sẽ tưởng. Đó gọi là tưởng do ý xúc sinh ra.

l. Giải thích sáu tư thân

1. Thế nào là tư do nhãn xúc sinh ra[196]? **[616a08]**

Nghĩa là do duyên đến mắt và sắc, phát sinh nhãn thức, ba thứ ấy hòa hợp gọi là xúc, xúc làm duyên, sinh tư, trong đó mắt là tăng thượng, sắc là sở duyên, nhãn xúc là nhân, là tích tập, là chủng loại, là duyên, những gì do nhãn xúc sinh ra tương ưng với tác ý. Nơi sắc do mắt nhận biết có các tư, cùng tư, đều cùng tư riêng, hiện tiền cùng tư, đã tư duy, sẽ tư duy, đều thuộc về tư duy, tạo ra nghiệp tâm ý. Đó gọi là tư do nhãn xúc sinh ra.

---

[191] 耳觸所生想 ⬛ *śrotrasaṃsparśajā saṃjñā*; là khái niệm do sự kết hợp của nhĩ thức, nhĩ căn và âm thanh, có trong mọi chúng sinh trong tất cả các thời.

[192] 鼻觸所生想 ⬛ *ghrāṇasaṃsparśajā saṃjñā*; là khái niệm do sự kết hợp của tỷ thức, tỷ căn và mùi hương, có trong mọi chúng sinh trong tất cả các thời.

[193] 舌觸所生想 ⬛ *jihvāsaṃsparśajā saṃjñā*; là khái niệm do sự kết hợp của thiệt thức, thiệt căn và mùi vị, có trong mọi chúng sinh trong tất cả các thời.

[194] 身觸所生想 ⬛ *kāyasaṃsparśajā saṃjñā*; là khái niệm có từ sự kết hợp của thân thức, thân căn và sự xúc chạm, có trong mọi chúng sinh trong tất cả các thời.

[195] 意觸所生想 ⬛ *manaḥsaṃsparśajā saṃjñā*. là khái niệm có từ sự kết hợp của ý thức, ý căn và pháp trần, có trong mọi chúng sinh trong tất cả các thời.

[196] 眼觸所生思 ⬛ *cakṣusaṃsparśajā cetanā*. Là tư phát sinh từ sự tiếp xúc của nhãn thức, nhãn căn và sắc trần, kết hợp với ý (*manas*) phát sinh từ nhãn xúc, có trong mọi chúng sinh trong tất cả các thời.

2-6. Thế nào là tư do nhĩ, tỷ, thiệt, thân, ý xúc sinh ra? Nghĩa là do duyên đến ý và pháp, phát sinh ý thức, ba thứ ấy hòa hợp gọi là xúc, xúc làm duyên, sinh tư, trong đó ý là tăng thượng, pháp là sở duyên, ý xúc là nhân, là tích tập, là chủng loại, là duyên, những gì do ý xúc sinh ra tương ưng với tác ý. Nơi pháp do ý nhận biết có các tư cùng tư đều cùng tư riêng, hiện tiền cùng tư, đã tư duy, sẽ tư duy, đều thuộc về tư duy tạo ra nghiệp tâm ý. Đó gọi là tư do ý xúc sinh ra.

m. Giải thích sáu ái thân

1. Thế nào là ái do nhãn xúc sinh ra[197]? **[616a20]**

Nghĩa là do duyên đến mắt và sắc, phát sinh nhãn thức, ba thứ ấy hòa hợp gọi là xúc, xúc làm duyên sinh thọ, thọ làm duyên sinh ái, trong đó mắt là tăng thượng, sắc là đối tượng duyên. Nơi sắc do mắt nhận biết khởi các tham, cùng tham, rồi cất giấu, phòng giữ, yêu thích, vướng mắc. Đó gọi là ái do nhãn xúc sinh ra.

2-6. Thế nào là ái do nhĩ, tỷ, thiệt, thân, ý xúc sinh ra? Nghĩa là do duyên đến ý và pháp, phát sinh ý thức, ba thứ ấy hòa hợp gọi là xúc, xúc làm duyên sinh thọ, thọ làm duyên sinh ái, trong đó ý là tăng thượng, pháp là đối tượng duyên. Nơi pháp do ý nhận biết khởi các tham cùng tham, rồi cất giấu, phòng giữ, yêu thích, vướng mắc. Đó gọi là ái do ý xúc sinh ra.

---

197   眼觸所生愛; Skt. *cakṣusaṃsparśaj tṛṣṇā*. Là ái phát sinh bởi nhãn thức, nhãn căn và sắc trần… là tham ái, v.v… có trong mọi chúng sinh trong tất cả các thời. Từ **cht. 192–198** Việt dịch, dẫn **cht. 96–107** bản Anh dịch của Swati Ganguly.

PHẨM II - PHÂN BIỆT[198]

Tụng tổng quát

Môn,[199] có tám mươi tám
Trước, ba môn khác loại
Là thọ và thức thân
cùng vô tàm vô quý.
Tám mươi lăm môn khác
Là thứ lớp của thọ
Tương ưng,[200] không tương ưng.[201]
Thâu nhiếp[202] giới, xứ, uẩn.

---

[198] 分別品; Skt *vibhajya-varga*; Phân tích các phương diện (môn) của mỗi pháp, hay mỗi một yếu tố tồn tại, khi được phân tích để xác định yếu tính và tác dụng của nó, là cơ sở của bản thể luận, nhằm khảo sát yếu tính của các yếu tố tồn tại.

[199] Skt *āyadvāra*. Ht. sinh môn 生門. AK.134; *rāśyāyadvāragotrārthāḥ skandhā-yatanadhātavaḥ* / Ht: 聚生門種族 是蘊處界義: Uẩn, xứ và giới, có nghĩa là tụ, sinh môn và chủng tộc. Cđ: 聚來門性義。陰入界三名。

[200] 相應; Skt *samprayukta*, có nghĩa là các tâm sở pháp cùng kết hợp với nhau tương tự như các tâm sở pháp khác (*samaṃprayuktatvāt*. AK.2018 *āptā aviyuktāḥ kāmadhātupratisaṃyukta ity arthaḥ* |. Cđ. 相應是有義不相離義; 於欲界中具足十八. Tương ưng (*āpta*) nghĩa là có, nghĩa là không tách rời nhau, trong dục giới, có đủ 18. Các tâm sở pháp nầy có 5 phẩm tính chung:
1. đồng sở y chỉ 同 所 依止; Skt *āśrayasamatā*; 2. đồng sở duyên 同所緣; Skt *ālambanasamatā*; 3. đồng hành tướng 同行相; Skt *ākārasamatā*; 4. đồng thời同 時; Skt *kālasamatā*; 5. đồng sự 同 事; Skt *dravyasamatā*). Chi tiết, xem AKB sđd.

[201] 不相應; Skt *viprayukta*. Các tâm sở pháp không có 5 phẩm tính trên được gọi là không tương ưng. Cht.2, chương 2, bản dịch của Swati Ganguly, tr. 108.

[202] 一行; Skt *saṃgrhīta*.

Phân tích 16 môn

*** Môn thứ 1: Năm thọ căn** [616b05]

Đó là lạc căn, khổ căn, hỷ căn, ưu căn, xả căn.

Thọ trong đại địa pháp,[203] có bao nhiêu thứ tương ưng, bao nhiêu thứ không tương ưng với năm thọ căn?

Cho đến, ái do ý xúc sinh ra cùng với năm thọ căn, có bao nhiêu thứ tương ưng, bao nhiêu thứ không tương ưng?

Thọ trong đại địa pháp không tương ưng với năm thọ căn, tất cả đều không tương ưng.

Tưởng của đại địa pháp tất cả đều tương ưng với năm thọ căn, chẳng có gì không tương ưng. Như tưởng, tư, xúc, tác ý, dục, thắng giải, niệm, tam-ma-địa, huệ cũng như vậy.

Bất tín[204] đối với năm thọ căn, năm căn tương ưng, năm căn không tương ưng. Như bất tín, các đại phiền não địa pháp khác cũng như vậy.

Phẫn, hận, não, tật, hại, không tương ưng trọn với năm căn, chỉ tương ưng với hai căn là ưu và xả căn.

Phú, cuống, siểm không tương ưng trọn với năm căn, chỉ tương ưng với ba căn, trừ khổ căn, lạc căn.

Kiêu không tương ưng trọn với năm căn, chỉ tương ưng với bốn căn, trừ khổ căn. Xan không tương ưng trọn với năm căn, chỉ tương ưng với hai căn là hỷ căn và xả căn.

Dục tham, sắc tham không tương ưng trọn với năm căn, chỉ tương

---

[203] Đại địa (*mahābhūmi*) bao hàm 10 tâm pháp như thọ, v.v... vốn có trong mọi sát-na tâm. Các tâm pháp nầy bản chất là riêng biệt, nhưng cùng hiện hữu trong cùng một lúc (AK ii). Năm thọ căn (*vedanendriya*) là điều kiện cho sự phát sinh của thọ (*vedanā*). Khi được trải nghiệm bởi thọ căn, 2 pháp không thể tương ưng, có nghĩa là chúng không có 5 phẩm tính chung được nêu ở trên. Tuy nhiên, 9 đại địa pháp khác không bị điều kiện hoá bởi thọ căn, nên tất cả đều tương ưng với thọ căn. **Cht.3**, chương 2, bản dịch của Swati Ganguly, **tr. 108**.

[204] Trong 10 đại phiền não địa pháp.

ưng với ba căn, trừ khổ căn, ưu căn.

Vô sắc tham không tương ưng trọn với năm căn, chỉ tương ưng với một căn là xả căn.

Sân không tương ưng trọn với năm căn, chỉ tương ưng với ba căn, trừ lạc căn, hỷ căn.

Nghi không tương ưng trọn với năm căn, chỉ tương ưng với bốn căn, trừ khổ căn.

Trong năm kiến chấp, tà kiến không tương ưng trọn với năm căn, chỉ tương ưng với bốn căn, trừ khổ căn.

Bốn kiến chấp kia[205] không tương ưng trọn với năm căn, chỉ tương ưng với ba căn, trừ khổ căn và ưu căn.[206]

Hữu đối xúc chỉ tương ưng với ba căn, trừ hỷ căn và ưu căn; không tương ưng với bốn căn, trừ khổ căn.

Tăng ngữ xúc chỉ tương ưng với bốn căn, trừ khổ căn; không tương ưng với ba căn, trừ hỷ căn và ưu căn.

Minh xúc chỉ tương ưng với ba căn, trừ ưu, khổ căn, không tương ưng với cả năm căn.

Vô minh xúc và phi minh phi vô minh xúc, tương ưng với năm căn và cũng không tương ưng với cả năm căn.

Lạc căn không tương ưng ngũ căn. Đều không tương ưng.

Như lạc căn, khổ căn, hỷ căn, ưu căn, xả căn cũng như vậy.[207]

Tầm, tứ tương ưng với năm căn, không tương ưng với ba căn, trừ khổ căn và ưu căn.

Thức đều tương ưng với năm căn.

---

[205] Hữu thân kiến, Biên chấp kiến, Kiến thủ, Giới cấm thủ.

[206] AK. V.57 và *Sphutārthā*. **Cht.7**, chương 2, bản dịch của Swati Ganguly, tr. 108.

[207] AK. III.31, IV.49 và *Sphutārthā*. **Cht.8**, chương 2, bản dịch của Swati Ganguly, tr. 108.

Vô tàm, vô quý, năm căn tương ưng, năm căn không tương ưng.[208]

Nhãn thức chỉ tương ưng với ba căn, trừ hỷ căn và ưu căn; không tương ưng trọn với năm căn.

Như nhãn thức, nhĩ thức, tỷ thức, thiệt thức, thân thức cũng như vậy.

Ý thức chỉ tương ưng với bốn căn, trừ khổ căn, không tương ưng với ba căn, trừ hỷ căn và ưu căn.[209]

Như sáu thức thân, sáu xúc thân, sáu tưởng thân, sáu tư thân cũng như vậy.[210]

Thọ do nhãn xúc sinh ra không tương ưng với năm thọ căn, tức đều không tương ưng.

Như thọ do nhãn xúc sinh ra, các thọ do nhĩ, tỷ, thiệt, thân, ý xúc sinh ra cũng như vậy.

Ái do nhãn xúc sinh ra chỉ tương ưng với hai căn là lạc, xả căn, không tương ưng hết với năm căn. Như ái do nhãn xúc sinh ra, các ái do nhĩ, tỷ, thiệt, thân xúc sinh ra cũng như vậy.

Ái do ý xúc sinh ra không tương ưng trọn với năm căn, chỉ tương ưng với ba căn, trừ khổ căn và ưu căn.

* Môn thứ 2: Sáu thức thân. [616c08]

Đó là nhãn thức, nhĩ thức, tỷ thức, thiệt thức, thân thức, ý thức.

Thọ của đại địa pháp cùng với sáu thức thân, có bao nhiêu thứ

---

[208] Theo AK. V. 58, và A KB, p. 851 – Vô tàm (*āhrīkya*) và Vô quý (*anapatrāpya*) tương ưng với tất cả ngũ thọ căn (*vedanendriya*), vì cả hai đều là bất thiện đại địa pháp (*akuśalamahābhumika*). Cht.9, chương 2, bản dịch của Swati Ganguly, tr. 108.

[209] Năm thức thân chỉ tương ưng với lạc căn, khổ căn và xả căn, vì 2 căn kia phát sinh từ thân xúc (xả căn phát sinh từ cả thân xúc và ý xúc). Cht.10, chương 2, bản dịch của Swati Ganguly, tr. 108.

[210] Xúc thân, Tưởng thân và Tư thân tương ứng với hỷ căn (*saurmanasyendriya*) và ưu căn (*daurmanasyendriya*) vì 2 căn nầy phát sinh từ ý xúc. Cht.11, chương 2, bản dịch của Swati Ganguly, tr. 108.

tương ưng, bao nhiêu thứ không tương ưng?

Cho đến, ái do ý xúc sinh ra cùng với sáu thức thân, có bao nhiêu thứ tương ưng, bao nhiêu thứ không tương ưng?

Thọ của đại địa pháp tương ưng với tất cả sáu thức thân, tức đều tương ưng. Như thọ của đại địa pháp, các đại địa pháp khác cũng như vậy.

Bất tín tương ưng với sáu thức thân, không tương ưng với sáu thức thân. Như bất tín, các pháp đại phiền não địa khác cũng như vậy.

Phẫn chỉ tương ưng với một thức là ý thức, không tương ưng với tất cả sáu thức thân. Như phẫn, các pháp tiểu phiền não địa khác cũng như vậy.

Dục tham tương ưng với sáu thức thân, không tương ưng với sáu thức thân. Như dục tham, sân cũng như vậy.

Sắc tham không tương ưng với tất cả sáu thức thân, chỉ tương ưng với bốn thức thân, trừ tỷ thức, thiệt thức.

Vô sắc tham, nghi, không tương ưng với tất cả sáu thức thân, chỉ tương ưng với một thức là ý thức.

Năm kiến chấp không tương ưng với tất cả sáu thức thân, chỉ tương ưng với một thức là ý thức.

Hữu đối xúc chỉ tương ưng với năm thức thân, trừ ý thức, không tương ưng với một thức là ý thức.

Tăng ngữ xúc chỉ tương ưng với một thức là ý thức, không tương ưng với năm thức thân, trừ ý thức.

Minh xúc chỉ tương ưng với một thức là ý thức, không tương ưng với tất cả sáu thức thân. Vô minh xúc và phi minh phi vô minh xúc tương ưng với sáu thức thân, không tương ưng với sáu thức thân.

Lạc căn, tương ưng với sáu thức thân, xả căn không tương ưng với sáu thức thân. Khổ căn chỉ tương ưng với năm thức thân, trừ ý thức, không tương ưng với tất cả sáu thức thân. Hỷ căn, ưu căn chỉ tương ưng với một thức là ý thức, không tương ưng tất cả với sáu thức thân.

Tầm, tứ tương ưng với sáu thức thân, không tương ưng với một thức là ý thức.

Pháp thức[211] không tương ưng với sáu thức thân, tức đều không tương ưng.

Vô tàm, vô quý tương ưng với sáu thức thân, không tương ưng với sáu thức thân.

Nhãn thức đều không tương ưng với sáu thức thân. Như nhãn thức, nhĩ, tỷ, thiệt, thân, ý thức cũng như vậy.

Nhãn xúc chỉ tương ưng với một thức là nhãn thức, không tương ưng với năm thức thân, trừ nhãn thức. Như nhãn xúc, các thứ nhĩ, tỷ, thiệt, thân, ý xúc tùy chỗ ứng hợp cũng như vậy.

Như sáu xúc thân, sáu thọ thân, sáu tưởng thân, sáu tư thân cũng như vậy.

Ái do nhãn xúc sinh ra chỉ tương ưng với một thức là nhãn thức, không tương ưng với tất cả sáu thức thân. Như ái do nhãn xúc sinh ra, các ái do nhĩ, tỷ, thiệt thân, ý xúc sinh ra tùy chỗ ứng hợp cũng như vậy.

*** Môn thứ 3: Hai pháp vô tàm, vô quý. [617a06]**

Thọ của đại địa pháp cùng với hai pháp nầy, có bao nhiêu thứ tương ưng, bao nhiêu thứ không tương ưng? Cho đến, ái do ý xúc sinh ra cùng với hai pháp nầy, có bao nhiêu thứ tương ưng, bao nhiêu thứ không tương ưng?

Thọ của đại địa pháp tương ưng với hai pháp bất thiện, tức đều tương ưng. Thọ của đại địa pháp không tương ưng với các thứ khác, tức đều không tương ưng. Như thọ của đại địa pháp, những đại địa pháp khác cũng như vậy.

Bất tín tương ưng với hai pháp bất thiện ấy, tức đều tương ưng. Bất tín không tương ưng với các thứ khác, tức đều không tương ưng. Như bất tín, các pháp đại phiền não địa khác cũng như vậy.

---

211 識法; Skt dharmān vijānāti. AK.3022-23; na ca mano dharmān vijānāti |
Cđ: 意不能識法。

Phẫn, hận, phú, não, tật, xan, hại đều tương ưng với hai pháp bất thiện ấy, tức đều tương ưng. Cuống, siểm, kiêu đều tương ưng với hai pháp bất thiện ấy, tức đều tương ưng. Cuống, siểm, kiêu không tương ưng với các thứ khác, tức đều không tương ưng.

Dục tham, sân đều tương ưng với hai pháp bất thiện ấy, tức đều tương ưng. Sắc tham, Vô sắc tham không tương ưng với hai pháp bất thiện ấy, tức đều không tương ưng. Nghi tương ưng với hai pháp bất thiện ấy, tức đều tương ưng. Nghi không tương ưng với các thứ khác, tức nhất định không tương ưng.

Trong năm kiến chấp, có hai kiến chấp không tương ưng với hai pháp bất thiện ấy, tức đều không tương ưng; ba kiến chấp tương ưng với hai pháp bất thiện ấy, tức đều tương ưng. Ba kiến chấp ấy không tương ưng với các thứ khác, tức đều không tương ưng.

Hữu đối xúc, tăng ngữ xúc, vô minh xúc đều tương ưng với hai pháp bất thiện ấy, tức đều tương ưng. Ba xúc ấy không tương ưng với các thứ khác, tức đều không tương ưng. Minh xúc, phi minh phi vô minh xúc không tương ưng với hai pháp bất thiện ấy, tức đều không tương ưng.

Lạc căn tương ưng với hai pháp bất thiện ấy, tức đều tương ưng. Lạc căn không tương ưng với các thứ khác, tức nhất định không tương ưng. Như lạc căn, các căn khổ, hỷ, ưu, xả cũng như vậy.

Tầm, tứ, thức pháp đều tương ưng với hai pháp bất thiện ấy, tức đều tương ưng. Tầm, tứ, thức pháp không tương ưng với các thứ khác, tức đều không tương ưng. Vô tàm cùng với vô quý quyết định tương ưng, tức đều tương ưng. Cùng với vô tàm quyết định không tương ưng, tức không tương ưng. Vô quý cùng với vô tàm quyết định tương ưng, tức đều tương ưng. Cùng với vô quý quyết định không tương ưng, tức không tương ưng.

Nhãn thức tương ưng với hai pháp bất thiện ấy, tức đều tương ưng. Nhãn thức không tương ưng với các thứ khác, tức đều không tương ưng. Như nhãn thức, các thứ nhĩ, tỷ, thiệt, thân, ý thức cũng như vậy.

Như sáu thức thân, sáu xúc thân, sáu thọ thân, sáu tưởng thân, sáu tư thân cũng như vậy.

Ái do nhãn, nhĩ, thân, ý xúc sinh ra đều tương ưng với hai pháp bất thiện ấy, tức đều tương ưng. Ái do nhãn, nhĩ, thân, ý xúc sinh ra không tương ưng với các thứ khác, tức đều không tương ưng. Ái do tỷ, thiệt xúc sinh ra đều tương ưng với hai pháp bất thiện ấy, tức đều tương ưng.[212]

* Môn thứ 4: Thọ và các pháp khác

[617b16] Thọ tương ưng, tưởng không tương ưng với mười tám giới, mười hai xứ, năm uẩn. Thọ tương ưng thâu nhiếp những gì? Đó là tâm, tâm sở pháp, tám giới, hai xứ, ba uẩn. Ở đây còn lại những gì? Là tự tánh của thọ, sắc, vô vi, tâm bất tương ưng hành với mười một giới, mười một xứ, ba uẩn.

Tưởng không tương ưng thâu nhiếp những gì? Đó là tự tánh của tưởng, sắc, vô vi, tâm bất tương ưng hành nơi mười một giới, mười một xứ, ba uẩn. Ở đây muốn nói điều gì? Là trừ thọ tương ưng và pháp tưởng không tương ưng, tức trừ ra tất cả pháp trong mười tám giới, mười hai xứ, năm uẩn.

Như đem thọ đối với tưởng, cho đến đem thọ đối với huệ cũng như vậy.

[617c03] Thọ tương ưng, bất tín không tương ưng mười tám giới, mười hai xứ, năm uẩn. Thọ tương ưng thâu nhiếp những gì? Đó là tâm, tâm sở pháp, tám giới, hai xứ, ba uẩn. Ở đây còn lại những gì? Là tự tánh của thọ, sắc, vô vi, tâm bất tương ưng hành trong mười một giới, mười một xứ, ba uẩn..

Bất tín không tương ưng thâu nhiếp những gì? Đó là tự tánh của bất tín, sắc, vô vi, tâm bất tương ưng hành nơi mười tám giới, mười hai xứ, năm uẩn. Ở đây muốn nói điều gì? Là trừ thọ tương ưng và pháp bất tín không tương ưng, tức trừ tất cả pháp trong mười tám giới, mười hai xứ, năm uẩn.

Bất tín tương ưng, thâu nhiếp những gì? Là tâm, tâm sở pháp, tám giới, hai xứ, bốn uẩn. Ở đây còn lại những gì? Là tự tánh của bất

---

[212] Hết quyển thượng bản Hán. Tiếp quyển trung, phẩm 2: phân biệt. Số hiệu Đct [617b16].

tín, sắc, vô vi, tâm bất tương ưng hành thập bát giới, thập nhị xứ, năm uẩn.

Thọ không tương ưng thâu nhiếp những gì? Là tự tánh của thọ, sắc, vô vi, tâm bất tương ưng hành trong mười một giới, mười một xứ, ba uẩn. Ở đây muốn nói điều gì? Là trừ bất tín tương ưng và pháp thọ không tương ưng, tức trừ hết thảy pháp nơi mười tám giới, mười hai xứ, năm uẩn. Như đem thọ đối với bất tín, đối với các pháp đại phiền não địa còn lại, dục tham, sân, vô minh xúc, phi minh phi vô minh xúc, vô tàm, vô quý cũng như vậy.

[617c18] Thọ tương ưng, phẫn không tương ưng: Thọ tương ưng với mười tám giới, mười hai xứ, năm uẩn thâu nhiếp những gì? Là tâm, tâm sở pháp, tám giới, hai xứ, ba uẩn. Ở đây còn lại những gì? Là tự tánh của thọ, sắc, vô vi, tâm bất tương ưng hành. Phẫn không tương ưng với mười một giới, mười một xứ, ba uẩn đã gồm thâu những gì? Là tự tánh của phẫn, sắc, vô vi, tâm bất tương ưng hành nơi mười tám giới, mười hai xứ, năm uẩn. Ở đây đã nêu về gì? Là trừ thọ tương ưng và pháp phẫn không tương ưng, tức trừ hết thảy pháp nơi mười tám giới, mười hai xứ, năm uẩn.

Phẫn tương ưng, thọ không tương ưng: Phẫn tương ưng với mười tám giới, mười hai xứ, năm uẩn thâu nhiếp những gì? Là tâm, tâm sở pháp, ba giới, hai xứ, bốn uẩn. Ở đây còn lại những gì? Là tự tánh của phẫn, sắc, vô vi, tâm bất tương ưng hành.

Thọ không tương ưng với mười tám giới, mười hai xứ, năm uẩn thâu nhiếp những gì? Là tự tánh của thọ, sắc, vô vi, tâm bất tương ưng hành nơi mười một giới, mười một xứ, ba uẩn. Ở đây muốn nói điều gì? Là trừ phẫn tương ưng và pháp thọ không tương ưng, tức trừ hết thảy pháp nơi mười tám giới, mười hai xứ, năm uẩn.

Như đem thọ đối với phẫn, đối với các pháp tiểu phiền não địa còn lại, vô sắc tham, nghi, năm kiến, minh xúc, sáu ái thân cũng như vậy.

[618a04] Thọ tương ưng, sắc tham không tương ưng: Thọ tương ưng với mười tám giới, mười hai xứ, năm uẩn đã gồm thâu những gì? Là tâm, tâm sở pháp, tám giới, hai xứ, ba uẩn. Ở đây còn lại những gì? Là tự tánh của thọ, sắc, vô vi, tâm bất tương ưng hành. Sắc tham

không tương ưng với mười một giới, mười một xứ, ba uẩn thâu nhiếp những gì? Là tự tánh của sắc tham, sắc, vô vi, tâm bất tương ưng hành nơi mười tám giới, mười hai xứ, năm uẩn. Ở đây muốn nói điều gì? Là trừ thọ tương ưng và pháp sắc tham không tương ưng, tức trừ tất cả các pháp trong mười tám giới, mười hai xứ, năm uẩn.

Sắc tham tương ưng, thọ không tương ưng: Sắc tham tương ưng với mười tám giới, mười hai xứ, năm uẩn đã gồm thâu những gì? Là tâm, tâm sở pháp, sáu giới, hai xứ, bốn uẩn. Ở đây còn lại những gì? Là tự tánh của sắc tham, sắc, vô vi, tâm bất tương ưng hành. Thọ không tương ưng với mười tám giới, mười hai xứ, năm uẩn đã gồm thâu những gì? Là tự tánh của thọ, sắc, vô vi, tâm bất tương ưng hành nơi mười một giới, mười một xứ, ba uẩn. Ở đây muốn nói điều gì? Là trừ sắc tham tương ưng và pháp thọ không tương ưng, tức trừ hết thảy các pháp trong mười tám giới, mười hai xứ, năm uẩn.

[618a18] Thọ tương ưng, hữu đối xúc không tương ưng với mười tám giới, mười hai xứ, năm uẩn. Thọ tương ưng thâu nhiếp những gì? Là tâm, tâm sở pháp, tám giới, hai xứ, ba uẩn. Ở đây còn lại những gì? Là tự tánh của thọ, sắc, vô vi, tâm bất tương ưng hành.

Hữu đối xúc không tương ưng với mười một giới, mười một xứ, ba uẩn đã gồm thâu những gì? Là tự tánh của hữu đối xúc, sắc, vô vi, tâm bất tương ưng hành nơi mười ba giới, mười hai xứ, năm uẩn. Ở đây muốn nói điều gì? Là trừ thọ tương ưng và pháp hữu đối xúc không tương ưng, tức trừ hết thảy pháp nơi mười tám giới, mười hai xứ, năm uẩn.

Thọ không tương ưng, hữu đối xúc tương ưng. Hữu đối xúc tương ưng với mười tám giới, mười hai xứ, năm uẩn gồm thâu những gì? Là tâm, tâm sở pháp, bảy giới, hai xứ, bốn uẩn. Ở đây còn lại những gì? Là tự tánh của hữu đối xúc, sắc, vô vi, tâm bất tương ưng hành. Thọ không tương ưng với mười ba giới, mười một xứ, năm uẩn gồm thâu những gì? Là tự tánh của thọ, sắc, vô vi, tâm bất tương ưng hành nơi mười một giới, mười một xứ, ba uẩn. Ở đây muốn nói điều gì? Là trừ hữu đối xúc tương ưng và pháp thọ không tương ưng, tức trừ hết thảy pháp nơi mười tám giới, mười hai xứ, năm uẩn.

[618b03] Thọ tương ưng, tăng ngữ xúc không tương ưng mười tám giới, mười hai xứ, năm uẩn. Thọ tương ưng thâu nhiếp những gì? Là tâm, tâm sở pháp, tám giới, hai xứ, ba uẩn. Ở đây còn lại những gì? Là tự tánh của thọ, sắc, vô vi, tâm bất tương ưng hành. Tăng ngữ xúc không tương ưng với mười một giới, mười một xứ, ba uẩn đã gồm thâu những gì? Là tự tánh của tăng ngữ xúc, sắc, vô vi, tâm bất tương ưng hành nơi mười bảy giới, mười hai xứ, năm uẩn. Ở đây muốn nói điều gì? Là trừ thọ tương ưng và pháp tăng ngữ xúc không tương ưng, tức trừ hết thảy pháp nơi mười tám giới, mười hai xứ, năm uẩn.

Tăng ngữ xúc tương ưng, thọ không tương ưng với mười tám giới, mười hai xứ, năm uẩn. Tăng ngữ xúc tương ưng thâu nhiếp những gì? Là tâm, tâm sở pháp, ba giới, hai xứ, bốn uẩn. Ở đây còn lại những gì? Là tự tánh của tăng ngữ xúc, sắc, vô vi, tâm bất tương ưng hành. Thọ không tương ưng với mười bảy giới, mười hai xứ, năm uẩn đã gồm thâu những gì? Là tự tánh của thọ, sắc, vô vi, tâm bất tương ưng hành nơi mười một giới, mười một xứ, ba uẩn. Ở đây muốn nói điều gì? Là trừ tăng ngữ xúc tương ưng và pháp thọ không tương ưng, tức trừ hết thảy pháp nơi mười tám giới, mười hai xứ, năm uẩn.

[618b17] Thọ tương ưng, tầm không tương ưng với mười tám giới, mười hai xứ, năm uẩn. Thọ tương ưng thâu nhiếp những gì? Là tâm, tâm sở pháp, tám giới, hai xứ, ba uẩn. Ở đây còn lại những gì? Là tự tánh của thọ, sắc, vô vi, tâm bất tương ưng hành.

Tầm không tương ưng với mười một giới, mười một xứ, ba uẩn gồm thâu những gì? Là tự tánh của tầm, sắc, vô vi, tâm bất tương ưng hành nơi mười ba giới, mười hai xứ, năm uẩn. Ở đây muốn nói điều gì? Là trừ thọ tương ưng và pháp tầm không tương ưng, tức trừ hết thảy pháp nơi mười tám giới, mười hai xứ, năm uẩn.

Tầm tương ưng, thọ không tương ưng: Tầm tương ưng với mười tám giới, mười hai xứ, năm uẩn thâu nhiếp những gì? Là tâm, tâm sở pháp, tám giới, hai xứ, bốn uẩn. Ở đây còn lại những gì? Là tự tánh của tầm, sắc, vô vi, tâm bất tương ưng hành. Thọ không tương ưng với mười ba giới, mười hai xứ, năm uẩn thâu nhiếp những gì? Là tự tánh của thọ, sắc, vô vi, tâm bất tương ưng hành nơi mười một giới, mười một xứ, ba uẩn. Ở đây muốn nói điều gì? Là trừ tầm tương ưng và pháp thọ không tương ưng, tức là trừ hết thảy pháp nơi mười tám giới, mười hai xứ, năm uẩn.

Như thọ đối với tầm, thọ đối với tứ cũng như vậy.

[618c02] Thọ tương ưng, thức không tương ưng với mười tám giới, mười hai xứ, năm uẩn. Thọ tương ưng thâu nhiếp những gì? Là tâm, tâm sở pháp, tám giới, hai xứ, ba uẩn. Ở đây còn lại những gì? Là tự tánh của thọ, sắc, vô vi, tâm bất tương ưng hành. Thức không tương ưng với mười một giới, mười một xứ, ba uẩn đã thâu nhiếp những gì? Là tự tánh của thức, sắc, vô vi, tâm bất tương ưng hành nơi mười tám giới, mười hai xứ, năm uẩn. Ở đây muốn nói điều gì? Là trừ thọ tương ưng và pháp thức không tương ưng, tức trừ hết thảy pháp nơi mười tám giới, mười hai xứ, năm uẩn.

Thức tương ưng, thọ không tương ưng với mười tám giới, mười hai xứ, năm uẩn. Thức tương ưng thâu nhiếp những gì? Là tâm, tâm sở pháp, một giới, một xứ, ba uẩn. Ở đây còn lại những gì? Là tự tánh của thức, sắc, vô vi, tâm bất tương ưng hành. Thọ không tương ưng với mười tám giới, mười hai xứ, ba uẩn đã gồm thâu những gì? Là tự tánh của thọ, sắc, vô vi, tâm bất tương ưng hành nơi mười một giới, mười một xứ, ba uẩn. Ở đây muốn nói điều gì? Là trừ thức tương ưng và pháp thọ không tương ưng, tức trừ hết thảy pháp nơi mười tám giới, mười hai xứ, năm uẩn.

[618c15] Thọ tương ưng, nhãn thức không tương ưng với mười tám giới, mười hai xứ, năm uẩn. Thọ tương ưng thâu nhiếp những gì? Là tâm, tâm sở pháp, tám giới, hai xứ, ba uẩn. Ở đây còn lại những gì? Là tự tánh của thọ, sắc, vô vi, tâm bất tương ưng hành. Nhãn thức không tương ưng với mười một giới, mười một xứ, ba uẩn thâu nhiếp những gì? Là tự tánh của nhãn thức, sắc, vô vi, tâm bất tương ưng hành nơi mười tám giới, mười hai xứ, năm uẩn. Ở đây muốn nói điều gì? Là trừ thọ tương ưng và pháp nhãn thức không tương ưng, tức trừ hết thảy pháp nơi mười tám giới, mười hai xứ, năm uẩn.

Nhãn thức tương ưng, thọ không tương ưng với mười tám giới, mười hai xứ, năm uẩn. Nhãn thức tương ưng thâu nhiếp những gì? Là tâm, tâm sở pháp, một giới, một xứ, ba uẩn. Ở đây còn lại những gì? Là tự tánh của nhãn thức, sắc, vô vi, tâm bất tương ưng hành. Thọ không tương ưng với mười tám giới, mười hai xứ, năm uẩn thâu nhiếp những gì? Là tự tánh của thọ, sắc, vô vi, tâm bất tương ưng hành nơi mười một giới, mười một xứ, ba uẩn. Ở đây muốn nói điều gì? Là trừ nhãn thức tương ưng và pháp thọ không tương ưng, tức trừ hết thảy pháp nơi mười tám giới, mười hai xứ, năm uẩn.

Như thọ đối với nhãn thức, cho đến thọ đối với ý thức cũng như vậy.

[618c29] Thọ tương ưng, nhãn xúc không tương ưng với mười tám giới, mười hai xứ, năm uẩn. Thọ tương ưng thâu nhiếp những gì? Là tâm, tâm sở pháp, tám giới, hai xứ, ba uẩn. Ở đây còn lại những gì? Là tự tánh của thọ, sắc, vô vi, tâm bất tương ưng hành. Nhãn xúc không tương ưng với mười một giới, mười một xứ, ba uẩn thâu nhiếp những gì? Là tự tánh của nhãn xúc, sắc, vô vi, tâm bất tương ưng hành nơi mười bảy giới, mười hai xứ, năm uẩn. Ở đây muốn nói điều gì? Là trừ thọ tương ưng và pháp nhãn xúc không tương ưng, tức trừ hết thảy pháp nơi mười tám giới, mười hai xứ, năm uẩn.

Nhãn xúc tương ưng, thọ không tương ưng với mười tám giới, mười hai xứ, năm uẩn. Nhãn xúc tương ưng thâu nhiếp những gì? Là tâm, tâm sở pháp, ba giới, hai xứ, bốn uẩn. Ở đây còn lại những gì? Là tự tánh của nhãn xúc, sắc, vô vi, tâm bất tương ưng hành. Thọ không tương ưng với mười bảy giới, một xứ, năm uẩn đã gồm thâu những gì? Là tự tánh của thọ, sắc, vô vi, tâm bất tương ưng hành nơi mười một giới, mười một xứ, ba uẩn. Ở đây muốn nói điều gì? Là trừ nhãn xúc tương ưng và pháp thọ không tương ưng, tức trừ hết thảy pháp nơi mười tám giới, mười hai xứ, năm uẩn.

Như thọ đối với nhãn xúc, cho đến thọ đối với ý xúc cũng như vậy.

Như thọ đối với sáu xúc thân, thọ đối với sáu tưởng thân, sáu tư thân, nói rộng ra cũng như vậy.

[619a17] * Môn thứ 5: Tưởng và các pháp khác

Tưởng tương ưng, tư không tương ưng với mười tám giới, mười hai xứ, năm uẩn. Tưởng tương ưng thâu nhiếp những gì? Là tâm, tâm sở pháp, tám giới, hai xứ, ba uẩn. Ở đây còn lại những gì? Là tự tánh của tưởng, sắc, vô vi, tâm bất tương ưng hành.

Tư không tương ưng với mười một giới, mười một xứ, ba uẩn thâu nhiếp những gì? Đó là tự tánh của tư, sắc, vô vi, tâm bất tương ưng hành nơi mười một giới, mười một xứ, hai uẩn. Ở đây muốn nói điều gì? Là trừ tưởng tương ưng và pháp tư không tương ưng, tức trừ hết thảy pháp nơi mười tám giới, mười hai xứ, năm uẩn.

Tư tương ưng, tưởng không tương ưng với mười tám giới, mười hai xứ, năm uẩn. Tư tương ưng thâu nhiếp những gì? Là tâm, tâm sở pháp, tám giới, hai xứ, bốn uẩn. Ở đây còn lại những gì? Là tự tánh của tư, sắc, vô vi, tâm bất tương ưng hành.

Tưởng không tương ưng với mười một giới, mười một xứ, hai uẩn đã gồm thâu những gì? Là tự tánh của tưởng, sắc, vô vi, tâm bất tương ưng hành nơi mười một giới, mười một xứ, ba uẩn. Ở đây muốn nói điều gì? Là trừ tư tương ưng và pháp tưởng không tương ưng, tức trừ hết thảy pháp nơi mười tám giới, mười hai xứ, năm uẩn.

Như tưởng đối với tư, cho đến tưởng đối với tuệ cũng như vậy.

[619b01] Tưởng tương ưng, bất tín không tương ưng với mười tám giới, mười hai xứ, năm uẩn. Tưởng tương ưng thâu nhiếp những gì? Là tâm, tâm sở pháp, tám giới, hai xứ, ba uẩn. Ở đây còn lại những gì? Là tự tánh của tưởng, sắc, vô vi, tâm bất tương ưng hành.

Bất tín không tương ưng với mười một giới, mười một xứ, ba uẩn thâu nhiếp những gì? Là tự tánh của bất tín, sắc, vô vi, tâm bất tương ưng hành nơi mười tám giới, mười hai xứ, năm uẩn. Ở đây muốn nói điều gì? Là trừ tưởng tương ưng và pháp bất tín không tương ưng, tức trừ hết thảy pháp nơi mười tám giới, mười hai xứ, năm uẩn.

Bất tín tương ưng, tưởng không tương ưng với mười tám giới, mười hai xứ, năm uẩn. Bất tín tương ưng thâu nhiếp những gì? Là tâm, tâm sở pháp, tám giới, hai xứ, bốn uẩn. Ở đây còn lại những gì? Là tự tánh của bất tín, sắc, vô vi, tâm bất tương ưng hành.

Tưởng không tương ưng với mười tám giới, mười hai xứ, năm uẩn thâu nhiếp những gì? Là tự tánh của tưởng, sắc, vô vi, tâm bất tương ưng hành nơi mười một giới, mười một xứ, ba uẩn. Ở đây muốn nói điều gì? Là trừ bất tín tương ưng và pháp tưởng không tương ưng, tức trừ hết thảy pháp nơi mười tám giới, mười hai xứ, năm uẩn.

Như tưởng đối với bất tín, tưởng đối với các pháp đại phiền não địa còn lại, dục tham, sân, vô minh xúc, phi minh phi vô minh xúc, vô tàm, vô quý cũng như vậy.

[619b17] Tưởng tương ưng, phẫn không tương ưng với mười tám giới, mười hai xứ, năm uẩn. Tưởng tương ưng thâu nhiếp những gì? Là tâm, tâm sở pháp, tám giới, hai xứ, ba uẩn. Ở đây còn lại những gì? Là tự tánh của tưởng, sắc, vô vi, tâm bất tương ưng hành.

Phẫn không tương ưng với mười một giới, mười một xứ, ba uẩn thâu nhiếp những gì? Là tự tánh của phẫn, sắc, vô vi, tâm bất tương ưng hành nơi mười tám giới, mười hai xứ, năm uẩn. Ở đây muốn nói điều gì? Là trừ tưởng tương ưng và pháp phẫn không tương ưng, tức trừ hết thảy pháp nơi mười tám giới, mười hai xứ, năm uẩn.

Phẫn tương ưng, tưởng không tương ưng với mười tám giới, mười hai xứ, năm uẩn. Phẫn tương ưng thâu nhiếp những gì? Là tâm, tâm sở pháp, ba giới, hai xứ, bốn uẩn. Ở đây còn lại những gì? Là tự tánh của phẫn, sắc, vô vi, tâm bất tương ưng hành.

Tưởng không tương ưng với mười tám giới, mười hai xứ, năm uẩn thâu nhiếp những gì? Là tự tánh của tưởng, sắc, vô vi, tâm bất tương ưng hành nơi mười một giới, mười một xứ, ba uẩn. Ở đây muốn nói điều gì? Là trừ phẫn tương ưng và pháp tưởng không tương ưng, tức trừ hết thảy pháp nơi mười tám giới, mười hai xứ, năm uẩn.

Như tưởng đối với phẫn, tưởng đối với các pháp tiểu phiền não địa còn lại, vô sắc tham, nghi, năm kiến, minh xúc, sáu ái thân cũng như vậy.

[619c03] Tưởng tương ưng, sắc tham không tương ưng với mười tám giới, mười hai xứ, năm uẩn. Tưởng tương ưng thâu nhiếp những gì? Là tâm, tâm sở pháp, tám giới, hai xứ, ba uẩn. Ở đây còn lại những gì? Là tự tánh của tưởng, sắc, vô vi, tâm bất tương ưng hành.

Sắc tham không tương ưng với mười một giới, mười một xứ, ba uẩn thâu nhiếp những gì? Là tự tánh của sắc tham, sắc, vô vi, tâm bất tương ưng hành nơi mười tám giới, mười hai xứ, năm uẩn. Ở đây muốn nói điều gì? Là trừ tưởng tương ưng và pháp sắc tham không tương ưng, tức trừ hết thảy pháp nơi mười tám giới, mười hai xứ, năm uẩn.

Sắc tham tương ưng, tưởng không tương ưng với mười tám giới, mười hai xứ, năm uẩn. Sắc tham tương ưng thâu nhiếp những gì? Là tâm, tâm sở pháp, sáu giới, hai xứ, bốn uẩn. Ở đây còn lại những gì? Là tự tánh của sắc tham, sắc, vô vi, tâm bất tương ưng hành.

Tưởng không tương ưng với mười tám giới, mười hai xứ, năm uẩn đã thâu nhiếp những gì? Là tự tánh của tưởng, sắc, vô vi, tâm bất tương ưng hành nơi mười một giới, mười một xứ, ba uẩn. Ở đây muốn nói điều gì? Là trừ sắc tham tương ưng và pháp tưởng không tương ưng, tức trừ hết thảy pháp nơi mười tám giới, mười hai xứ, năm uẩn.

[619c17] Tưởng tương ưng, hữu đối xúc không tương ưng với mười tám giới, mười hai xứ, năm uẩn. Tưởng tương ưng thâu nhiếp những gì? Là tâm, tâm sở pháp, tám giới, hai xứ, ba uẩn. Ở đây còn lại những gì? Là tự tánh của tưởng, sắc, vô vi, tâm bất tương ưng hành.

Hữu đối xúc không tương ưng với mười một giới, mười một xứ, ba uẩn thâu nhiếp những gì? Là tự tánh của hữu đối xúc, sắc, vô vi, tâm bất tương ưng hành nơi mười ba giới, mười hai xứ, năm uẩn. Ở đây muốn nói gì? Là trừ tưởng tương ưng và pháp hữu đối xúc không tương ưng, tức trừ hết thảy pháp nơi mười tám giới, mười hai xứ, năm uẩn.

Hữu đối xúc tương ưng, tưởng không tương ưng với mười tám giới, mười hai xứ, năm uẩn. Hữu đối xúc tương ưng thâu nhiếp những gì? Là tâm, tâm sở pháp, bảy giới, hai xứ, bốn uẩn. Ở đây còn lại những gì? Là tự tánh của hữu đối xúc, sắc, vô vi, tâm bất tương ưng hành.

Tưởng không tương ưng với mười ba giới, mười hai xứ, năm uẩn thâu nhiếp những gì? Là tự tánh của tưởng, sắc, vô vi, tâm bất tương ưng hành nơi mười một giới, mười một xứ, ba uẩn. Ở đây muốn nói điều gì? Là trừ hữu đối xúc tương ưng và pháp tưởng không tương ưng, tức trừ hết thảy pháp nơi mười tám giới, mười hai xứ, năm uẩn.

[620a02] Tưởng tương ưng, tăng ngữ xúc không tương ưng với mười tám giới, mười hai xứ, năm uẩn. Tưởng tương ưng bao hàm những gì? Là tâm, tâm sở pháp, tám giới, hai xứ, ba uẩn. Ở đây còn lại những gì? Là tự tánh của tưởng, sắc, vô vi, tâm bất tương ưng hành.

Tăng ngữ xúc không tương ưng với mười một giới, mười một xứ, ba uẩn đã gồm thâu những gì? Là tự tánh của tăng ngữ xúc, sắc, vô vi, tâm bất tương ưng hành nơi mười bảy giới, mười hai xứ, năm uẩn. Ở đây đã nêu về gì? Là trừ tưởng tương ưng và pháp tăng ngữ xúc không tương ưng, tức trừ hết thảy pháp nơi mười tám giới, mười hai xứ, năm uẩn.

[620a02] Tăng ngữ xúc tương ưng, tưởng không tương ưng với mười tám giới, mười hai xứ, năm uẩn. Tăng ngữ xúc tương ưng thâu nhiếp những gì? Là tâm, tâm sở pháp, ba giới, hai xứ, bốn uẩn. Ở đây còn lại những gì? Là tự tánh của tăng ngữ xúc, sắc, vô vi, tâm bất tương ưng hành.

Tưởng không tương ưng thâu nhiếp những gì? Là tự tánh của tưởng, sắc, vô vi, tâm bất tương ưng hành nơi mười một giới, mười một xứ, ba uẩn. Ở đây muốn nói điều gì? Là trừ tăng ngữ xúc tương ưng và pháp tưởng không tương ưng, tức trừ hết thảy pháp nơi mười tám giới, mười hai xứ, năm uẩn.

[620a17] Tưởng tương ưng, lạc căn không tương ưng với mười tám giới, mười hai xứ, năm uẩn. Tưởng tương ưng thâu nhiếp những gì? Là tâm, tâm sở pháp, tám giới, hai xứ, ba uẩn. Ở đây còn lại những gì? Là tự tánh của tưởng, sắc, vô vi, tâm bất tương ưng hành.

Lạc căn không tương ưng với mười một giới, mười một xứ, ba uẩn đã gồm thâu những gì? Là tự tánh của lạc căn, sắc, vô vi, tâm bất tương ưng hành nơi mười tám giới, mười hai xứ, năm uẩn. Ở đây muốn nói điều gì? Là trừ tưởng tương ưng và pháp lạc căn không tương ưng, tức trừ hết thảy pháp nơi mười tám giới, mười hai xứ, năm uẩn.

Lạc căn tương ưng, tưởng không tương ưng với mười tám giới, mười hai xứ, năm uẩn. Lạc căn tương ưng thâu nhiếp những gì? Là tâm, tâm sở pháp, tám giới, hai xứ, ba uẩn. Ở đây còn lại những gì? Là tự tánh của lạc căn, sắc, vô vi, tâm bất tương ưng hành.

Tưởng không tương ưng thâu nhiếp những gì? Là tự tánh của tưởng, sắc, vô vi, tâm bất tương ưng hành nơi mười một giới, mười một xứ, ba uẩn. Ở đây muốn nói điều gì? Là trừ lạc căn tương ưng và pháp tưởng không tương ưng, tức trừ hết thảy pháp nơi mười tám giới, mười hai xứ, năm uẩn.

Như tưởng đối với lạc căn, tưởng đối với xả căn cũng như vậy.

[620b02] Tưởng tương ưng, khổ căn không tương ưng với mười tám giới, mười hai xứ, năm uẩn. Tưởng tương ưng thâu nhiếp những gì? Là tâm, tâm sở pháp, tám giới, hai xứ, ba uẩn. Ở đây còn lại những gì? Là tự tánh của tưởng, sắc, vô vi, tâm bất tương ưng hành.

Khổ căn không tương ưng với mười một giới, mười một xứ, ba uẩn thâu nhiếp những gì? Là tự tánh của khổ căn, sắc, vô vi, tâm bất tương ưng hành nơi mười tám giới, mười hai xứ, năm uẩn. Ở đây đã nêu về gì? Là trừ tưởng tương ưng và pháp khổ căn không tương ưng, tức trừ hết thảy pháp nơi mười tám giới, mười hai xứ, năm uẩn.

Khổ căn tương ưng thâu nhiếp những gì? Là tâm, tâm sở pháp, bảy giới, hai xứ, ba uẩn. Ở đây còn lại những gì? Là tự tánh của khổ căn, sắc, vô vi, tâm bất tương ưng hành.

Tưởng không tương ưng thâu nhiếp những gì? Là tự tánh của tưởng, sắc, vô vi, tâm bất tương ưng hành nơi mười một giới, mười một xứ, ba uẩn. Ở đây muốn nói điều gì? Là trừ khổ căn tương ưng và pháp tưởng không tương ưng, tức trừ hết thảy pháp nơi mười tám giới, mười hai xứ, năm uẩn.

[620b16] Tưởng tương ưng, hỷ căn không tương ưng với mười tám giới, mười hai xứ, năm uẩn. Tưởng tương ưng thâu nhiếp những gì? Là tâm, tâm sở pháp, tám giới, hai xứ, ba uẩn. Ở đây còn lại những gì? Là tự tánh của tưởng, sắc, vô vi, tâm bất tương ưng hành.

Hỷ căn không tương ưng với mười một giới, mười một xứ, ba uẩn thâu nhiếp những gì? Là tự tánh của hỷ căn, sắc, vô vi, tâm bất tương ưng hành nơi mười tám giới, mười hai xứ, năm uẩn. Ở đây muốn nói điều gì? Là trừ tưởng tương ưng và pháp hỷ căn không tương ưng, tức trừ hết thảy pháp nơi mười tám giới, mười hai xứ, năm uẩn.

Hỷ căn tương ưng, tưởng bất tương ưng với mười tám giới, mười hai xứ, năm uẩn. Hỷ căn tương ưng thâu nhiếp những gì? Là tâm, tâm sở pháp, ba giới, hai xứ, ba uẩn. Ở đây còn lại những gì? Là tự tánh của hỷ căn, sắc, vô vi, tâm bất tương ưng hành. Tưởng không tương ưng với mười tám giới, mười hai xứ, năm uẩn đã gồm thâu những gì? Là tự tánh của tưởng, sắc, vô vi, tâm bất tương ưng hành nơi mười một giới, mười một xứ, ba uẩn. Ở đây muốn nói điều gì? Là trừ hỷ căn tương ưng và pháp tưởng không tương ưng, tức trừ hết thảy pháp nơi mười tám giới, mười hai xứ, năm uẩn.

Như tưởng đối với hỷ căn, tưởng đối với ưu căn cũng như vậy.

[620c01] Tưởng[213] đối với các pháp tầm, tứ, thức, sáu thức thân, sáu xúc thân, sáu tư thân đều như đã nói trong *thọ môn*, chỉ trong phạm trù của thọ mà nói về tưởng.

[620c03] Tưởng tương ưng, thọ do nhãn xúc sinh ra không tương ưng với mười tám giới, mười hai xứ, năm uẩn. Tưởng tương ưng thâu nhiếp những gì? Là tâm, tâm sở pháp, tám giới, hai xứ, ba uẩn. Ở đây còn lại những gì? Là tự tánh của tưởng, sắc, vô vi, tâm bất tương ưng hành.

Thọ do nhãn xúc sinh ra không tương ưng với mười một giới, mười một xứ, ba uẩn thâu nhiếp những gì? Là tự tánh của thọ do nhãn xúc sinh ra, sắc, vô vi, tâm bất tương ưng hành nơi mười bảy giới, mười hai xứ, năm uẩn. Ở đây muốn nói điều gì? Là trừ tưởng tương ưng và pháp của thọ do nhãn xúc sinh ra không tương ưng, tức trừ hết thảy pháp nơi mười tám giới, mười hai xứ, năm uẩn.

Thọ do nhãn xúc sinh ra tương ưng, tưởng không tương ưng với mười tám giới, mười hai xứ, năm uẩn. Thọ do nhãn xúc sinh ra tương ưng thâu nhiếp những gì? Là tâm, tâm sở pháp, ba giới, hai xứ, ba uẩn. Ở đây còn lại những gì? Là tự tánh của thọ do nhãn xúc sinh ra, sắc, vô vi, tâm bất tương ưng hành. Tưởng không tương ưng với mười

---

[213] Bản Hán ghi *tư* (以思對尋). Hiểu là tưởng, vì đang luận về tưởng môn. Đối chiếu bản Anh ngữ, ghi *notion*.

bảy giới, mười hai xứ, năm uẩn đã gồm thâu những gì? Là tự tánh của tưởng, sắc, vô vi, tâm bất tương ưng hành nơi mười một giới, mười một xứ, ba uẩn. Ở đây muốn nói điều gì? Là trừ thọ do nhãn xúc sinh ra tương ưng và pháp tưởng không tương ưng, tức trừ hết thảy pháp nơi mười tám giới, mười hai xứ, năm uẩn.

Như tưởng đối với thọ do nhãn xúc sinh ra, cho đến tưởng đối với thọ do ý xúc sinh ra, tùy chỗ ứng hợp nói rộng ra cũng như vậy.

* Môn thứ 6: Tư và các pháp khác

[620c22] Tư tương ưng, xúc không tương ưng với mười tám giới, mười hai xứ, năm uẩn. Tư tương ưng thâu nhiếp những gì? Là tâm, tâm sở pháp, tám giới, hai xứ, bốn uẩn. Ở đây còn lại những gì? Là tự tánh của tư, sắc, vô vi, tâm bất tương ưng hành.

Xúc không tương ưng với mười một giới, mười một xứ, hai uẩn thâu nhiếp những gì? Là tự tánh của xúc, sắc, vô vi, tâm bất tương ưng hành nơi mười một giới, mười một xứ, hai uẩn. Ở đây muốn nói điều gì? Là trừ tư tương ưng và pháp xúc không tương ưng, tức trừ hết thảy pháp nơi mười tám giới, mười hai xứ, năm uẩn.

Xúc tương ưng, tư không tương ưng với mười tám giới, mười hai xứ, năm uẩn. Xúc tương ưng thâu nhiếp những gì? Là tâm, tâm sở pháp, tám giới, hai xứ, bốn uẩn. Ở đây còn lại những gì? Là tự tánh của xúc, sắc, vô vi, tâm bất tương ưng hành.

Tư không tương ưng với mười một giới, mười một xứ, hai uẩn thâu nhiếp những gì? Là tự tánh của tư, sắc, vô vi, tâm bất tương ưng hành nơi mười một giới, mười một xứ, hai uẩn. Ở đây muốn nói điều gì? Là trừ xúc tương ưng và pháp tư không tương ưng, tức trừ hết thảy pháp nơi mười tám giới, mười hai xứ, năm uẩn.

Như tư đối với xúc, cho đến tư đối với tuệ cũng như vậy.

[621a06] Tư tương ưng, bất tín không tương ưng với mười tám giới, mười hai xứ, năm uẩn. Tư tương ưng gồm những gì? Là tâm, tâm sở pháp, tám giới, hai xứ, bốn uẩn. Ở đây còn lại những gì? Là tự tánh của tư, sắc, vô vi, tâm bất tương ưng hành.

Bất tín không tương ưng với mười một giới, mười một xứ, hai uẩn thâu nhiếp những gì? Là tự tánh của bất tín, sắc, vô vi, tâm bất tương ưng hành nơi mười tám giới, mười hai xứ, năm uẩn. Ở đây muốn nói điều gì? Là trừ tư tương ưng và pháp bất tín không tương ưng, tức trừ hết thảy pháp nơi mười tám giới, mười hai xứ, năm uẩn.

Bất tín tương ưng, tư không tương ưng với mười tám giới, mười hai xứ, năm uẩn. Bất tín tương ưng thâu nhiếp những gì? Là tâm, tâm sở pháp, tám giới, hai xứ, bốn uẩn. Ở đây còn lại những gì? Là tự tánh của bất tín, sắc, vô vi, tâm bất tương ưng hành.

Tư không tương ưng với mười tám giới, mười hai xứ, năm uẩn thâu nhiếp những gì? Là tự tánh của tư, sắc, vô vi, tâm bất tương ưng hành nơi mười một giới, mười một xứ, hai uẩn. Ở đây muốn nói điều gì? Là trừ bất tín tương ưng và pháp tư không tương ưng, tức trừ hết thảy pháp nơi mười tám giới, mười hai xứ, năm uẩn.

Như tư đối với bất tín, tư đối với các pháp đại phiền não địa còn lại, dục tham, sân, vô minh xúc, phi minh phi vô minh xúc, vô tàm, vô quý cũng như vậy.

[621a22] Tư tương ưng, phẫn không tương ưng với mười tám giới, mười hai xứ, năm uẩn. Tư tương ưng thâu nhiếp những gì? Là tâm, tâm sở pháp, tám giới, hai xứ, bốn uẩn. Ở đây còn lại những gì? Là tự tánh của tư, sắc, vô vi, tâm bất tương ưng hành.

Phẫn không tương ưng với mười một giới, mười một xứ, hai uẩn thâu nhiếp những gì? Là tự tánh của phẫn, sắc, vô vi, tâm bất tương ưng hành trong mười tám giới, mười hai xứ, năm uẩn. Ở đây muốn nói điều gì? Là trừ tư tương ưng và pháp phẫn không tương ưng, tức trừ hết thảy pháp nơi mười tám giới, mười hai xứ, năm uẩn.

Phẫn tương ưng, tư không tương ưng với mười tám giới, mười hai xứ, năm uẩn. Phẫn tương ưng thâu nhiếp những gì? Là tâm, tâm sở pháp, ba giới, hai xứ, bốn uẩn. Ở đây còn lại những gì? Là tự tánh của phẫn, sắc, vô vi, tâm bất tương ưng hành.

Tư không tương ưng với mười tám giới, mười hai xứ, năm uẩn thâu nhiếp những gì? Là tự tánh của tư, sắc, vô vi, tâm bất tương ưng hành nơi mười một giới, mười một xứ, ba uẩn. Ở đây đã nêu về gì? Là trừ phẫn tương ưng và pháp tư không tương ưng, tức trừ hết thảy pháp trong mười tám giới, mười hai xứ, năm uẩn.

Như tư đối với phẫn, tư đối với các pháp tiểu phiền não địa còn lại, vô sắc tham, nghi, năm kiến, minh xúc, sáu ái thân cũng như vậy.

[621b08] Tư tương ưng, sắc tham không tương ưng với mười tám giới, mười hai xứ, năm uẩn. Tư tương ưng thâu nhiếp những gì? Là tâm, tâm sở pháp, tám giới, hai xứ, bốn uẩn. Ở đây còn lại những gì? Là tự tánh của tư, sắc, vô vi, tâm bất tương ưng hành.

Sắc tham không tương ưng với mười một giới, mười một xứ, hai uẩn đã gồm thâu những gì? Là tự tánh của sắc tham, sắc, vô vi, tâm bất tương ưng hành trong mười tám giới, mười hai xứ, năm uẩn. Ở đây muốn nói điều gì? Là trừ tư tương ưng và pháp của sắc tham không tương ưng, tức trừ hết thảy pháp trong mười tám giới, mười hai xứ, năm uẩn.

Sắc tham tương ưng, tư không tương ưng với mười tám giới, mười hai xứ, năm uẩn. Sắc tham tương ưng thâu nhiếp những gì? Là tâm, tâm sở pháp, năm giới, hai xứ, bốn uẩn. Ở đây còn lại những gì? Là tự tánh của sắc tham, sắc, vô vi, tâm bất tương ưng hành.

Tư không tương ưng với mười tám giới, mười hai xứ, năm uẩn thâu nhiếp những gì? Là tự tánh của tư, sắc, vô vi, tâm bất tương ưng hành nơi mười một giới, mười một xứ, hai uẩn. Ở đây muốn nói điều gì? Là trừ sắc tham tương ưng và pháp tư không tương ưng, tức trừ hết thảy pháp trong mười tám giới, mười hai xứ, năm uẩn.

[621b21] Tư tương ưng, hữu đối xúc không tương ưng với mười tám giới, mười hai xứ, năm uẩn. Tư tương ưng thâu nhiếp những gì? Là tâm, tâm sở pháp, tám giới, hai xứ, bốn uẩn. Ở đây còn lại những gì? Là tự tánh của tư, sắc, vô vi, tâm bất tương ưng hành.

Hữu đối xúc không tương ưng với mười một giới, mười một xứ, ba uẩn thâu nhiếp những gì? Là tự tánh của hữu đối xúc, sắc, vô vi, tâm bất tương ưng hành nơi mười ba giới, mười hai xứ, năm uẩn. Ở đây muốn nói gì? Là trừ tư tương ưng và pháp của hữu đối xúc không tương ưng, tức trừ hết thảy pháp trong mười tám giới, mười hai xứ, năm uẩn.

Hữu đối xúc tương ưng, tư không tương ưng với mười tám giới, mười hai xứ, năm uẩn. Hữu đối xúc tương ưng thâu nhiếp những gì? Là tâm, tâm sở pháp, bảy giới, hai xứ, bốn uẩn. Ở đây còn lại những gì? Là tự tánh của hữu đối xúc, sắc, vô vi, tâm bất tương ưng hành.

Tư không tương ưng với mười ba giới, mười hai xứ, năm uẩn thâu nhiếp những gì? Là tự tánh của tư, sắc, vô vi, tâm bất tương ưng hành nơi mười một giới, mười một xứ, hai uẩn. Ở đây muốn nói điều gì? Là trừ hữu đối xúc tương ưng và pháp tư không tương ưng, tức trừ hết thảy pháp nơi mười tám giới, mười hai xứ, năm uẩn.

[621c06] Tư tương ưng, tăng ngữ xúc không tương ưng với mười tám giới, mười hai xứ, năm uẩn. Tư tương ưng như trước đã nói cho đến hai uẩn. Tăng ngữ xúc không tương ưng như trước đã nói cho đến năm uẩn. Như tư tương ưng, tăng ngữ xúc không tương ưng, như vậy tăng ngữ xúc tương ưng, tư không tương ưng tùy chỗ ứng hợp nên nói rộng.

Tư tương ưng, lạc căn không tương ưng. Lạc căn tương ưng, tư không tương ưng. Tùy theo chỗ ứng hợp nên nói rộng.

Như tư đối với lạc căn, tư đối với xả căn cũng như vậy.

Tư tương ưng, khổ căn không tương ưng. Khổ căn tương ưng, tư không tương ưng. Tùy theo chỗ ứng hợp nên nói rộng.

Tư tương ưng, hỷ căn không tương ưng. Hỷ căn tương ưng, tư không tương ưng. Tùy theo chỗ ứng hợp nên nói rộng.

Như tư đối với hỷ căn, tư đối với ưu căn cũng như vậy.

Như tư đối với tầm, tứ, thức pháp, sáu thức thân, sáu xúc thân, sáu thọ thân, sáu tưởng thân, tùy theo chỗ ứng hợp nên nói rộng.[214]

* Môn thứ 7: Xúc và các pháp khác

[621c26] Xúc tương ưng, tác ý không tương ưng với mười tám giới, mười hai xứ, năm uẩn. Xúc tương ưng như trước đã nói, đối với năm uẩn, xúc chỉ tương ưng với hai uẩn.

---

[214] Hết quyển trung.

Tác ý không tương ưng thâu nhiếp những gì? Là tự tánh của tác ý, sắc, vô vi, tâm bất tương ưng hành nơi mười một giới, mười một xứ, hai uẩn. Ở đây muốn nói điều gì? Là trừ xúc tương ưng và pháp tác ý không tương ưng, tức trừ hết thảy pháp nơi mười tám giới, mười hai xứ, năm uẩn.

Tác ý tương ưng, xúc không tương ưng với mười tám giới, mười hai xứ, năm uẩn. Tác ý tương ưng thâu nhiếp những gì? Là tâm, tâm sở pháp, tám giới, hai xứ, bốn uẩn. Ở đây còn lại những gì? Là tự tánh của tác ý, sắc, vô vi, tâm bất tương ưng hành. Xúc không tương ưng với mười một giới, mười một xứ, hai uẩn, như trước đã nói.

Như xúc đối với tác ý, cho đến xúc đối với tuệ cũng như vậy.

Xúc tương ưng, bất tín không tương ưng. Bất tín tương ưng, xúc không tương ưng. Tùy theo chỗ ứng hợp nên nói rộng.

Như xúc đối với bất tín, xúc đối với các pháp đại phiền não địa còn lại, dục tham, sân, vô tàm, vô quý cũng như vậy.

Xúc tương ưng, phẫn không tương ưng. Phẫn tương ưng, xúc không tương ưng. Tùy theo chỗ ứng hợp nên nói rộng.

Như xúc đối với phẫn, xúc đối với các pháp tiểu phiền não địa còn lại, vô sắc tham, nghi, năm kiến, sáu ái thân cũng như vậy.

Xúc tương ưng, sắc tham không tương ưng. Sắc tham tương ưng, xúc không tương ưng. Tùy theo chỗ ứng hợp nên nói rộng.

Xúc tương ưng, lạc căn không tương ưng. Lạc căn tương ưng, xúc không tương ưng. Tùy theo chỗ ứng hợp nên nói rộng.

Như xúc đối với lạc căn, đối với xả căn cũng như vậy.

Xúc tương ưng, khổ căn không tương ưng. Khổ căn tương ưng, xúc không tương ưng. Tùy theo chỗ ứng hợp nên nói rộng.

Xúc tương ưng, hỷ căn không tương ưng. Hỷ căn tương ưng, xúc không tương ưng. Tùy theo chỗ ứng hợp nên nói rộng.

Như xúc đối với hỷ căn, xúc đối với ưu căn cũng như vậy.

Như xúc đối với tầm, tứ, thức pháp, sáu thức thân, sáu thọ thân, sáu tưởng thân, sáu tư thân, tùy theo chỗ ứng hợp nên nói rộng.

* Môn thứ 8: Tác ý và các pháp khác

[622a21] Tác ý tương ưng, dục không tương ưng với mười tám giới, mười hai xứ, năm uẩn. Tác ý tương ưng như trước đã nói. Dục không tương ưng thâu nhiếp những gì? Là tự tánh của dục, sắc, vô vi, tâm bất tương ưng hành nơi mười một giới, mười một xứ, hai uẩn. Ở đây muốn nói điều gì? Như trước đã nói rộng.

Dục tương ưng, tác ý không tương ưng với mười tám giới, mười hai xứ, năm uẩn. Dục tương ưng thâu nhiếp những gì? Là tâm, tâm sở pháp, tám giới, hai xứ, bốn uẩn. Ở đây còn lại những gì? Là tự tánh của dục, sắc, vô vi, tâm bất tương ưng hành. Tác ý không tương ưng với mười một giới, mười một xứ, hai uẩn như trước đã nói.

Như tác ý đối với dục, cho đến tác ý đối với tuệ cũng như vậy.

Tác ý tương ưng, bất tín không tương ưng. Bất tín tương ưng, tác ý không tương ưng. Tùy theo chỗ ứng hợp nên nói rộng.

Như tác ý đối với bất tín, tác ý đối với các pháp đại phiền não địa còn lại, dục tham, sân, vô minh xúc, phi minh phi vô minh xúc, vô tàm, vô quý cũng như vậy.

Tác ý tương ưng, phẫn không tương ưng. Phẫn tương ưng, tác ý không tương ưng. Tùy theo chỗ ứng hợp nên nói rộng.

Như tác ý đối với phẫn, tác ý đối với các pháp tiểu phiền não địa còn lại, vô sắc tham, nghi, năm kiến, minh xúc, sáu ái thân cũng như vậy.

Tác ý tương ưng, sắc tham không tương ưng. Sắc tham tương ưng, tác ý không tương ưng. Tùy theo chỗ ứng hợp nên nói rộng.

Tác ý tương ưng, hữu đối xúc không tương ưng. Hữu đối xúc tương ưng, tác ý không tương ưng. Tùy theo chỗ ứng hợp nên nói rộng

Tác ý tương ưng, tăng ngữ xúc không tương ưng. Tăng ngữ xúc tương ưng, tác ý không tương ưng. Tùy theo chỗ ứng hợp nên nói rộng.

Tác ý tương ưng, lạc căn không tương ưng. Lạc căn tương ưng, tác ý không tương ưng. Tùy theo chỗ ứng hợp nên nói rộng.

Như tác ý đối với lạc căn, tác ý đối với xả căn cũng như vậy.

Tác ý tương ưng, khổ căn không tương ưng. Khổ căn tương ưng, tác ý không tương ưng. Tùy theo chỗ ứng hợp nên nói rộng.

Tác ý tương ưng, hỷ căn không tương ưng. Hỷ căn tương ưng, tác ý không tương ưng. Tùy theo chỗ ứng hợp nên nói rộng.

Như tác ý đối với hỷ căn, tác ý đối với ưu căn cũng như vậy.

Như tác ý đối với tầm, tứ, thức pháp, sáu thức thân, sáu xúc thân, sáu thọ thân, sáu tưởng thân, sáu tư thân. Tùy theo chỗ ứng hợp nên nói rộng.

* Môn thứ 9: Dục và các pháp khác.

[622b20] Dục tương ưng, thắng giải không tương ưng với mười tám giới, mười hai xứ, năm uẩn. Dục tương ưng như trước đã nói.

Thắng giải không tương ưng thâu nhiếp những gì? Là tự tánh của thắng giải, sắc, vô vi, tâm bất tương ưng hành nơi mười một giới, mười một xứ, hai uẩn. Ở đây muốn nói điều gì? Là trừ dục tương ưng và pháp thắng giải không tương ưng, tức trừ hết thảy pháp nơi mười tám giới, mười hai xứ, năm uẩn.

Thắng giải tương ưng, dục không tương ưng với mười tám giới, mười hai xứ, năm uẩn. Thắng giải tương ưng thâu nhiếp những gì? Là tâm, tâm sở pháp, tám giới, hai xứ, bốn uẩn. Ở đây còn lại những gì? Là tự tánh của thắng giải, sắc, vô vi, tâm bất tương ưng hành. Dục không tương ưng với mười một giới, mười một xứ, hai uẩn, như trước đã nói.

Như dục đối với thắng giải, dục đối với niệm, tam-ma-địa, tuệ cũng như vậy.

Dục tương ưng, bất tín không tương ưng. Bất tín tương ưng, dục không tương ưng. Tùy theo chỗ ứng hợp nên nói rộng.

Như dục đối với bất tín, dục đối với các pháp đại phiền não địa còn lại, dục tham, sân, vô minh xúc, phi minh phi vô minh xúc, vô tàm, vô quý cũng như vậy.

Dục tương ưng, phẫn không tương ưng. Phẫn tương ưng, dục không tương ưng. Tùy theo chỗ ứng hợp nên nói rộng.

Như dục đối với phẫn, dục đối với các pháp tiểu phiền não địa còn lại, vô sắc tham, nghi, năm kiến, minh xúc, sáu ái thân cũng như vậy.

Dục tương ưng, sắc tham không tương ưng. Sắc tham tương ưng, dục không tương ưng. Tùy theo chỗ ứng hợp nên nói rộng.

Dục tương ưng, hữu đối xúc không tương ưng. Hữu đối xúc tương ưng, dục không tương ưng. Tùy theo chỗ ứng hợp nên nói rộng.

Dục tương ưng, tăng ngữ xúc không tương ưng. Tăng ngữ xúc tương ưng, dục không tương ưng. Tùy theo chỗ ứng hợp nên nói rộng.

Dục tương ưng, lạc căn không tương ưng. Lạc căn tương ưng, dục không tương ưng. Tùy theo chỗ ứng hợp nên nói rộng.

Như dục đối với lạc căn, dục đối với xả căn cũng như vậy.

Dục tương ưng, khổ căn không tương ưng. Khổ căn tương ưng, dục không tương ưng. Tùy theo chỗ ứng hợp nên nói rộng.

Dục tương ưng, hỷ căn không tương ưng. Hỷ căn tương ưng, dục không tương ưng. Tùy theo chỗ ứng hợp nên nói rộng.

Như đem dục đối với hỷ căn, đối với ưu căn cũng như vậy.

Như đem dục đối với tầm, tứ, thức pháp, sáu thức thân, sáu xúc thân, sáu thọ thân, sáu tưởng thân, sáu tư thân. Tùy theo chỗ ứng hợp nên nói rộng ra.

* Môn thứ 10: Thắng giải và các pháp khác.

[622c19] Thắng giải tương ưng, niệm không tương ưng với mười tám giới, mười hai xứ, năm uẩn. Thắng giải tương ưng, như trước đã nói. Niệm không tương ưng thâu nhiếp những gì? Là tự tánh của niệm, sắc, vô vi, tâm bất tương ưng hành nơi mười một giới, mười một xứ, hai uẩn. Ở đây muốn nói điều gì? Như trước đã nói.

Niệm tương ưng, thắng giải không tương ưng với mười tám giới, mười hai xứ, năm uẩn. Niệm tương ưng thâu nhiếp những gì? Là tâm, tâm sở pháp, tám giới, hai xứ, bốn uẩn. Ở đây còn lại những gì? Là tự tánh của niệm, sắc, vô vi, tâm bất tương ưng hành. Thắng giải không tương ưng với mười một giới, mười một xứ, hai uẩn, như trước đã nói.

Như thắng giải đối với niệm, thắng giải đối với tam-ma-địa, tuệ cũng như vậy.

Thắng giải tương ưng, bất tín không tương ưng. Bất tín tương ưng, thắng giải không tương ưng. Tùy theo chỗ ứng hợp nên nói rộng.

Như thắng giải đối với bất tín, thắng giải đối với các pháp đại phiền não địa còn lại, dục tham, sân, vô minh xúc, phi minh phi vô minh xúc, vô tàm, vô quý cũng như vậy.

Thắng giải tương ưng, phẫn không tương ưng. Phẫn tương ưng, thắng giải không tương ưng. Tùy theo chỗ ứng hợp nên nói rộng.

Như thắng giải đối với phẫn, thắng giải đối với các pháp tiểu phiền não địa còn lại, vô sắc tham, nghi, năm kiến, minh xúc, sáu ái thân cũng như vậy.

Thắng giải tương ưng, sắc tham không tương ưng. Sắc tham tương ưng, thắng giải không tương ưng. Tùy theo chỗ ứng hợp nên nói rộng.

Thắng giải tương ưng, hữu đối xúc không tương ưng. Hữu đối xúc tương ưng, thắng giải không tương ưng. Tùy theo chỗ ứng hợp nên nói rộng.

Thắng giải tương ưng, tăng ngữ xúc không tương ưng. Tăng ngữ xúc tương ưng, thắng giải không tương ưng. Tùy theo chỗ ứng hợp nên nói rộng.

Thắng giải tương ưng, lạc căn không tương ưng. Lạc căn tương ưng, thắng giải không tương ưng. Tùy theo chỗ ứng hợp nên nói rộng.

Như đem thắng giải đối với lạc căn, đối với xả căn cũng như vậy.

Thắng giải tương ưng, khổ căn không tương ưng. Khổ căn tương ưng, thắng giải không tương ưng. Tùy theo chỗ ứng hợp nên nói rộng.

Thắng giải tương ưng, hỷ căn không tương ưng. Hỷ căn tương ưng, thắng giải không tương ưng. Tùy theo chỗ ứng hợp nên nói rộng.

Như đem thắng giải đối với hỷ căn, đối với ưu căn cũng như vậy.

Như thắng giải đối với tầm, tứ, thức pháp, sáu thức thân, sáu xúc thân, sáu thọ thân, sáu tưởng thân, sáu tư thân. Tùy theo chỗ ứng hợp nên nói rộng.

* Môn thứ 11: Niệm và các pháp khác.

[623a18] Niệm tương ưng, tam-ma-địa không tương ưng với mười tám giới, mười hai xứ, năm uẩn. Niệm tương ưng, như trước đã nói. Tam-ma-địa không tương ưng đã gồm thâu những gì? Là tự tánh của tam-ma-địa, sắc, vô vi, tâm bất tương ưng hành nơi mười một giới, mười một xứ, hai uẩn. Ở đây muốn nói điều gì? Như trước đã nói.

Tam-ma-địa tương ưng, niệm không tương ưng với mười tám giới, mười hai xứ, năm uẩn. Tam-ma-địa tương ưng thâu nhiếp những gì? Là tâm, tâm sở pháp, sáu giới, hai xứ, bốn uẩn. Ở đây còn lại những gì? Là tự tánh của tam-ma-địa, sắc, vô vi, tâm bất tương ưng hành. Niệm không tương ưng với mười một giới, mười một xứ, hai uẩn, như trước đã nói.

Như niệm đối với tam-ma-địa, niệm đối với tuệ cũng như vậy.

Niệm tương ưng, bất tín không tương ưng. Bất tín tương ưng, niệm không tương ưng. Tùy theo chỗ ứng hợp nên nói rộng.

Như đem niệm đối với bất tín, đối với các pháp đại phiền não địa còn lại, dục tham, sân, vô minh xúc, phi minh phi vô minh xúc, vô tàm, vô quý cũng như vậy.

Niệm tương ưng, phẫn không tương ưng. Phẫn tương ưng, niệm không tương ưng. Tùy theo chỗ ứng hợp nên nói rộng.

Như niệm đối với phẫn, niệm đối với các pháp tiểu phiền não địa còn lại, vô sắc tham, nghi, năm kiến, minh xúc, sáu ái thân cũng như vậy.

Niệm tương ưng, sắc tham không tương ưng. Sắc tham tương ưng, niệm không tương ưng. Tùy theo chỗ ứng hợp nên nói rộng.

Niệm tương ưng, hữu đối xúc không tương ưng. Hữu đối xúc tương ưng, niệm không tương ưng. Tùy theo chỗ ứng hợp nên nói rộng.

Niệm tương ưng, tăng ngữ xúc không tương ưng. Tăng ngữ xúc tương ưng, niệm không tương ưng. Tùy theo chỗ ứng hợp nên nói rộng.

Niệm tương ưng, lạc căn không tương ưng. Lạc căn tương ưng, niệm không tương ưng. Tùy theo chỗ ứng hợp nên nói rộng.

Như đem niệm đối với lạc căn, đối với xả căn cũng như vậy.

Niệm tương ưng, khổ căn không tương ưng. Khổ căn tương ưng, niệm không tương ưng. Tùy theo chỗ ứng hợp nên nói rộng.

Niệm tương ưng, hỷ căn không tương ưng. Hỷ căn tương ưng, niệm không tương ưng. Tùy theo chỗ ứng hợp nên nói rộng.

Như đem niệm đối với hỷ căn, đối với ưu căn cũng như vậy.

Như đem niệm đối với tầm, tứ, thức pháp, sáu thức thân, sáu xúc thân, sáu thọ thân, sáu tưởng thân, sáu tư thân. Tùy theo chỗ ứng hợp nên nói rộng.

* Môn thứ 12: Tam-ma-địa (định) và các pháp khác

[623b16] Tam-ma-địa tương ưng, tuệ không tương ưng với mười tám giới, mười hai xứ, năm uẩn. Tam-ma-địa tương ưng, như trước đã nói. Tuệ không tương ưng thâu nhiếp những gì? Là tự tánh của tuệ, sắc, vô vi, tâm bất tương ưng hành nơi mười một giới, mười một xứ, hai uẩn. Ở đây muốn nói điều gì? Như trước đã nói.

Tuệ tương ưng, tam-ma-địa không tương ưng với mười tám giới, mười hai xứ, năm uẩn. Tuệ tương ưng thâu nhiếp những gì? Là tâm, tâm sở pháp, tám giới, hai xứ, bốn uẩn. Ở đây còn lại những gì? Là tự tánh của tuệ, sắc, vô vi, tâm bất tương ưng hành. Tam-ma-địa không tương ưng với mười một giới, mười một xứ, hai uẩn, như trước đã nói.

Tam-ma-địa tương ưng, bất tín không tương ưng. Bất tín tương ưng, tam-ma-địa không tương ưng. Tùy theo chỗ ứng hợp nên nói rộng.

Như tam-ma-địa đối với bất tín, đối với các pháp đại phiền não địa còn lại, dục tham, sân, vô minh xúc, phi minh phi vô minh xúc, vô tàm, vô quý cũng như vậy.

Tam-ma-địa tương ưng, phẫn không tương ưng. Phẫn tương ưng, tam-ma-địa không tương ưng. Tùy theo chỗ ứng hợp nên nói rộng.

Như tam-ma-địa đối với phẫn, tam-ma-địa đối với các pháp tiểu phiền não địa còn lại, vô sắc tham, nghi, năm kiến, minh xúc, sáu ái thân cũng như vậy.

Tam-ma-địa tương ưng, sắc tham không tương ưng. Sắc tham tương ưng, tam-ma-địa không tương ưng. Tùy theo chỗ ứng hợp nên nói rộng.

Tam-ma-địa tương ưng, hữu đối xúc không tương ưng. Hữu đối xúc tương ưng, tam-ma-địa không tương ưng. Tùy theo chỗ ứng hợp nên nói rộng.

Tam-ma-địa tương ưng, tăng ngữ xúc không tương ưng. Tăng ngữ xúc tương ưng, tam-ma-địa không tương ưng. Tùy theo chỗ ứng hợp nên nói rộng.

Tam-ma-địa tương ưng, lạc căn không tương ưng. Lạc căn tương ưng, tam-ma-địa không tương ưng. Tùy theo chỗ ứng hợp nên nói rộng.

Như tam-ma-địa đối với lạc căn, đối với xả căn cũng như vậy.

Tam-ma-địa tương ưng, khổ căn không tương ưng. Khổ căn tương ưng, tam-ma-địa không tương ưng. Tùy theo chỗ ứng hợp nên nói rộng.

Tam-ma-địa tương ưng, hỷ căn không tương ưng. Hỷ căn tương ưng, tam-ma-địa không tương ưng. Tùy theo chỗ ứng hợp nên nói rộng.

Như tam-ma-địa đối với hỷ căn, tam-ma-địa đối với ưu căn cũng như vậy.

Như tam-ma-địa đối với tầm, tứ, thức pháp, sáu thức thân, sáu xúc thân, sáu thọ thân, sáu tưởng thân, sáu tư thân. Tùy theo chỗ ứng hợp nên nói rộng ra.

* Môn thứ 13: Tuệ và các pháp khác

[623c16] Tuệ tương ưng, bất tín không tương ưng. Bất tín tương ưng, tuệ không tương ưng. Tùy theo chỗ ứng hợp nên nói rộng.

Như tuệ đối với bất tín, tuệ đối với các pháp đại phiền não địa còn lại, dục tham, sân, vô minh xúc, phi minh phi vô minh xúc, vô tàm, vô quý cũng như vậy.

Tuệ tương ưng, phẫn không tương ưng. Phẫn tương ưng, tuệ không tương ưng. Tùy theo chỗ ứng hợp nên nói rộng.

Như tuệ đối với phẫn, đối với các pháp tiểu phiền não địa còn lại, vô sắc tham, nghi, năm kiến, minh xúc, sáu ái thân cũng như vậy.

Tuệ tương ưng, sắc tham không tương ưng. Sắc tham tương ưng, tuệ không tương ưng. Tùy theo chỗ ứng hợp nên nói rộng.

Tuệ tương ưng, hữu đối xúc không tương ưng. Hữu đối xúc tương ưng, tuệ không tương ưng. Tùy theo chỗ ứng hợp nên nói rộng.

Tuệ tương ưng, tăng ngữ xúc không tương ưng. Tăng ngữ xúc tương ưng, tuệ không tương ưng. Tùy theo chỗ ứng hợp nên nói rộng.

Tuệ tương ưng, lạc căn không tương ưng. Lạc căn tương ưng, tuệ không tương ưng. Tùy theo chỗ ứng hợp nên nói rộng.

Như tuệ đối với lạc căn, tuệ đối với xả căn cũng như vậy.

Tuệ tương ưng, khổ căn không tương ưng. Khổ căn tương ưng, tuệ không tương ưng. Tùy theo chỗ ứng hợp nên nói rộng.

Tuệ tương ưng, hỷ căn không tương ưng. Hỷ căn tương ưng, tuệ không tương ưng. Tùy theo chỗ ứng hợp nên nói rộng.

Như đem tuệ đối với hỷ căn, đối với ưu căn cũng như vậy.

Như đem tuệ đối với tầm, tứ, thức pháp, sáu thức thân, sáu xúc thân, sáu thọ thân, sáu tưởng thân, sáu tư thân. Tùy theo chỗ ứng hợp nên nói rộng.

* Môn thứ 14: Bất tín và các pháp khác

[624a05] Bất tín tương ưng, giải đãi không tương ưng với mười tám giới, mười hai xứ, năm uẩn. Bất tín tương ưng, như trước đã nói.

Giải đãi không tương ưng thâu nhiếp những gì? Là tự tánh của biếng nhác, sắc, vô vi, tâm bất tương ưng hành nơi mười tám giới, mười hai xứ, năm uẩn. Ở đây muốn nói điều gì? Như trước đã nói.

Giải đãi tương ưng, bất tín không tương ưng với mười tám giới, mười hai xứ, năm uẩn. Giải đãi tương ưng thâu nhiếp những gì? Là tâm, tâm sở pháp, tám giới, hai xứ, bốn uẩn. Ở đây còn lại những gì? Là tự tánh của biếng nhác, sắc, vô vi, tâm bất tương ưng hành. Bất tín không tương ưng với mười tám giới, mười hai xứ, năm uẩn, như trước đã nói.

Như bất tín đối với biếng nhác, bất tín đối với các pháp đại phiền não địa còn lại, dục tham, sân, vô minh xúc, phi minh phi vô minh xúc, vô tàm, vô quý cũng như vậy.

Bất tín tương ưng, phẫn không tương ưng. Phẫn tương ưng, bất tín không tương ưng. Tùy theo chỗ ứng hợp nên nói rộng.

Như bất tín đối với phẫn, bất tín đối với các pháp tiểu phiền não địa còn lại, vô sắc tham, nghi, năm kiến, minh xúc, sáu ái thân cũng như vậy.

Bất tín tương ưng, sắc tham không tương ưng. Sắc tham tương ưng, bất tín không tương ưng. Tùy theo chỗ ứng hợp nên nói rộng.

Bất tín tương ưng, hữu đối xúc không tương ưng. Hữu đối xúc tương ưng, bất tín không tương ưng. Tùy theo chỗ ứng hợp nên nói rộng.

Bất tín tương ưng, tăng ngữ xúc không tương ưng. Tăng ngữ xúc tương ưng, bất tín không tương ưng. Tùy theo chỗ ứng hợp nên nói rộng.

Bất tín tương ưng, lạc căn không tương ưng. Lạc căn tương ưng, bất tín không tương ưng. Tùy theo chỗ ứng hợp nên nói rộng.

Như đem bất tín đối với lạc căn, đối với xả căn cũng như vậy.

Bất tín tương ưng, khổ căn không tương ưng. Khổ căn tương ưng, bất tín không tương ưng. Tùy theo chỗ ứng hợp nên nói rộng.

Bất tín tương ưng, hỷ căn không tương ưng. Hỷ căn tương ưng, bất tín không tương ưng. Tùy theo chỗ ứng hợp nên nói rộng.

Như đem bất tín đối với hỷ căn, bất tín đối với ưu căn cũng như vậy.

Như bất tín đối với tầm, tứ, thức pháp, sáu thức thân, sáu xúc thân, sáu thọ thân, sáu tưởng thân, sáu tư thân. Tùy theo chỗ ứng hợp nên nói rộng ra.

Môn thứ 15: Nhãn thức và các pháp khác

[624b02] Do nghĩa lý sâu xa ấy, các môn sai biệt như giải đãi, v.v... cần dựa vào trước để nói về phương tiện bao quát theo như nguyên lý đang cứu xét. Các môn nầy có những sai biệt, các pháp tương tợ mà ở vị trí khác nên không đề cập.

Cho đến, nhãn thức tương ưng, nhãn xúc không tương ưng với mười tám giới, mười hai xứ, năm uẩn. Nhãn thức tương ưng đã gồm thâu những gì? Là tâm, tâm sở pháp, một giới, một xứ, ba uẩn. Ở đây còn lại những gì? Là tự tánh của nhãn thức, sắc, vô vi, tâm bất tương ưng hành.

Nhãn xúc không tương ưng với mười tám giới, mười hai xứ, năm uẩn thâu nhiếp những gì? Là tự tánh của nhãn xúc, sắc, vô vi, tâm bất tương ưng hành nơi mười bảy giới, mười hai xứ, năm uẩn. Ở đây muốn nói gì? Là trừ nhãn thức tương ưng và pháp nhãn xúc không tương ưng, tức trừ hết thảy pháp nơi mười tám giới, mười hai xứ, năm uẩn.

Nhãn xúc tương ưng, nhãn thức không tương ưng với mười tám giới, mười hai xứ, năm uẩn. Nhãn xúc tương ưng đã gồm thâu những gì? Là tâm, tâm sở pháp, ba giới, hai xứ, bốn uẩn. Ở đây còn lại những gì? Là tự tánh của nhãn xúc, sắc, vô vi, tâm bất tương ưng hành.

Nhãn thức không tương ưng với mười bảy giới, mười hai xứ, năm uẩn thâu nhiếp những gì? Là tự tánh của nhãn thức, sắc, vô vi, tâm bất tương ưng hành nơi mười tám giới, mười hai xứ, năm uẩn. Ở đây muốn nói điều gì? Là trừ nhãn xúc tương ưng và pháp nhãn thức không tương ưng, tức trừ hết thảy pháp nơi mười tám giới, mười hai xứ, năm uẩn.

Như nhãn thức đối với nhãn xúc, cho đến nhãn thức đối với ý xúc, sáu tư thân. Tùy theo chỗ ứng hợp nên nói rộng.

[624b20] Nhãn thức tương ưng, thọ do nhãn xúc sinh ra không tương ưng với mười tám giới, mười hai xứ, năm uẩn. Nhãn thức tương ưng thâu nhiếp những gì? Là tâm, tâm sở pháp, một giới, một xứ, ba uẩn. Ở đây còn lại những gì? Là tự tánh của nhãn thức, sắc, vô vi, tâm bất tương ưng hành. Thọ do nhãn xúc sinh ra không tương ưng với mười tám giới, mười hai xứ, năm uẩn đã gồm thâu những gì? Là tự tánh của thọ do nhãn xúc sinh ra, sắc, vô vi, tâm bất tương ưng hành nơi mười bảy giới, mười hai xứ, năm uẩn. Ở đây muốn nói điều gì? Là trừ nhãn thức tương ưng và pháp của thọ do nhãn xúc sinh ra không tương ưng, tức trừ hết thảy pháp nơi mười tám giới, mười hai xứ, năm uẩn.

Thọ do nhãn xúc sinh ra tương ưng, nhãn thức không tương ưng với mười tám giới, mười hai xứ, năm uẩn. Thọ do nhãn xúc sinh ra tương ưng thâu nhiếp những gì? Là tâm, tâm sở pháp, ba giới, hai xứ, ba uẩn. Ở đây còn lại những gì? Là tự tánh của thọ do nhãn xúc sinh ra, sắc, vô vi, tâm bất tương ưng hành. Nhãn thức không tương ưng với mười bảy giới, mười hai xứ, năm uẩn thâu nhiếp những gì? Là tự tánh của nhãn thức, sắc, vô vi, tâm bất tương ưng hành nơi mười tám giới, mười hai xứ, năm uẩn. Ở đây muốn nói điều gì? Là trừ thọ do nhãn xúc sinh ra tương ưng và pháp nhãn thức không tương ưng, tức trừ hết thảy pháp nơi mười tám giới, mười hai xứ, năm uẩn.

Như đem nhãn thức đối với thọ do nhãn xúc sinh ra, cho đến đối với thọ do ý xúc sinh ra cùng sáu tưởng thân. Tùy theo chỗ ứng hợp nên nói rộng.

[624c08] Nhãn thức tương ưng, ái do nhãn xúc sinh ra không tương ưng với mười tám giới, mười hai xứ, năm uẩn. Nhãn thức tương ưng thâu nhiếp những gì? Là tâm, tâm sở pháp, một giới, một xứ, ba uẩn. Ở đây còn lại những gì? Là tự tánh của nhãn thức, sắc, vô vi, tâm bất tương ưng hành.

Ái do nhãn xúc sinh ra không tương ưng với mười tám giới, mười hai xứ, năm uẩn thâu nhiếp những gì? Là tự tánh của ái do nhãn xúc sinh ra, sắc, vô vi, tâm bất tương ưng hành nơi mười tám giới, mười hai xứ, năm uẩn. Ở đây muốn nói điều gì? Là trừ nhãn thức tương ưng và pháp của ái do nhãn xúc sinh ra không tương ưng, tức trừ hết thảy pháp nơi mười tám giới, mười hai xứ, năm uẩn.

Ái do nhãn xúc sinh ra tương ưng, nhãn thức không tương ưng với mười tám giới, mười hai xứ, năm uẩn. Ái do nhãn xúc sinh ra tương ưng thâu nhiếp những gì? Là tâm, tâm sở pháp, ba giới, hai xứ, bốn uẩn. Ở đây còn lại những gì? Là tự tánh của ái do nhãn xúc sinh ra, sắc, vô vi, tâm bất tương ưng hành.

Nhãn thức không tương ưng với mười tám giới, mười hai xứ, năm uẩn thâu nhiếp những gì? Là tự tánh của nhãn thức, sắc, vô vi, tâm bất tương ưng hành nơi mười tám giới, mười hai xứ, năm uẩn. Ở đây còn lại điều gì? Là trừ ái do nhãn xúc sinh ra tương ưng và pháp nhãn thức không tương ưng, tức trừ hết thảy pháp nơi mười tám giới, mười hai xứ, năm uẩn.

Như nhãn thức đối với ái do nhãn xúc sinh ra, cho đến nhãn thức đối với ái do ý xúc sinh ra cũng như vậy.

* Môn thứ 16: Thức thân, xúc thân, thọ thân, tưởng thân, tư thân và các pháp khác

[624c27] Như môn nhãn thức, cho đến năm môn ý thức. Tùy theo chỗ ứng hợp nên nói rộng.

Như sáu môn sáu thức thân, sáu môn sáu xúc thân. Tùy theo chỗ ứng hợp nên nói rộng.

Thọ do nhãn xúc sinh ra tương ưng, tưởng do nhãn xúc sinh ra không tương ưng với mười tám giới, mười hai xứ, năm uẩn. Thọ do nhãn xúc sinh ra tương ưng thâu nhiếp những gì? Là tâm, tâm sở pháp, ba giới, hai xứ, ba uẩn. Ở đây còn lại những gì? Là tự tánh của thọ do nhãn xúc sinh ra, sắc, vô vi, tâm bất tương ưng hành.

Tưởng do nhãn xúc sinh ra không tương ưng với mười bảy giới, mười hai xứ, năm uẩn đã gồm thâu những gì? Là tự tánh của tưởng do nhãn xúc sinh ra, sắc, vô vi, tâm bất tương ưng hành nơi mười bảy giới, mười hai xứ, năm uẩn. Ở đây muốn nói điều gì? Là trừ thọ do nhãn xúc sinh ra tương ưng và pháp của tưởng do nhãn xúc sinh ra không tương ưng, tức trừ hết thảy pháp nơi mười tám giới, mười hai xứ, năm uẩn.

Tưởng do nhãn xúc sinh ra tương ưng, thọ do nhãn xúc sinh ra không tương ưng với mười tám giới, mười hai xứ, năm uẩn. Tưởng do nhãn xúc sinh ra tương ưng thâu nhiếp những gì? Là tâm, tâm sở pháp, ba giới, ba xứ, ba uẩn. Ở đây còn lại những gì? Là tự tánh của tưởng do nhãn xúc sinh ra, sắc, vô vi, tâm bất tương ưng hành.

Thọ do nhãn xúc sinh ra không tương ưng với mười bảy giới, mười hai xứ, năm uẩn thâu nhiếp những gì? Là tự tánh của thọ do nhãn xúc sinh ra, sắc, vô vi, tâm bất tương ưng hành nơi mười bảy giới, mười hai xứ, năm uẩn. Ở đây muốn nói điều gì? Là trừ tưởng do nhãn xúc sinh ra tương ưng và pháp của thọ do nhãn xúc sinh ra không tương ưng, tức trừ hết thảy pháp nơi mười tám giới, mười hai xứ, năm uẩn.

Như thọ do nhãn xúc sinh ra đối với tưởng do nhãn xúc sinh ra, cho đến đối với tưởng do ý xúc sinh ra cũng như vậy.

[625a18] Thọ do nhãn xúc sinh ra tương ưng, tư do nhãn xúc sinh ra không tương ưng: Thọ do nhãn xúc sinh ra tương ưng với mười tám giới, mười hai xứ, năm uẩn đã gồm thâu những gì? Là tâm, tâm sở pháp, ba giới, hai xứ, ba uẩn. Ở đây còn lại những gì? Là tự tánh của thọ do nhãn xúc sinh ra, sắc, vô vi, tâm bất tương ưng hành.

Tư do nhãn xúc sinh ra không tương ưng với mười bảy giới, mười hai xứ, năm uẩn đã gồm thâu những gì? Là tự tánh của tư do nhãn xúc sinh ra, sắc, vô vi, tâm bất tương ưng hành nơi mười bảy giới, mười hai xứ, năm uẩn. Ở đây muốn nói điều gì? Là trừ thọ do nhãn xúc sinh ra tương ưng và pháp của tư do nhãn xúc sinh ra không tương ưng, tức trừ hết thảy pháp nơi mười tám giới, mười hai xứ, năm uẩn.

Tư do nhãn xúc sinh ra tương ưng, thọ do nhãn xúc sinh ra không tương ưng với mười tám giới, mười hai xứ, năm uẩn. Tư do nhãn xúc sinh ra tương ưng thâu nhiếp những gì? Là tâm, tâm sở pháp, ba giới, hai xứ, bốn uẩn. Ở đây còn lại những gì? Là tự tánh của tư do nhãn xúc sinh ra, sắc, vô vi, tâm bất tương ưng hành.

Thọ do nhãn xúc sinh ra không tương ưng với mười bảy giới, mười hai xứ, năm uẩn đã gồm thâu những gì? Là tự tánh của thọ do nhãn xúc sinh ra, sắc, vô vi, tâm bất tương ưng hành nơi mười bảy giới, mười hai xứ, năm uẩn. Ở đây muốn nói điều gì? Là trừ tư do nhãn xúc sinh ra tương ưng và pháp của thọ do nhãn xúc sinh ra không tương ưng, tức trừ hết thảy pháp nơi mười tám giới, mười hai xứ, năm uẩn.

Như thọ do nhãn xúc sinh ra đối với tư do nhãn xúc sinh ra, cho đến đối với tư do ý xúc sinh ra cũng như vậy.

[625b08] Thọ do nhãn xúc sinh ra tương ưng, ái do nhãn xúc sinh ra không tương ưng. Thọ do nhãn xúc sinh ra tương ưng với mười tám giới, mười hai xứ, năm uẩn đã gồm thâu những gì? Là tâm, tâm sở pháp, ba giới, hai xứ, ba uẩn. Ở đây còn lại những gì? Là tự tánh của thọ do nhãn xúc sinh ra, sắc, vô vi, tâm bất tương ưng hành. Ái do nhãn xúc sinh ra không tương ưng với mười bảy giới, mười hai xứ, năm uẩn đã gồm thâu những gì? Là tự tánh của ái do nhãn xúc sinh ra, sắc, vô vi, tâm bất tương ưng hành nơi mười tám giới, mười hai xứ, năm uẩn. Ở đây muốn nói điều gì? Là trừ thọ do nhãn xúc sinh ra tương ưng và pháp của ái do nhãn xúc sinh không tương ưng, tức trừ hết thảy pháp nơi mười tám giới, mười hai xứ, năm uẩn.

Ái do nhãn xúc sinh ra tương ưng, thọ do nhãn xúc sinh ra không tương ưng với mười tám giới, mười hai xứ, năm uẩn. Ái do nhãn xúc sinh ra tương ưng thâu nhiếp những gì? Là tâm, tâm sở pháp, ba giới, hai xứ, bốn uẩn. Ở đây còn lại những gì? Là tự tánh của ái do nhãn xúc sinh ra, sắc, vô vi, tâm bất tương ưng hành.

Thọ do nhãn xúc sinh ra không tương ưng với mười tám giới, mười hai xứ, năm uẩn đã gồm thâu những gì? Là tự tánh của thọ do nhãn xúc sinh ra, sắc, vô vi, tâm bất tương ưng nơi mười bảy giới, mười hai xứ, năm uẩn. Ở đây còn lại điều gì? Là trừ ái do nhãn xúc sinh ra tương ưng và pháp của thọ do nhãn xúc sinh ra không tương ưng, tức trừ hết thảy pháp nơi mười tám giới, mười hai xứ, năm uẩn.

Như đem thọ do nhãn xúc sinh ra đối với ái do nhãn xúc sinh ra, cho đến đối với ái do ý xúc sinh ra cũng như vậy.

Như môn thọ do nhãn xúc sinh ra, cho đến năm môn thọ do ý xúc sinh ra. Tùy theo chỗ ứng hợp nên nói rộng.

Như sáu môn sáu thọ thân, sáu môn sáu tưởng thân, sáu môn sáu tư thân. Tùy theo chỗ ứng hợp nên nói rộng.

Như thế, lược có mười sáu môn, nếu nói rộng ra, có tám mươi tám môn.

THUẬT NGỮ ĐỐI CHIẾU

Tham khảo: Bảng Thuật ngữ của Swati Ganguly, *"Treatise on groups of elements"*, Delhi, 1994, tr. 125-139.

(s): Sanskrit; (p): Pāli; (t): Tibetan; (j): Japanese; (c): Chinese; (e): English

A

abhidharma [s]: 阿毗達磨 a-tì-đạt-ma，阿毗曇 a-tì-đàm; [c] chos mngon pa

Abhidharma-dhātukāya-pādaśāstra [s]: 阿毗達磨界身足論

adhimukti [s] 勝解 thắng giải

adhivacanasaṃparśa [s]: 增語 tăng ngữ

adhivaccana-saṃsparśa [s]: 增語觸 tăng ngữ xúc

ahṛi [s]: ahirika; ahiri [c]: 無慚 vô tàm

āhrīkya [s]: 無慚 vô tàm

ākārasamatā [s]: 同行相 đồng hành tướng

akuśalabhāvāvipakṣa [s]: 斷不善法 đoạn bất thiện pháp

ālambanasamatā [s]: 同所緣 đồng sở duyên

anapatrāpya [s]: anottappa [c]: 無愧; vô quý

anapatrāpya [s]: 無愧 vô quý

antagrāhadṛṣṭi [s]: tà kiến

anuśaya [s]: 隨眠 tuỳ miên

arūpa-rāga [s]: 無色貪; vô sắc tham; [t] gzugs med pa'i 'dod chags.

asaṃgraha [s] 非攝 phi nhiếp

asaṃkhāta [s]; asaṃskṛta [c] 無為 vô vi

asaṃprajanya [s]: 不正知 bất chánh tri

asaṃprajanya [s]: asampajaññā; asampajāna [c]: 不正知 bất chánh tri

āśaraddhya [s]: 不信; bất tín

āśaya [s]: 漏惑 lậu hoặc

āśrayasamatā [s]: 同所依止 đồng sở y chỉ

asukhāduḥkhavedya [s]: 順不苦不樂受 thuận bất khổ bất lạc thọ

auddhatya [s]: 掉舉 trạo cử, điệu cử

avidya [s]: 無明 vô minh

āyatana [s], 處 xứ

ayoni śomanaskāra [s]: ayoniso-manasikāra [c]: 非理作意 phi lý tác ý

ayoniśomanaskāra [s]: 非理作意 phi lý tác ý

C

caitasikadharma [s]: 心所法 tâm sở pháp

cakṣusaṃsparśajā cetanā [s]: 眼觸所生思 nhãn xúc sở sinh tư

cakṣusaṃsparśajā tṛṣṇā [s]: 眼觸所生愛 nhãn xúc sở sinh ái

cakṣusaṃsparśajā vedanā [s]: 眼觸所生受; nhãn xúc sở sanh thọ

cetanā [s] 思 tư

cetanākāya [s] 思身 tư thân

cetasika [S] 心所 tâm sở

citta [S] 心 tâm

cittasaṃprayuktadharma [S]: 心相
應行法所 tâm tương ưng hành
pháp

conciousness dharma (e) 識法 thức
pháp

chanda [S] 欲 dục

Chi-yüan-lu [S] 至元錄 Chí Nguyên lục

D

daumanasyendriya [S]:
domanassindriya [S]: 憂根 ưu
căn.

Dhammasaṅgaṇi [P] 法集論 Pháp tập
luận

dharma [S]: 法 pháp

Dharmaskandha [S]: 法蘊足論 Pháp
uẩn túc luận

dhātu [S]: 界 giới

Dhātukathā [P] 界說論 Giới thuyết
luận; 界論 [S] Discussion with
reference to Elements /
Speech of Elements Giới luận,
Nguyên chất ngữ;

Dhātukāya [S]: 界身足論 giới thân túc
luận

dṛṣṭi [S]: 見 kiến

dṛṣṭiparāmarśa [S]: 見取 kiến thủ

dravyasamatā [S]: 同事 đồng sự

duḥkhavedya [S]: 順苦受; thuận khổ
thọ

duḥkhendriya [S]: dukkhindriya [P]: 苦
根; khổ căn

duḥkhendriya [S]: 苦根 khổ căn

G

ghrāṇasaṃsparśajā saṃjñā [S]: 鼻觸
所生想 tỵ xúc sở sinh tưởng

ghrāṇasaṃsparśajā vedanā [S]: 鼻觸
所生受 tỵ xúc sở sanh thọ

grantha [S] 虔度 kiền-độ

I

indriya [S], 根 căn

īrṣyā [S]: 嫉 tật

J

jihvāsaṃsparśajā saṃjñā [S]: 舌觸所
生想 thiệt xúc sở sinh tưởng

jihvāsaṃsparśajā vedanā [S]: 舌觸所
生受 thiệt xúc sở sanh thọ

Jñānaprasthāna [S]: 發智論 Phát trí
luận; 身論 Thân luận

K

kālasamatā [S]: 同時 đồng thời

kāma-rāga: 欲貪; dục tham; [S] 'dod
pa la 'dod chags.

Kathāvatthu [P] 論事 Luận sự

kausīdya [S]: 懈怠; giải đãi

kāya [S]: 身 thân

kāyasaṃsparśajā saṃjñā [S]: 身觸所
生想 thân xúc sở sinh tưởng

kāyasaṃsparśajā vedanā [S]: 身觸所
生受 thân xúc sở sanh thọ

kleśamahābhūmika dharma [S] 大煩
腦地法 đại phiền não địa pháp

krodha [S]: 忿 phẫn

K'uei-chi [S] 窺基 Khuy Cơ

M

mada [S]: 憍 kiêu

mahābhūmika dharma [S] 大地法 đại
địa pháp

manaḥsaṃsparśajā saṃjñā [S]: 意觸
所生想 ý xúc sở sinh tưởng

manaḥsaṃsparśajā vedanā [S]: 意觸
所生受 ý xúc sở sanh thọ

manaskāra [S] 作意 tác ý

manojalpa [S]: 意言分別 ý ngôn phân biệt

mati [S] 慧 huệ

mātsarya: 慳 khan, kiên

māya [S]: 誑 cuống

mithyādhimokṣa [S]: 邪勝解 tà thắng giải

mithyādhimukti [S]: 邪勝解 tà thắng giải

mrakṣa [S]: 覆 phú

Mūlavastu-varga: 本事品 Bản sự phẩm

muṣita-smṛtitā [S]: muṭṭa-sati [S]: 失念 thất niệm

N

naivavidyā-nāvidyāsaṃparśa [S]: 非明非無明觸 phi minh phi vô minh xúc

naivavidyānāvidyā-sparśa [S]: 非明非無明觸 phi minh phi vô minh xúc

P

pāda [S]: 足 túc

pādaśāstra: 足論 túc luận

pañcakhandha [S] 五蘊 ngũ uẩn

parityāga: 害 hại

paṭisaṃvedanā [S]: 各等受 các đẳng thọ

Paṭṭhāna [S] 發趣論 Phát thú luận

Paṭṭhānapakaraṇa 鉢叉那 bát-xoa-na, 緣論 Duyên luận

pradāśa [S]: 惱 não

prajñā: paññā: 慧 huệ

Prajñaptiśāstra [S]: 施設足論 Thi thiết túc luận

prakaraṇa [S]: 品類足論 Phẩm loại túc luận

pramāda [S]: 放逸 phóng dật

Pratigha: 嗔 sân

pratigha-saṃsparśa [S]: 有對觸 hữu đối xúc

pratismṛti [S]: paṭisati [S]: 別念 biệt niệm

Pūrṇa: 富蘭那 Phú-lan-na, 富婁那 Phú-lâu-na

R

rūpa [S] 色 sắc

rūpa-rāga [S]: 色貪; .... sắc tham

S

ṣaḍ-vijñāna-kāyaḥ [S]: 六識身 lục thức thân, [S] rnam par shes pa'i tsogs

sakṣusaṃsparśajā saṃjñā [S]: 眼觸所生想 nhãn xúc sở sinh tưởng

samādhi [S] 三摩地 tam-ma-địa

saṃgraha [S] 攝 nhiếp

saṃgṛhīta [S]: inclusion [S] 一行 nhất hành

saṃjña [S]: sañña [S]: 想 tưởng

saṃjñākāya [S] 想身 tưởng thân

samprayukta [S] 相應 tương ưng

saṃvedanā [S]: 等受 đẳng thọ

samyojana [S]: 纏 triền

Saṅgītiparyāya [S]: 集異門足論 Tập dị môn túc luận

sapratighasaṃparśa [S]: 有對 hữu đối

sāsrava [S]: 有漏 hữu lậu

śāstra [S]: 論 luận

śāṭhya [S]: 諂 siểm

satkāya-dṛṣṭi [S]: sakkāya-diṭṭi [S]: 有身見 hữu thân kiến

satkāyadṛṣṭi [S]: 有身見 hữu thân kiến

Satya [S]: 諦 đế

saumanasyendriya [S]: somanassindriya 喜根 hỷ căn

saumanasyendriya [S]: 喜根 hỷ căn

śīlavrataparāmarśa [S]: 戒禁守 giới

cấm thủ

śloka [S]: 偈 kệ, 偈頌 kệ tụng

smṛti [S] 念 niệm

sparśa [S]: 觸 xúc

sparśakāya [S] 觸身 xúc thân

Sphuṭārthā

Abhidharmakośavyākhyā [S]: 稱友俱舍論釋 Xưng Hữu Câu-xá luận thích

śrotrasaṃsparśajā saṃjñā [S]: 耳觸所生想 nhĩ xúc sở sinh tưởng

śrotrasaṃsparśajā vedanā. [S]: 耳觸所生受 nhĩ xúc sở sanh thọ

sukkhavedya [S]: 順樂受 thuận lạc thọ

sukhendriya [S]: sukhindriya [S]: 樂根 lạc căn

sukhendriya [S]: 樂根 lạc căn

T

tṛṣṇākāya [S] 愛身 ái thân

triloka, traidhātuka, trayo dhātavaḥ [S]: tisso dhātuyo [S]: 三界 tam giới

U

upakleśamahābhūmika dharma [S] 小煩惱地法 tiểu phiền não địa pháp

upanāha [S]: 恨 hận

upekṣendiya; upekhindriya [S]: 捨根 xả căn....; [S] btang snyoms kyi dbang po.

upekṣendriya [S]: 捨根 xả căn

V

vaśitva [S]: 自在 tự tại

Vasumitra [S]: 世友 Thế Hữu; [S] Shiyou; [E] Seu; [T] Dbyig bshes

vedanākāya [S] 受身 thọ thân

Vibhajyavarga [S]: 分別品 Phân biệt

phẩm

Vibhaṅga [S] 分別論 Phân biệt luận

vicāra [S]: 伺 tứ

vicikitsā [S]: vimati 疑 nghi

vidyā-saṃsparśa [S]: 明觸 minh xúc

vidyā-saṃsparśa [S]: 無明觸 vô minh xúc

vihiṃśā [S]: vihiṃsā [S]: 害 hại ....

vijñāna [S]: viññāṇa [S]: 識 thức

vijñānakāya [S] 識身 thức thân

Vijñānakāya [S]: 識身足論 Thức thân túc luận

vikṣepa [S]: vikkhepa [S]: 心亂 tâm loạn

vikṣepa [S]: 心亂 tâm loạn

vimati [S]: 疑 nghi

vipaśyanā [S]: 毘鉢舍那 tì-bát-xá-na

viprayukta [S] 不相應 bất tương ưng

vitarka [S]: 尋 tầm

W

Wantanabe Baiyū [E] 度邊楳雄 Độ Biên Mai Hùng

Y

Yaśomitra [S] 稱友 Xưng Hữu

SÁCH DẪN
⟦A-TÌ-ĐẠT-MA GIỚI THÂN TÚC LUẬN⟧

CÂU-XÁ LUẬN THẬT NGHĨA SỚ

❖

Tôn giả Tất-địa-la-mạt-để tạo
(Đời Đường gọi là An Huệ)

Việt dịch: **TN. Thông Đạo**
Hiệu đính & chú thích: **TN. Thông Tánh**

CÂU-XÁ LUẬN THẬT NGHĨA SỚ

Tôn giả Tất-địa-la-mạt-để[1] tạo
(Đời Đường gọi là An Huệ)

[325a11] *Kính lễ Bạt-già, núi các đức*
Kính lễ Đạt-ma, biển đại trí
Kính lễ Tăng-già, chúng hòa hợp
Vị chủ tạo luận và Thầy tôi
Tôi đem đom đóm phụ mặt trời
Trợ lực hoằng truyền Đối pháp tạng
Để Pháp cửu trụ, lợi quần sanh
Nguyện được hộ trì bằng oai thần.

I. PHẨM PHÂN BIỆT GIỚI

1. Bảy nghĩa

Bảy nghĩa: 1. Trí viên mãn, 2. Đoạn viên mãn, 3. Lợi tha viên mãn, 4. Phương tiện viên mãn, 5. Ứng cúng viên mãn, 6. Kỳ tâm viên mãn, 7. Lập danh viên mãn.[2]

Vì kính pháp nên thường ưa nghe. Do nghe mà phát sanh văn huệ. Từ văn huệ phát khởi tư huệ, [do tư huệ mà phát khởi tu huệ,] vì tu huệ

---

[1] Tất-địa-la-mạt-để 悉地羅末底 = An Huệ 安惠. Skt *Sthira-mati.*

[2] 智圓滿。斷圓滿。利他圓滿。方便圓滿。應供圓滿。期心圓滿。
立名圓滿.

nên phát sanh vô lậu huệ. Vì vô lậu huệ có khả năng đoạn trừ các hoặc, khi các hoặc đoạn thì liền chứng ngộ, cho nên nói là được làm lợi ích.

Bảy nghĩa: Tụng nói, vị mà đã diệt sạch tất cả bóng tối[3] là Trí viên mãn[4]. Tất cả bóng tối bị diệt[5] là Đoạn viên mãn[6]. Kéo chúng sanh ra

---

[3] Nhất thiết chủng minh diệt 一切種冥滅. *Câu-xá*: Ht. Chư nhất thiết chủng chư minh diệt 諸一切種諸冥滅. Skt *yaḥ sarvathāsarva-hatāndhakāraḥ*. Vị mà tất cả bóng tối đã được diệt trừ hoàn toàn.

[4] Trí viên mãn 智圓滿. Skt *jñānasampat*. AK. vii. *Pradhan* 415²³: *jñānasampat punaścatuvidhā-- anupadiṣṭajñānam, sarvatrajñānam, sarvathājñānam, ayatnajñānam ca|* Trí viên mãn có bốn: vô sư trí, nhất thiết xứ trí, nhất thiết chủng trí, vô công dụng trí. *Vyākhyā*: Vô sư trí, trí tự mình giác ngộ, không thầy chỉ dạy. Nhất thiết xứ trí, trí giác tri toàn diện tất cả thể tính cá biệt và phổ quát. Nhất thiết chủng trí, trí nhận thức tất cả mọi phẩm loại sai biệt. Vô công dụng trí, trí nhận thức tùy theo ý muốn, không cần dụng công.

[5] Chư diệt 諸滅. *Câu-xá*: Ht. Chư minh diệt 諸冥滅. Skt *sarvahatāndhakāraḥ*. Tất cả bóng tối bị diệt.

[6] Đoạn viên mãn 斷圓滿. Skt *prahāṇasampat*. AK. vii. *Pradhan* 416¹: *caturvidhā prahāṇasampat-- sarvakleśaprahāṇam, atyantaprahāṇam, savāsanaprahāṇam, sarvasamādhisamāpattyāvaraṇaprahāṇaṃ ca|* Đoạn viên mãn có bốn: nhất thiết phiền não đoạn, tất cánh đoạn, tịnh tập đoạn, nhất thiết định chướng đoạn. *Vyākhyā*: Nhất thiết phiền não đoạn, vì đoạn sạch các phiền não thuộc kiến và tu sở đoạn trong tam giới (*traidhātukadarśanabhāvanāheyakleśocchitteḥ*). Tất cánh đoạn, vì đoạn trừ vĩnh viễn không còn trở lui (*aparihāṇitaḥ*). Tịnh tập đoạn, đoạn trừ những tập khí câu hữu, vì không còn tồn tại tùy phược (*anubandhābhāvataḥ*). Nhất thiết định chướng đoạn, đoạn trừ tất cả sự chướng ngại định và đẳng chí, vì đạt được câu phần giải thoát (*ubhayatobhāgavimukteḥ*).

khỏi vũng lầy sanh tử[7] là Lợi tha viên mãn[8]. Kính lễ đấng Như vậy[9] là Ứng cúng viên mãn. Bậc Đạo sư như lý[10] là Phương tiện viên mãn, vì Đức Phật Thế Tôn có phương tiện thù thắng nói giáo nghĩa như lý làm lợi ích hữu tình. Luận mà tôi (luận chủ) sắp nói, vì mong muốn tạo luận là Kỳ tâm viên mãn. Đối pháp tạng ấy, là Lập danh viên mãn. Bảy nghĩa được tóm thâu bằng kệ tụng:

---

[7] *Câu-xá* i k.1. AK. i. *Pradhan* 1[15-16]: *saṃsāro hi jagadāsaṅgasthānatvād duruttaratvāc ca paṅkabhūtaḥ| tatrāvamagnaṃ jagad atrāṇam anukampamāno bhagavān saddharmadeśanāhastapradānair yathābhavyam abhyuddhṛtavān.* Ht. p0001a20: Vì sanh tử kia là nơi các chúng sanh chìm đắm khó thoát ra được, nên ví như vũng bùn. Đức Thế Tôn vì thương xót chúng sanh bị sa vào trong đó không thể vượt qua, bằng sự truyền dạy Chánh pháp, như bàn tay đưa ra, tùy từng trường hợp cứu vớt ra khỏi.

[8] Lợi tha viên mãn 利他圓滿. *Câu-xá*: Ht. Ân viên đức 恩圓德. 🄢 *upakārasampat.* AK. vii. *Pradhan* 415[21]: *caturvidhopakārasampat-apāyatrayasaṃsāraduḥkhātyantanirmokṣasampat, yānatrayasugatipratiṣṭhānapanasampad vā|* Lợi tha viên mãn có bốn: (a) viên mãn đối với sự giải thoát vĩnh viễn khổ trong ba ác đạo và luân hồi. Hoặc (b) viên mãn đối với sự an lập thiện thú và ba thừa.

[9] Kính lễ như thị 敬禮如是. *Câu-xá* i k.1. 🄢 *tasmai namskṛtya.* Ht. p0001a24: Cúi đầu sát chân gọi là kính lễ. Vị mà đầy đủ phẩm đức tự lợi và lợi tha như đã nói ở trên gọi là Như thị. *Thuận chánh lý* p0329a14: Trước tiên tán thán và kính lễ Đức Phật, Bạc-già-phạm, bậc thành tựu trọn vẹn công đức tự lợi và lợi tha. Trong đây, Thế Tôn vì đầy đủ trí đức và đoạn đức nên nói là tự lợi viên mãn, vì đầy đủ ân đức nên nói là lợi tha viên mãn.

[10] Như lý sư 如理師. 🄢 *yathārthaśāstṛ. Câu-xá* i k.1. AK. i. *Pradhan* 1[18,19]: *yathārtham aviparītaṃ śāstīti yathārthaśāstā|* Ht. p0001a25: Vị giảng dạy giáo nghĩa như thật, không điên đảo, gọi là Như lý sư. Nói Như lý sư nhằm nêu rõ đức tính lợi tha mà vị đạo sư phương tiện nói chánh giáo như thật để cứu vớt chúng sanh ra khỏi vũng lầy sinh tử.

> *Trí đoạn và lợi tha*
> *Phương tiện tạo luận này*
> *Đặt tên Đối pháp tạng*
> *Gồm bảy nghĩa, nên biết.*

2. Năm pháp

[325b01] Sắc pháp, tâm pháp, tâm sở hữu pháp, tâm bất tương ưng hành pháp, vô vi pháp.[11] Đối với cảnh sở tri của năm pháp này, thế gian đều không hiểu rõ. Duy chỉ Phật tự mình giác ngộ, vĩnh viễn đoạn trừ các hoặc. Thời gian rất xa là quá khứ, vị lai, ngoài ba A-tăng-kì-kiếp, Thanh-văn, Độc-giác không thể biết được.

Làm sao biết được điều ấy? Vì khi xưa có một người đến Ngài Xá-lợi-phất cầu xin xuất gia. Khi ấy, Ngài Xá-lợi-phất quán sát hai a-tăng-kỳ kiếp, thấy vị này không có thiện căn xuất gia, nên không chấp nhận. Người này đi đến Phật cầu xin xuất gia. Đức Thế Tôn quán sát ra ngoài a-tăng-kỳ thì thấy người này có chút ít căn lành, bèn chấp nhận cho xuất gia và nói kệ rằng:

> *Ta quán sát rất kỹ*
> *Người này chủng giải thoát*
> *Giống như trong các quặng*
> *Vàng thật ẩn bên trong.*

Ngài Mục Liên quán sát mẹ mình, không biết tái sanh nơi nào, đi đến thưa hỏi Phật. Phật bảo, mẹ ngươi sanh ở thế giới Ma-lợi-chi, ngoài cõi tam thiên. Trong nhiều trường hợp sai biệt như vậy, trí của các Thanh văn không thể hiểu rõ.

Kết quả đạt được do tu phước và trí đều vì lợi tha không phải tự lợi. Giống như ánh sáng mặt trăng chiếu sáng khắp mười phương. Bi

---

⑪ Sắc pháp, tâm pháp, tâm sở hữu pháp, bất tương ưng pháp, cập vô vi pháp 色法, 心法, 心所有法, 不相應法, 及無為法. AK. ii. k.22. *Pradhan* 52²⁰⁻²¹: *sarva ime dharmāḥ pañca bhavanti| rūpaṃ cittaṃ caitasikāś cittaviprayuktāḥ saṃskārā asaṃskṛtaṃ ca.* Hết thảy pháp có năm nhóm này: sắc, tâm, các tâm sở, các hành không tương ưng tâm, và vô vi.

nguyện của Đức Thế Tôn cũng như vậy.

Tụng:

> Phước hồi thí và ích lợi mình
> Hai phước đức tự tu, hồi thí
> Lại vì lợi lạc các hữu tình
> Như trên rất nhiều tụ phước trí
> Tự được quả chứng, không phải người
> Phước hành nguyện và phước hồi thí
> Mình người đều lợi không luống uổng.

Như vậy, tuy nói tự lợi, nhưng do nhân và quả cũng có thể được lợi tha.

Tụng:

> Nhũ mẫu dưỡng thân bằng cơm ngon
> Để con được an, chẳng vì mình
> Phật tu phước trí hướng bồ đề
> Vốn vì lợi sanh, chẳng vì mình.

Tụng:

> Trời mưa tuy tưới khắp
> Không giống, mầm không sinh
> Phật dù độ thế gian
> Thiếu duyên không đắc quả.

Tụng rằng:

> Thiện tri thức là ai?
> Là Phật khiến sanh trí
> Lìa phóng dật[12] ác hành[13]
> Trái đây phải xa lìa.

---

[12] Phóng dật 放逸. ⓢ *pramāda*. *AK.* ii. k.26. *Pradhan* 56⁶⁻⁷ : *pramādaḥ kuśalānāṃ dharmāṇām abhāvanā bhāvanā vipakṣo dharmaḥ* | Phóng dật tức không tu tập các thiện pháp, là pháp đối trị việc tu tập các thiện pháp.

[13] Ác hành 惡行. ⓢ *duścarita*. *AK.* iv. k.65. *Pradhan* 237²¹⁻²² :

[325c01] Đối pháp:[14] đương nhiên sanh đắc huệ[15] làm nhân cho văn huệ[16], văn huệ làm nhân cho tư huệ[17], tư huệ làm nhân cho tu huệ[18], tu huệ làm nhân cho lậu huệ[19], lậu huệ làm nhân cho Niết-bàn. Do nghĩa này mà được gọi là Đối pháp, vì có thể làm tăng trưởng các huệ bắt đầu là văn; hoặc các pháp hữu vi thảy đều loại bỏ, chỉ còn lạc Niết-bàn nên nói là thù thắng. Biết khổ-tập-đạo đế là huệ của Niết-bàn. Phật dạy y nơi pháp, không y nơi người. Tụng rằng:

> *Nếu lìa trạch pháp, quyết không còn*
> *Phương tiện thù thắng diệt các hoặc.*
> *Do thế gian mê, trôi biển hữu*
> *Vì đức này Phật nói Đối pháp.*

Nếu lìa trạch pháp thì không còn phương tiện thù thắng nào có khả năng diệt trừ các hoặc. Đức Phật bảo A Nan: Ta còn tại thế thì nương vào Ta. Khi Ta diệt độ, không còn chỗ nương tựa nào khác, cần phải nương tựa vào Kinh, đừng để quên mất.

---

aniṣṭaphalatvāt kutsitaḥ kāyavāṅmanaścāro duścaritam| Ác hành là hành vi của thân, ngữ, ý bị khinh miệt vì dẫn đến kết quả không đáng ưa.

[14] Đối pháp 對法: abhidharma. AK. ii. k.2ab. Pradhan 2³⁻⁸: prajñāmalā sānucarābhidharmaḥ... evam anāsravaḥ pañcaskandhako 'bhidharma ity uktaṃ bhavati| eṣa tāvat pāramārthiko 'bhidharmaḥ| sāṃketikas tu yâpi ca śruta-cintā-bhāvanāmayī sāsravā prajñā, upapattipratilambhikā ca sānucarā yac ca śāstram asyāḥ prāptyartham anāsravāyāḥ prajñāyāḥ. Đối pháp là tuệ vô lậu cùng với các tùy hành... như vậy năm uẩn vô lậu được nói là đối pháp. Đây là nói Đối pháp theo nghĩa tối thắng. Nhưng theo nghĩa thường nghiệm thì Đối pháp là tuệ hữu lậu được tác thành bởi văn-tư-tu, do bẩm sinh, cùng với các tùy hành, và các luận để đạt đến tuệ vô lậu. Xem thêm [TUỆ] tập 18, Câu-xá q. 1, Phần Tựa, **tr. 52-54**.

[15] Sanh đắc huệ 生得惠. [SKT] upapattipratilambhikaprajñā, huệ do bẩm sinh.

[16] Văn huệ 聞惠. [SKT] śrutamayaprajñā, huệ được tác thành do nghe.

[17] Tư huệ 思惠. [SKT] cintāmayaprajñā, huệ được tác thành do tư duy.

[18] Tu huệ 修惠. [SKT] bhāvanāmayaprajñā, huệ được tác thành do tu tập.

[19] Lậu huệ 漏惠. [SKT] sāsravāprajñā, huệ hữu lậu.

Phật dạy: Người già yếu xuất gia thật khó thọ trì Tam tạng của Ta. Tam tạng: Kinh, Luật, và Tạp tạng.[20]

Thuở xưa, thời Phật Ca-diếp có một tỳ-kheo, thông minh học rộng, tinh thông Tam tạng, thường bằng ngữ nghiệp mắng chửi những người xuất gia, tại gia là những loài cầm thú, như chim cú mèo[21], cá, chó, v.v... Sau khi mạng chung, ông ta lãnh thọ nghiệp báo này, sanh vào trong biển, làm thân con cá lớn, thân nó rất to, có mười tám đầu, chịu đủ mọi nỗi thống khổ. Khi đức Thế Tôn xuất hiện ở thế gian, ông cũng chưa thoát được. Sau đó có các ngư dân, số ấy cả nghìn người, chỗ đánh bắt cá thật khó khăn. Khi con cá này dính lưới, họ kéo nó không lên. Sau đó thêm cả nghìn người cùng chung sức mới kéo lên được, thấy con cá này dị loại, nhiều đầu, hình mạo đáng sợ.

Thế Tôn quan sát, thấy biết toàn bộ quả báo của con cá này, bèn dẫn đại chúng đến bờ biển kia trải tòa ngồi. Sau khi ngồi, ngài gọi con cá: "Này Tam tạng! Ngươi há chẳng phải là Tỳ-kheo Tam tạng trong thời Phật quá khứ sao?" Cá ấy nghe xong, nước mắt giàn giụa. Bấy giờ, Thế Tôn nói nhân đời trước cho cá. Sau khi nghe, cá ấy hối lỗi, bèn không ăn uống, do đây mạng chung sanh lên cõi trời. Tất cả đại chúng nghe pháp khi ấy, mỗi người đều được pháp lợi lớn theo khả năng của mình.

Ngũ uẩn không thể thu nhiếp tất cả pháp, vì thế nên không y cứ trên ngũ uẩn mà nói trước có nhiễm, sau đó muốn nó tịnh. Vì làm thanh tịnh pháp nhiễm ấy, nên trước nói pháp hữu lậu, sau nói pháp vô lậu, vô vi. Tụng rằng:

> *Bí-sô ý tịch tĩnh*
> *Đoạn tuyệt hẳn với sự[22]*
> *Dứt tận rìa sanh tử*

---

[20] 雜藏. Thông thường, Tam tạng là kinh, luật, luận; nếu thêm Tạp tạng nữa thành bốn tạng. Tạp tạng là tạng nói về tất cả giáo hành của Bồ-tát.

[21] Si-hưu 鵄鵂, chim cú mèo.

[22] *Sự* 事. SKt *dravya*: vật thể, thực thể. Ở đây chỉ cho năm thủ uẩn.

[326a01] *Không còn thọ đời sau.*[23]

Như có tụng nói:

> *Vui thay chư Phật ra đời*
> *Vui thay Chánh pháp được giảng*
> *Vui thay Tăng-già hòa hiệp*
> *Vui thay Đại chúng tiến tu.*[24]

Luận[25] nói: Y phục của Bắc-câu-lô châu[26] nặng một lạng, y phục của trời Tứ đại vương chúng[27] nặng nửa lạng, y phục của trời Tam thập tam[28] nặng một thù[29], y phục của trời Dạ-ma[30] nặng nửa thù (1/2), y phục của trời Đổ-sử-đa[31] nặng một phần tư thù (1/4), y phục của trời Lạc biến hóa[32] nặng một phần tám thù (1/8), y phục của trời Tha hóa

---

[23] Hết quyển 1.

[24] AK. i. k.10d. *Pradhan* 7[12-13]: *buddhānāṃ sukkha utpādaḥ sukhā dharmasya deśanā| sukhā saṅghasya sāmagrī samagrāṇāṃ tapaḥ sukham||* Sự xuất hiện của Chư Phật là niềm hạnh phúc, sự thuyết giảng của Chánh pháp là niềm hạnh phúc, sự hòa hiệp của Tăng-già là niềm hạnh phúc, sự siêng tu của đại chúng là niềm hạnh phúc. Xem [TVT] tập 18, *Câu-xá* q. 1, **cht. 87, tr. 71.**

[25] *Tì-bà-sa 127,* **tr. 665b17:** Thi Thiết luận.

[26] Bắc Cu-lô châu 北俱盧洲 ; [Skt] *Uttarakurudvīpa.* Xem [TVT] tập 19, *Câu-xá* q. 2, **tr. 242.**

[27] Tứ thiên vương chúng thiên 四天王眾天; [Skt] *Cātur-mahārājikāḥ devanikāyāḥ.* Xem [TVT] tập 19, *Câu-xá* q. 2, **tr. 256.**

[28] Tam thập tam thiên 三十三天; [Skt] *Trayastriṃśāḥ devanikāyāḥ.* Xem [TVT] tập 19, *Câu-xá* q. 2, **tr. 257.**

[29] Thù 銖, đơn vị đo lường thời cổ của Trung Quốc. Một thù bằng một phần hai mươi bốn lạng (一銖 = 1/24 lạng).

[30] Dạ-ma thiên 夜摩天; [Skt] *Yāmā devanikāyāḥ.* Xem [TVT] tập 19, *Câu-xá* q. 2, Thiên thứ ba, Chương IV.

[31] Đổ-sử-đa thiên 覩史多天; [Skt] *Tuṣitā devanikāyāḥ.* Xem [TVT] tập 19, *Câu-xá* q. 2, Thiên thứ ba, Chương IV.

[32] Lạc biến hóa thiên 樂變化天; [Skt] *Nirmāṇaratayaḥ devanikāyāḥ.* Xem [TVT] tập 19, *Câu-xá* q. 2, Thiên thứ ba, Chương IV.

tự tại[33] nặng một phần mười sáu thù (1/16). Trở lên,[34] y phục của trời Sắc giới không cân được[35].

Cõi ấy nếu có trọng lượng vì sao nói không cân được? Chư thiên sắc giới mặc y phục tùy theo thân lượng của mình, như ánh sáng trong suốt, cho nên nói không cân được.

3. Vô biểu sắc

Bây giờ sẽ nói đặc tính của vô biểu sắc.[36] Tụng rằng:

Trong loạn tâm[37], vô tâm[38]
Tùy lưu[39], tịnh bất tịnh[40]
Được tạo bởi đại chủng
Do đây nói vô biểu.[41]

---

[33] Tha hóa tự tại thiên 他化自在天; Skt. *Paranirmitavaśavarttinaḥ devanikāyāḥ*. Xem ⬚ tập 19, *Câu-xá* q. 2, Thiên thứ ba, Chương IV.

[34] Dĩ thượng 已上, đây chỉ những trời từ Sắc giới trở lên. *Tì-bà-sa 127*, **tr. 665b22**: Y phục của những tầng trời ở bên trên các trời này đều không cân được chăng?

[35] AK. i. k.10d. *Pradhan* 7[14-15]: *yady api tatra vastrāṇy ekaśo na tulyante, sañcitāni punas tulyante|* Nếu y phục trong Sắc giới, từng cái một không cân được, nhưng chúng tập hợp thì cân được.

[36] Biểu sắc tướng kim thứ đương thuyết 表色相今次當說. Để bản bị rớt mất chữ 無, vì AK. i. k.10d. *Pradhan* 7[25]: *avijñaptir idānīṃ vaktavyā.* Ht. 無表色相今次當說.

[37] *Thuận chánh lý 2*, **tr. 335a29**: Tâm bất thiện và vô ký gọi là loạn tâm.

[38] AK. i. k.11. *Pradhan* 8[3-4]: *acittakasyāpīty asaṃjñinirodhasamāpattisamāpannasyāpi|* Người vô tâm là người nhập vô tưởng đẳng chí và diệt tận đẳng chí. *Thuận chánh lý 2*, **tr. 335b01**.

[39] *Thuận chánh lý 2*, **tr. 335b03**. Dòng tiếp nối liên tục trong tâm thiện, bất thiện, vô ký, và vô tâm gọi là tùy lưu.

[40] *Thuận chánh lý 2*, **tr. 335b04**. Tịnh bất tịnh là nói thiện bất thiện. Các tâm thiện khởi gọi là vô biểu tịnh, dòng tiếp nối liên tục nói là luật nghi hoặc phi luật nghi. Các tâm bất thiện khởi gọi là vô biểu bất tịnh, dòng tiếp nối liên tục nói là bất luật nghi hoặc phi bất luật nghi.

[41] AK. i. k.11. *Pradhan* 8[1-2]: *vikṣiptācittakasyāpi yo'nubandhaḥ*

Nói một cách tổng quát có sáu lỗi, tụng:

> *Sơ khuyết tương tục và giả danh*
> *Vô tâm, tùy lưu, biểu xen tạp*
> *Từ 'đẳng' lặp lại không giản biệt*[42]
> *Do đây nên nói có sáu lỗi.*

Trong sáu lỗi, riêng ý có khác. Nói tụng:

> *Tác..., tâm khác các thứ*[43]
> *Vô tâm*[44] *và hữu ký*[45]

śubhāśubhaḥ| mahābhūtāny upādāya sa hy avijñaptir ucyate|| Dòng tương tục tịnh hay bất tịnh của người tán tâm cũng như vô tâm mà sau khi tiếp nhận các đại chủng, dòng tương tục ấy được nói là vô biểu.

[42] *Thuận chánh lý 2*, **tr. 335b21.** Dòng tiếp nối tương tự nhau gọi là dòng tương tục, không phải sát-na tối sơ được gọi là dòng tương tục... Vả lại, dòng tương tục là giả lập chứ không thật có, nên vô biểu cũng không thật có, thế thì phạm lỗi với tôn chỉ của Đối pháp. Khi loạn tâm, vô tâm phát khởi nhất định không có dòng tương tục, nên không có vô biểu, giả như nói khi bất loạn tâm, hữu tâm mà có dòng tương tục cũng không phạm lỗi này, và biểu nghiệp tịnh bất tịnh phải có tính chất vô biểu. Nói từ "đẳng" là thông cả vô tâm, loạn tâm, bất loạn tâm và hữu tâm.

[43] *Hiển tông luận 2*, **tr. 782a01:** Nói "tác các thứ" hàm ngụ xa lìa tác và sắc sở tạo thuộc loại vô đối (*apratigha-upādāyarūpa*). Nói "tâm khác v.v..." hàm ngụ tâm đồng loại, nghĩa là tâm thiện làm nhân đẳng khởi gần hoặc câu hữu nhân, phát khởi sắc sở tạo thuộc loại vô đối thiện, tâm bất thiện và vô ký gọi là tâm khác, tâm thiện gọi là tâm đồng loại. Tâm bất thiện làm nhân đẳng khởi gần, phát khởi sắc sở tạo thuộc loại vô đối bất thiện, tâm thiện và vô ký gọi là tâm khác, tâm bất thiện gọi là tâm đồng loại.

[44] *Hiển tông luận 2*, **tr. 782a08:** Và vô tâm tức là khi tâm diệt, nhất định không sinh khởi.

[45] Hữu ký 有記, ᔆᵏᵗ *vyākṛta*, cái đã được xác định, được báo trước kết quả tốt hay xấu. *Hiển tông luận 2*, **tr. 782a11:** Nói hữu ký là nói thiện bất thiện được xác định là thiện phẩm hay phi thiện phẩm.

Tánh sở tạo[46] *vô đối*[47]
Đây gọi vô biểu sắc.

Đại chủng

Nói đất và giới đất có gì khác nhau? Luận tụng:

Đất là hiển, hình sắc
Tùy thế gian đặt tên.
Nước, lửa cũng như vậy
Gió là giới cũng thế.[48]

Thức nhiễm ô

[326b01] Vì luận mà trong 'Nghĩa phẩm'[49] nói:

Người tìm cầu các dục
Thường phát khởi mong muốn
Các dục nếu không thỏa
Khổ não như trúng tên.[50]

Sẽ nói tụng của Luận:

Thọ, cảm nghiệm tùy xúc.
Tưởng, nắm bắt dấu hiệu.[51]

---

[46] *Hiển tông luận 2*, **tr. 782a13**: Sở tạo không chỉ là đại chủng, vì đại chủng không phải vô đối, chỉ đơn giản là phi sắc, nêu rõ sắc tức sắc uẩn được kể trong năm uẩn.

[47] Vô đối 無對, Skt apratigha, không có đối kháng, vì không phải cực vi.

[48] AK. i. k.13: *pṛthivī varṇasaṃsthānam ucyate lokasaṃjñayā| āpas tejaś ca vāyus tu dhātur eva tathāpi ca||* Đất được nói là hiển và hình sắc theo định danh của thế gian. Nước và lửa cũng như vậy, gió chính là giới cũng thế. Xem thêm TVT tập 18, *Câu-xá* q. 1, **cht. 122, tr. 77**.

[49] Xem TVT tập 18, *Câu-xá* q. 1, **tr. 78**.

[50] AK. i. k.13: *tasya cet kāmayānasya cchandajātasya dehinaḥ| te kāmā na samṛdhyante śalyaviddha iva rūpyate||* Nếu ai khát khao dục, phát sinh mong muốn vật chất, khi các dục kia không được thỏa mãn, giống như người bị trúng tên, bị đau khổ kịch liệt. Xem TVT tập 18, *Câu-xá* q. 1, **tr. 78–80**.

[51] AK. i. k.14cd: *vedanā 'nubhavaḥ saṃjñā nimittodgrahaṇātmikā||* Thọ là

Ngoài bốn uẩn là hành.
Như vậy ba uẩn thọ...
Cùng vô biểu, vô vi,
Gọi pháp xứ, pháp giới.[52]

Ba uẩn, bảy pháp[53], như có tụng:

Ba uẩn cùng vô biểu
Và ba pháp vô vi[54]

---

cảm nghiệm, tưởng có bản chất là nắm bắt dấu hiệu... Xem ▩ tập 18, *Câu-xá* q. 1, tr. 81. *Thuận chánh lý 2*, tr. **338c05-339a26**: Tùy theo xúc mà phát sinh cảm nghiệm. Xúc khả ái, không khả ái, và xúc trái với cả hai (xúc bất khả ái phi bất khả ái) gọi là thọ uẩn. Cảm nghiệm là nghĩa thọ dụng. Cảm nghiệm này có lạc, khổ, và bất khổ bất lạc. Thuận ích cho thân tâm gọi là lạc, tổn hại cho thân tâm gọi là khổ, những cảm nghiệm không khổ không lạc gọi là bất khổ bất lạc... Tưởng uẩn có bản chất nắm bắt dấu hiệu, nghĩa là tất cả đều tùy theo bản chất sáu cảnh mà xác định, sắc như xanh, dài...; thanh như đàn, ốc...; hương như quả, hoa sen...; vị như đắng, cay các thứ; xúc như trơn, nhám, v.v.; pháp như sanh, diệt các thứ, theo dấu hiệu của từng cảnh sở duyên mà nắm bắt gọi là tưởng.

[52] AK. i. k. 15. Pradhan 10[20], 11[3-4]: *rūpa-vedanā-saṃjñā-vijñānebhyaś caturbhyo 'nye tu saṃskārāḥ saṃskāraskandhaḥ| vedanā-saṃjñā-saṃskāraskandhāḥ āyatanadhātuvyavasthāyām | dharmāyatanadhātvākhyāḥ sahāvijñaptyasaṃskṛtaiḥ |* Ngoại trừ bốn uẩn sắc, thọ, tưởng, thức, các hành còn lại là hành uẩn. Thọ, tưởng, và hành uẩn thuộc phạm vi xứ và giới, cùng với vô biểu, vô vi được gọi là pháp xứ và pháp giới. Xem ▩ 18, *Câu-xá* q. 1, **tr. 83**.

[53] Tam uẩn thất sự 三蘊七事. ▩ *ete trayaḥ skandhāḥ, etāni sapta dravyāṇi. Hiển tông luận 2*, **tr. 783b21**: Trong đây nói rõ thể của ba uẩn thọ, tưởng, và hành cũng nên lập làm xứ và giới. Nghĩa là ba uẩn này và vô biểu sắc, cùng với ba vô vi, bảy pháp này, trong phạm vi xứ lập làm pháp xứ, trong phạm vi giới lập làm pháp giới.

[54] ▩ *trividham asaṃskṛtam| ākāśaṃ pratisaṅkhyānirodhaḥ, apratisaṅkhyānirodhaś ceti.* Ba vô vi là hư không vô vi, trạch diệt vô vi, và phi trạch diệt vô vi.

> *Được nói là pháp xứ*
> *Cũng như là pháp giới.*

Tụng:

> *Thức, nhận thức cá biệt*
> *Nó chính là ý xứ,*
> *Và bảy giới, nên biết.*
> *Sáu thức chuyển thành ý.* [55]

Tụng:

> *Thu nhiếp tất cả pháp*
> *Bằng một uẩn, xứ, giới;* [56]
> *Thu nhiếp theo tự tính,*
> *Vì xa lìa tha tính.* [57]

4. Ba khoa

Ba khoa: một là tụ, hai là sanh môn, và ba là chủng tộc.

Tụ nghĩa là uẩn. [58]

---

[55] AK. i. k. 16. *Pradhan* 11[7-4]: *viṣayaṃ viṣayaṃ prati vijñaptir upalabdhir vijñānaskandha ity ucyate| sa punaḥ ṣaḍ vijñānakāyāḥ cakṣurvijñānaṃ yāvan manovijñānam iti| ya eṣa vijñānaskandha ukta āyatanavyavasthāyām| mana-āyatanaṃ ca tat| dhātuvyavasthāyām sa eva| dhātavaḥ sapta ca matāḥ| cakṣurvijñānadhātur yāvan manovijñānadhātur manodhātuś ca|* Sự thông tri, sự nắm bắt từng cảnh vực riêng biệt được gọi là thức uẩn. Nó lại có sáu tập hợp nhận thức, tức nhãn thức cho đến ý thức. Nhãn thức này được nói trong phạm vi xứ, nó cũng là ý xứ; trong phạm vi giới, nó chính là bảy giới, tức nhãn thức giới cho đến ý thức giới và ý giới.

[56] AK. i. k. 18c. *Pradhan* 12[8]: *rūpaskandhena mana-āyatanena dharmadhātunā ca sarvadharmāṇāṃ saṃgraho boddhavyaḥ|* Nên biết, tất cả pháp được thu nhiếp bằng sắc uẩn, ý xứ và pháp giới.

[57] AK. i. k. 18d.: *svabhāvena parabhāvaviyogataḥ||* Sự thu nhiếp theo tự tính, vì tách biệt với tha tính. Xem ▨ tập 18, *Câu-xá* q. 1, Chương II, tr. **87-88**. Hết quyển 2.

[58] Tụ 聚. ▨ *rāśi.* AK. i. k. 20ab. *Pradhan* 13[6-7]: *vacanāt sūtre rāśyarthaḥ skandhārtha iti siddham|* Vì trong Kinh nói, tụ nghĩa là uẩn. Điều này

Sinh môn[59] nghĩa là cửa dẫn đến gia tăng sự sinh khởi của tâm-tâm sở, mắt là cửa cho nhãn thức phát sinh. Kinh này đã chứng minh nghĩa 'cửa' có sáu, vậy tâm sở có mười hai. Cho nên, Khế kinh nói: "Mắt và sắc làm duyên phát sinh nhãn thức. Tổ hợp ba này là xúc, sinh khởi cùng với thọ, tưởng, tư.[60] *Cho đến...* ý và pháp làm duyên phát sanh ý thức, tổ hợp ba [này cũng là xúc, sinh khởi cùng với thọ, tưởng, tư]."

Chủng tộc nghĩa là giới.[61] Như trong một quả núi có nhiều chủng loại của đồng, sắc, vàng, bạc, được nói là nhiều giới. Như trong một thân sở y, hay trong một chuỗi tương tục, có mười tám loại dòng họ của các pháp gọi là mười tám giới. Nhãn căn tồn tại trong hiện tại, vị lai và quá khứ. **[326c01]**

Vô minh điên đảo, tụng rằng:

> *Như cá ở trong bùn*
> *Quậy nước khiến đục ngầu*
> *Đảo tưởng trong vô minh*
> *Hoạn nhiễm ô* [62] *cũng vậy.*

đã được chứng minh. Xem [TVT] tập 18, *Câu-xá* q. 1, Chương II, **tr. 90.** Cf. *Thuận chánh lý 3*, **tr. 343b27**. *Hiển tông 2*, **tr. 784b18.**

[59] Sanh môn 生門, cửa sinh khởi. [SKT] *āyadvāra*. AK. i. k. 20ab. *Pradhan* 13[18-19]: *cittacaittāyadvārārtha āyatanārthaḥ| nirvacanaṃ tu cittacaitānām āyaṃ tanvantīti āyatanāni | vistṛṇvantīty arthaḥ |* Cánh cửa dẫn đến thuận ích cho tâm-tâm sở, nghĩa là xứ. Theo ngữ nguyên, những gì khuếch trương sự xuất hiện của tâm-tâm sở gọi là xứ, nghĩa là chúng phát triển rộng. Xem [TVT] tập 18, *Câu-xá* q. 1, **cht. 28, tr. 90.**

[60] AK. iii. *Pradhan* 146[11-12]: *"cakṣuḥ pratītya rūpāṇi cotpadyate cakṣurvijñānaṃ trayāṇāṃ saṃnipātaḥ sparśaḥ sahajātā vedanā saṃjñā cetaneti"* | Vì Kinh nói: "Duyên đến mắt và các sắc, nhãn thức phát sinh. Tổ hợp ba yếu tố này là xúc, sinh khởi cùng với thọ, tưởng, tư."

[61] Chủng tộc nghĩa thị giới nghĩa 種族義是界義. [SKT] *gotrārtho dhātvarthaḥ*. Xem [TVT] tập 18, *Câu-xá* q. 1, **cht. 31, tr. 92.**

[62] *Tì-bà-sa 108*, **tr. 561c12**: Hoạn chỉ là khổ thọ, khổ lại thông nhiễm ô và

Danh và tưởng của uẩn, tụng rằng:

> *Mâu-ni thuyết Pháp uẩn,*
> *Con số tám mươi nghìn*
> *Thể chúng ngữ hoặc danh,*
> *Nhiếp bởi sắc hoặc hành.* [63]

Luận tụng:

> *Không giới là lỗ hổng,* [64]
> *Truyền thuyết nói sáng, tối.* [65]
> *Thức giới: thức hữu lậu,*
> *Sở y hữu tình sanh.* [66]

(Luận quyển thứ hai)

---

không nhiễm ô. Hoạn chỉ có nhiễm ô.

[63] AK. i.k. 25. *Pradhan* 17[8-9]: *yeṣāṃ vāksvabhāvaṃ buddhavacanam teṣāṃ tāni rūpaskandhasaṃgṛhītāni | yeṣāṃ nāmasvabhāvam teṣāṃ saṃskāraskandhena||* Những ai cho Phật ngôn, tự thể là ngữ, đối với họ chúng được bao hàm bởi sắc uẩn. Những ai cho Phật ngôn, tự thể là danh, đối với họ chúng được bao hàm bởi hành uẩn. *Thuận chánh lý 3*, tr. 346c11. Có thuyết nói: Nếu tự thể của Phật ngôn là ngữ, những ai nói pháp uẩn đều bao hàm bởi sắc uẩn, vì tự tánh của ngữ là âm thanh. Nếu tự thể của Phật ngôn là danh, những ai nói pháp uẩn đều bao hàm bởi hành uẩn, vì tự tánh của danh là bất tương ưng hành.

[64] AK. i.k. 28a. *Pradhan* 18[13]: *chidram ākāśadhātvākhyam|* Lỗ hổng được nói là hư không giới. *Thuận chánh lý 3*, tr. 347a25, tr. 347b21: Lỗ hổng bên trong bên ngoài gọi là hư không giới. Như Khế kinh nói: hư không giới có nội có ngoại; nội hư không giới là lỗ con mắt v.v...; ngoại hư không giới là những thứ có lỗ hổng như không trung, cửa, cửa sổ, v.v... Xem 🔲 tập 18, *Câu-xá q. 1*, tr. 108.

[65] AK. i.k. 28b. *Pradhan* 18[16-17]: *na hi chidram ālokatamobhyām anyad gṛhyate| tasmāt kilākāśadhātur ālokatamaḥ svabhāvo rātrindivasvabhāvo veditavyaḥ |* Vì ngoại trừ sáng và tối, lỗ hổng không được nhận biết. Cho nên, theo truyền thuyết, hư không giới có tự thể là sáng và tối, nên biết tự thể của sáng tối là ngày và đêm.

[66] AK. i.k.28c. *Pradhan* 18[20-23]: *vijñānadhātur vijñānaṃ sāsravam | ... ete hi janmanaḥ pratisandhicittād yāvat cyuticittasādhāraṇabhūtāḥ |* Thức

5. Tổng luận mười tám giới

Trong mười tám giới, bao nhiêu giới hữu kiến, bao nhiêu giới vô kiến? bao nhiêu giới hữu đối, bao nhiêu giới vô đối? bao nhiêu giới thiện, bao nhiêu giới bất thiện, bao nhiêu giới vô ký?

Tụng:

> *Một hữu kiến là sắc.*[67]
>
> *Mười có sắc: hữu đối.*[68]
>
> *Tám giới thuộc vô ký,*[69]
>
> *Trừ sắc thanh; còn: ba.*[70]

---

giới là thức hữu lậu… vì sáu giới này trở thành dòng tương tục của sự sống từ kết sinh tâm cho đến tử tâm. *Thuận chánh lý 3*, **tr. 347c22**: Thức giới sao gọi là thức hữu lậu? Vì sáu giới này là sở y cho đời sống hữu tình, chúng trở thành nhân sanh sản, nuôi dưỡng và phát triển sự sống.

[67] AK. i.k. 29a. *Pradhan* 19^2: *sa hi śakyate nidarśayitum idam iha, amutreti* | Vì nó có khả năng hiển thị sắc ở nơi này nơi kia. *Thuận chánh lý 3*, **tr. 348a20**: Trong mười tám giới, một hữu kiến đó là sắc giới. Vì sao nói sắc giới là hữu kiến? Vì hai nghĩa: 1. Sắc này nhất định câu hữu với kiến, cho nên nói hữu kiến, vì sắc với mắt đồng thời khởi, như hữu bạn lữ. 2. Sắc này có thể hiển bày cho thấy, nên nói là hữu kiến, vì có khả năng hiển thị khác biệt ở nơi này nơi kia, như hữu sở duyên.

[68] AK. i.k. 29b. *Pradhan* 19^6: *ya ete rūpaskandhasaṃgṛhītā daśa dhātava uktās te sapratighāḥ*| Mười giới mà được bao hàm trong sắc uẩn, chúng được nói là hữu đối. Xem [TVI] tập 18, *Câu-xá* q. 1, Chương III, **tr. 112**.

[69] AK. i.k. 29c. *Pradhan* 20$^{5-8}$: *avyākṛtā aṣṭau*|…*pañcendriyāṇi gandharasaspraṣṭavyā dhātavaś ca*| *ete 'ṣṭau kuśalākuśalabhāvenāvyākaraṇād avyākṛtāḥ*| Tám giới có tính vô ký… là năm căn và hương, vị, xúc giới. Tám giới này là vô ký, vì không được xác định là thiện hay bất thiện. Xem [TVI] tập 18, *Câu-xá* q. 1, **tr. 115**.

[70] AK. i.k. 30a. *Pradhan* 20$^{10-11}$: *tridhā'nye*| *anye daśa dhātavaḥ kuśalākuśalāvyākṛtāḥ*| Mười giới còn lại gồm cả ba tính thiện, bất thiện, và vô ký. Xem [TVI] tập 18, *Câu-xá* q. 1, **tr. 115**.

Năm thức không phân biệt,
Do kế độ, tùy niệm.[71]
Huệ ý địa, tán động;
Các niệm, ý là thể.[72]

Luận nói: Theo truyền thuyết, phân biệt có ba dạng: tự tính phân biệt, kế độ phân biệt, và tùy niệm phân biệt.[73] Vì năm thức thân chỉ có phân biệt theo tự tính mà không có hai phân biệt còn lại. Có thuyết còn nói tám dạng phân biệt, nhưng cũng gọi là không phân biệt, vì chỉ có tự tánh phân biệt, mà không có kế độ và tùy niệm phân biệt; duy chỉ một phân biệt nên nói là không phân biệt.[74]

---

[71] AK. i.k. 32ab. & 33ab: *savitarkavicārā hi pañca vijñānadhātavaḥ| nirūpaṇānusmaraṇavikalpenāvikalpakāḥ|* Vì năm thức giới thuộc hữu tầm và hữu tứ. Do chúng được phân biệt bằng thẩm sát và ức niệm, nên chúng được nói là không phân biệt.

[72] AK. i.k.33cd. *Pradhan* 22²⁵⁻²⁶: *manovijñānasamprayuktā prajñā mānasīty ucyate| asamāhitā vyagrety ucyate| sā hy abhinirūpaṇāvikalpaḥ| mānasy eva sarvā smṛtiḥ samāhitā cāsamāhitā ca anusmaraṇavikalpaḥ|* Tuệ, cái tương ưng với ý thức được gọi là ý, trạng thái không tập trung của nó được gọi là tán động, vì nó là cái được tư duy bằng định dạng. Tất cả ức niệm dù trạng thái định hay không định cũng chỉ là ý, là cái được tư duy bằng hồi ức.

[73] AK. i.k.33ab. *Pradhan* 22²⁰: *trividhaḥ kila vikalpaḥ| svabhāvābhinirūpaṇānusmaraṇavikalpaḥ|* Theo truyền thuyết, có ba dạng phân biệt: phân biệt theo tự tánh, phân biệt theo định dạng, và phân biệt theo tùy niệm. Xem ▨ tập 18, *Câu-xá* q. 1, tr. 124.

[74] Hết quyển 3.

Một sát-na [duy nhất][75], tụng:

Năm nội giới: thục, dưỡng.[76]
Thanh không dị thục sanh.[77]
Tám vô ngại: đẳng lưu,
Cũng cùng dị thục sanh[78]

---

[75] AK. i.. *Pradhan* 25[6]-7: *kati vipākajāḥ dhātavaḥ katy aupacayikāḥ kati naiḥṣyandikāḥ kati dravayuktāḥ kati kṣaṇikāḥ* | [Trong mười tám giới], bao nhiêu giới là dị thục sanh, bao nhiêu giới là sở trưởng dưỡng, bao nhiêu giới đẳng lưu, bao nhiêu giới là thật vật, bao nhiêu giới có tính sát-na?

[76] AK. i.k.37ab. *Pradhan* 25[9]: *adhyātmaṃ tāvat pañca dhātavaḥ cakṣurādayo vipākajāścaupacayikāśca* | Trước hết là năm nội giới, gồm mắt v.v... là dị thục sanh, và sở trưởng dưỡng. *Thuận chánh lý 5*, **tr. 358a20**: Năm nội giới là mắt, tai, mũi, lưỡi, thân, có dị thục sanh và sở trưởng dưỡng, nhưng không có tính đẳng lưu nên không nói.

[77] AK. i.k.37bc. *Pradhan* 25[16-20]: *śabda aupacayiko naiḥṣyandikaścāsti| vipākajaḥ| na śabdaḥ| kiṃ kāraṇam| icchātaḥ pravṛtteḥ* | Thanh là sở trưởng dưỡng cũng là đẳng lưu, nhưng không là dị thục sanh. Vì sao? Vì nó hoạt động theo ý muốn. Xem 📖 tập 18, *Câu-xá* q. 1, **tr. 134**. *Thuận chánh lý 5*, **tr. 358b11**: Dị thục sanh là sắc, không tùy theo ý muốn phát sinh dị thục quả. Thanh phát sinh theo ý muốn, nên không phải dị thục sanh.

[78] AK. i.k.37cd. *Pradhan* 25[26-27]-26[1]: *apratighā aṣṭau naiḥṣyandikavipākajāḥ |.. sapta cittadhātavaḥ dharmadhātuśca | naiḥṣyandikāḥ sabhāgasarvatragahetujanitāḥ | vipākajā vipākahetujanitāḥ | nahi te aupacayikāḥ, sañcayabhāvāt* | Tám giới không đối ngại, có tính đẳng lưu và dị thục. Đó là bảy tâm giới, và pháp giới. Là đẳng lưu, khi chúng được sanh từ đồng loại nhân và biến hành nhân. Là dị thục sinh, khi chúng được sanh từ dị thục nhân. Chúng không là sở trưởng dưỡng, vì không có sự tích lũy.

[327a01] *Còn ba.*⁷⁹ *Thật duy pháp.*⁸⁰
*Sát-na, ba giới cuối.*⁸¹

Năm nội giới tức là năm giới bắt đầu từ mắt. Trong mười tám giới, bao nhiêu giới là thấy, bao nhiêu giới không thấy? Tụng:

Mắt, một phần pháp giới,
*Tám hình thái là thấy.*⁸²
Huệ sanh cùng năm thức,

---

⁷⁹ Dư tam 餘三, ᴴᴷ *tridhā-nye*, những giới còn lại có cả ba tính. AK. i.k.37ab. *Pradhan* 26³: *anye catvāraḥ śeṣā rūparasagandhaspraṣṭavyadhātavaḥ| te vipākajā apy aupacayikā api naiḥṣyandikā api|* Bốn giới khác còn lại, là sắc, vị, hương, xúc giới. Chúng là dị thục sanh, cũng là sở trưởng dưỡng, và cũng là đẳng lưu tính.

⁸⁰ Thật duy pháp 實唯法. ᴴᴷ *dravyavānekaḥ*, thật vật duy chỉ một giới. AK. i.k.38. *Pradhan* 26⁶: *asaṃskṛtaṃ hi sāratvād dravyam tacca dharmadhātāv asty ato dharmadhātur eko dravyayuktaḥ|* Vô vi chắc chắn là một thật vật, vì nó có cái lõi bên trong, và tồn tại trong pháp giới. Do đó, pháp giới duy nhất thích hợp nói là thật vật.

⁸¹ Sát-na duy hậu tam 剎那唯後三. AK. i.k.38b. *Pradhan* 26⁸: *manodhāturdharmadhāturmanovijñānadhātuśca pāṭhakrameṇa paścimāḥ| te prathamānāsrave duḥkhe dharmajñānakṣāntikalāpe kṣaṇam ekam anaiḥṣyandikā bhavanty ataḥ kṣaṇikā ity ucyante |* kể theo thứ tự, các giới sau cùng là ý giới, pháp giới, và ý thức giới. Một sát na duy nhất trong phẩm loại vô lậu tối sơ khổ pháp trí nhẫn, chúng không phải là đẳng lưu, cho nên chúng được nói là có tính sát-na.

⁸² AK. i.k.41ab. *Pradhan* 29¹⁴⁻¹⁶: *cakṣuśca dharmadhātośca pradeśo dṛṣṭiḥ aṣṭadhā|.. pañca satkāyadṛṣṭyādikā dṛṣṭayo laukikī samyag dṛṣṭiḥ śaikṣī dṛṣṭir aśaikṣī dṛṣṭiḥ| ity ayam aṣṭaprakāro dharmadhātur dṛṣṭir avaśiṣṭo na dṛṣṭiḥ|* Mắt và một phần của pháp giới với tám hình thái là kiến... tức năm kiến bắt đầu từ hữu thân kiến, và thế gian chánh kiến, hữu học chánh kiến, vô học chánh kiến. Pháp giới với tám hình thái này gọi là kiến, còn lại là phi kiến. Xem ᴴᴷ tập 18, *Câu-xá* q. 1, tr. 147.

> *Không thấy, vì không suy.*[83]
> *Mắt đồng phần thấy sắc,*
> *Không phải thức y mắt;*
> *Truyền thuyết, sắc bị ngăn,*
> *Không thể được nhìn thấy.* [84]

Vì mắt toàn phần là sự thấy. Một phần pháp giới, với tám hình thái là sự thấy; còn lại đều không thấy. Nay luận sẽ lược nói tính quyết định này.[85] Tụng:

> *Mắt không thấp hơn thân.*
> *Sắc, thức không hơn mắt;*
> *Sắc với thức: tất cả.*[86]

---

[83] AK. i.k.41cd. *Pradhan* 29²⁵: *santīrikā hi dṛṣṭir upadhyānapravṛttatvāt| na caivaṃ pañcavijñānasahajā prajñā tasmād asau na dṛṣṭiḥ| ata eva cānyāpi kliṣṭā 'kliṣṭā vā prajñā na dṛṣṭiḥ|* Vì kiến là khả năng phán đoán, do bởi nó phát khởi sự thẩm sát. Tuệ sinh cùng với năm thức thì không như vậy, cho nên nó không phải kiến. Do đó, tuệ nhiễm ô hay không nhiễm ô, và các pháp còn lại cũng không phải kiến.

[84] AK. i.k.42. *Pradhan* 30⁴⁻¹¹: *na vai sarvaṃ cakṣuḥ paśyati, kiṃ tarhi? sabhāgaṃ, savijñānakaṃ yadā bhavati tadā paśyati, anyadā neti| evaṃ tarhi tadeva cakṣurāśritaṃ vijñānaṃ paśyatīty astu|na tadāśritam| vijñānaṃ, paśyatīti śakyam avijñātum| yasmāt kila rūpaṃ kuḍyādivyavahitaṃ na dṛśyate |* Không phải con mắt nào cũng thấy. Thế là sao? Con mắt đồng phần mới thấy. Nghĩa là khi con mắt có thức mới thấy, ngoài ra không thấy. Nếu vậy thì phải nói rằng, chính thức nương vào con mắt mà thấy. Không phải thức nương vào con mắt, vì không thể nói nhãn thức thấy. Vì theo truyền thuyết, sắc bị che khuất bởi bức tường các thứ thì không được thấy. Xem [T] tập 18, *Câu-xá* q. 1, tr. 149.

[85] [Skt] *ayaṃ tu niyamaḥ.* Nhưng đây là nguyên lý.

[86] *Vyākhyā: kāmāvacarasya cakṣurvijñānasya svabhūmikam eva rūpam, prathama-dhyāna-bhūmikasya tu prathama-dhyāna-bhūmika-cakṣur-āśrayasya cakṣurvijñānasya svabhūmikam adharabhūmikaṃ ca rūpaṃ viṣayaḥ, caturtha-dhyāna-bhūmika-cakṣur-āśrayasya tu caturtha-dhyāna-bhūmikaṃ rūpaṃ tataś cādharabhūmikaṃ sarvaṃ viṣayaḥ, evam yāvat dvitīya-dhyāna-bhūmika-cakṣur-āśrayasya*

Hai với thân[87], cũng vậy.[88]

> dvitīya-dhyāna-bhūmikaṃ tataś cādharabhūmikaṃ rūpaṃ viṣayaḥ.
> Evaṃ cakṣur-vijñāna-jāter ūrdhvam adhaḥ sva-bhūmau ca rūpaṃ
> viṣayo bhavati| Nhãn thức dục giới chỉ có sắc thuộc giới địa bản
> thân; nhưng nhãn thức thuộc giới địa sơ thiền có sở y là mắt thuộc
> giới địa sơ thiền thì có cảnh vực sắc thuộc giới địa bản thân và giới
> địa thấp hơn, còn sở y là mắt thuộc giới địa tứ thiền thì có cảnh
> vực sắc thuộc giới địa tứ thiền và từ tất cả giới địa thấp hơn. Cũng
> vậy, cho đến, sở y là mắt thuộc giới địa nhị thiền thì có cảnh vực
> sắc thuộc giới địa nhị thiền và từ tất cả giới địa thấp hơn. Như vậy,
> chủng loại nhãn thức có cảnh vực sắc trong giới địa cao hơn, thấp
> hơn, và giới địa bản thân.

[87] *Vyākhyā: kāmāvacarasya kāyasya śarīrasya svabhūmikordhva-*
bhūmike rūpa-vijñāne bhavataḥ, prathama-dhyāna-bhūmikasya
kāyasya prathama-dhyāna-bhūmikam eva vijñānam| rūpaṃ tu
svordhvādhara-bhūmikam| yathā svāśrayaṃ cakṣuḥ| dvitīyādi-
dhyāna-bhūmikasya kāyasya vijñānam adhara-bhūmikam eva
prathama-dhyāna-bhūmikam evety arthaḥ, rūpaṃ tu dvitīya-tṛtīya-
dhyāna-bhūmikasya kāyasya svordhvādhara-bhūmikaṃ yathā
svāśrayaṃ cakṣuḥ| caturtha-dhyāna-bhūmikasya kāyasya rūpaṃ
svādhara-bhūmikam, tata ūrdhvaṃ rūpābhāvāt | Thân sở y dục giới
có sắc và thức thuộc giới địa bản thân và giới địa cao hơn; thân
thuộc giới địa sơ thiền có thức chỉ thuộc giới địa sơ thiền, còn sắc
thuộc giới địa bản thân, giới địa cao hơn và thấp hơn, như mắt có sở
y tự địa. Thân thuộc giới địa nhị thiền v.v... có thức chỉ thuộc giới địa
thấp hơn, tức duy chỉ giới địa sơ thiền, nhưng sắc của thân giới địa
nhị thiền tam thiền thì thuộc giới địa bản thân, cao hơn và thấp hơn,
như mắt có sở y tự địa. Thân thuộc giới địa tứ thiền có sắc thuộc giới
địa bản thân và thấp hơn, vì không có sắc thuộc giới địa cao hơn.

[88] AK. i.k.46. Pradhan 35[20]-36[3]: *yadbhūmikaḥ kāyas tadbhūmikaṃ*
cakṣur ūrdhvabhūmikaṃ vā cakṣur bhavati na tv
adharabhūmikam| yadbhūmikaṃ cakṣus tadbhūmikam
adharabhūmikam vā rūpaṃ viṣayo bhavati| na hi kadācid
ūrdhvabhūmikaṃ rūpam adhobhūmikena cakṣuṣā draṣṭuṃ
śakyate| vijñānaṃ ca ūrdhvaṃ na cakṣuṣo rūpavat|.. cakṣurvijñānasya
rūpaṃ sarvato viṣaya ūrdhvaṃ adhaḥ svabhūmau ca| kāyasya cobhe

> *Như mắt, tai cũng vậy.*[89]
> *Ba giới kế: tự địa.*[90]
> *Thân thức: tự địa, thấp.*[91]
> *Ý bất định,*[92] *nên biết.*

---

rūpavijñāne sarvato bhavataḥ| Thân thuộc giới địa nào, mắt thuộc giới địa ấy, nhưng mắt thuộc giới địa cao hơn, chứ không thuộc giới địa thấp hơn. Mắt giới địa nào có cảnh vực sắc thuộc giới địa đó và giới địa thấp hơn, vì không bao giờ mắt thuộc giới địa thấp hơn có thể thấy sắc thuộc giới địa cao hơn. Và thức cũng như sắc không cao hơn mắt... nhãn thức có cảnh vực sắc từ tất cả địa cao hơn, thấp hơn, và giới địa bản thân. Thân cũng có sắc và thức từ tất cả địa.

[89] AK. i.k.47a. *Vyākhyā: paṃca-bhūmikā hi kāya-śrotra-śabdāḥ kāmāvacarā yāvac caturtha-dhyāna-bhūmikāḥ. dvi-bhūmikaṃ śrotravijñānaṃ kāmāvacaram prathama-dhyāna-bhūmikaṃ ca. Tatra yad-bhūmikaḥ kāyaḥ, tadbhūmikam ūrdhva-bhūmikaṃ vā śrotraṃ bhavati, na tv adhara-bhūmikam. yad-bhūmikaṃ śrotraṃ, tadbhūmiko'dhara-bhūmiko vā'sya śabdo viṣayo bhavati| na hi kadācid ūrdhva-bhūmikaḥ śabdo'dhara-bhūmikena śrotreṇa śrotuṃ śakyate. śrotra-vijñānasya śabdaḥ sarvato viṣaya ūrdhvam adharaḥ sva-bhūmau ca, kāyasya cobhe śabda-vijñāne sarvato bhavataḥ* | Vì thân, tai và thanh đều có mặt trong cả năm địa, từ dục giới cho đến tứ thiền. Nhĩ thức có mặt trong hai địa là dục giới và sơ thiền. Trong đó, thân thuộc giới địa nào thì tai thuộc giới địa đó và giới địa cao hơn, chứ không thuộc giới địa thấp hơn. Tai thuộc giới địa nào thì cảnh vực thanh của nó thuộc giới địa đó và giới địa thấp hơn, vì không bao giờ tai thuộc giới địa thấp hơn có thể nghe âm thanh thuộc giới địa cao hơn. Nhĩ thức có cảnh vực thanh từ tất cả địa cao hơn, thấp hơn và tự địa. Thân cũng có thanh và thức từ tất cả địa.

[90] AK. i.k.47b. *Pradhan 36*[9]: *ghrāṇajihvākāyadhātūnāṃ kāyaviṣayavijñānāni svabhūmikāny eva* | Ba giới mũi, lưỡi, thân có thân-cảnh-thức duy chỉ thuộc giới địa bản thân.

[91] AK. i.k.47c. *Pradhan 36*[12-14]: *kāyavijñānaṃ tu keṣāñcit svabhūmikaṃ yathā kāmadhātuprathamadhyānopapannānām| keṣāñcid adharabhūmikaṃ yathā dvitīyādidhyānopapannānām iti* | Một số trường hợp có thân thức thuộc giới địa bản thân, như người sanh ở dục giới và sơ thiền. Một số trường hợp có thân thức thuộc giới địa thấp hơn, như những người sanh ở nhị thiền v.v...

[92] AK. i.k.47d. *Pradhan 36*[16]: *kadācit kāyamanovijñānadharmaiḥ*

II. PHẨM PHÂN BIỆT CĂN

1. Tổng thuyết hai mươi hai căn

Luận nói: Lại nữa, trong Kinh nói có hai mươi hai căn. Đó là nhãn căn, nhĩ căn, tỷ căn, thiệt căn, thân căn, ý căn, nữ căn, nam căn, mạng căn, lạc căn, khổ căn, hỷ căn, ưu căn, xả căn, tín căn, tấn căn, niệm căn, định căn, huệ căn, vị tri đương tri căn, dĩ tri căn, và cụ tri căn.[93]

Vì sao Kinh nói điều này? Có phạm chí tên là Sanh Trắc[94] đi đến chỗ Phật vui mừng hỏi thăm, rồi ngồi sang một bên, bạch Phật: Ngài thiết lập bao nhiêu căn thu nhiếp hết thảy các căn? Phật đáp: Ta nói có hai mươi hai căn thu nhiếp hết thảy các căn. Nếu có ai bác bỏ điều này mà nói những căn khác, nên biết kẻ ấy nói những lời vô nghĩa.[95]

Tụng:

Truyền thuyết, năm trong bốn,[96]

---

samānabhūmikaṃ mano bhavati kadācid ūrdhvādhobhūmikam| Ý có khi cùng một giới địa với thân, ý thức và pháp, có khi thuộc giới địa cao hơn hoặc thấp hơn.

[93] AK. i.k.48cd. *Pradhan* 37^7-10: *dvāviṃśatir indriyāṇy uktāni sūtre| cakṣurindriyaṃ śrotrendriyaṃ ghrāṇendriyaṃ jihvendriyaṃ kāyendriyaṃ mana-indriyaṃ strīndriyaṃ puruṣendriyaṃ jīvitendriyaṃ sukhendriyaṃ duḥkhendriyaṃ saumanasyendriyaṃ daurmanasyendriyam upekṣendriyaṃ śraddhendriyaṃ vīryendriyaṃ smṛtīndriyaṃ samādhīndriyaṃ prajñendriyaṃ anājñātamājñāsyāmīndriyam ājñendriyam ājñātāvīndriyam iti |*

[94] Phạm chí danh viết Sanh trắc 梵志名曰生測. *Trung A-hàm* quyển 36: Sanh Văn phạm chí 生聞梵志; *Jāṇussoni brāhmaṇo.*

[95] Xem tập 18, *Câu-xá* q. 1, Thiên ii, Phẩm Phân biệt Căn, Chương I, tr. 173. Hết quyển 4.

[96] AK. ii.k.1ac. *caturṣvartheṣu pañcānām ādhipatyaṃ...kila |* Theo truyền thuyết, mỗi một căn của năm căn có uy lực trong bốn mục đích. *Thuận chánh lý 9*, p0377b12. Năm căn là mắt v.v..., mỗi căn có tác dụng vượt trội trong bốn sự: 1. Làm đẹp thân, 2. Hướng dẫn thân, 3. Sanh thức v.v..., 4. Bất cộng sự. Làm đẹp thân là trong năm căn mà thiếu một căn thì thân xấu xí. Hướng dẫn thân là nhờ thấy, nghe mà

Bốn căn trong hai nghĩa[97];
Năm, tám trong nhiễm, tịnh.
Mỗi căn tăng thượng riêng.[98]

Năm căn bắt đầu là mắt cho đến tai nghe tiếng, chúng hoạt động cá biệt[99]. Tụng:

Thí như người mắt sáng
Tránh hiểm nạn hiện tiền.
Người thông minh trong đời

---

tránh được nguy hiểm. Và ba căn hương, vị, xúc vì có thể thọ dụng đoàn thực, nên đều trở thành đoàn thực. Xem ⌷ tập 18, *Câu-xá* q. 1, tr. 174-175.

[97] AK. ii.k.1bc. *Pradhan* 38¹⁴⁻¹⁹: *strīpuruṣajīvitamana-indriyāṇāṃ | dvayor arthayoḥ pratyekam ādhipatyam | strīpuruṣendriyayos tāvat sattvabhedavikalpayoḥ|.. jīvitendriyasya nikāyasabhāgasambandhasādhāraṇayoḥ| manaindriyasya punarbhavasambandhavaśibhāvānuvarttanayoḥ|* Trong bốn căn nữ, nam, mạng và ý căn, mỗi căn có tác dụng tăng thượng trong hai mục đích. Trước hết, hai căn nữ, nam, mỗi căn có tác dụng tăng thượng trong hữu tình dị và phân biệt dị... mạng căn có tác dụng tăng thượng trong việc kết nối và duy trì chúng đồng phần. Ý căn có tác dụng tăng thượng trong việc kết nối hậu hữu và tùy hành tự tại. Xem ⌷ tập 18, *Câu-xá* q. 1, tr. 175-176.

[98] AK. ii.k.1cd. *Pradhan* 38²⁵⁻¹⁹: *ādhipatyaṃ yathākramaṃ pañcānāṃ sukhādīnāṃ saṃkleśe | rāgādīnāṃ tadanuśāyitvāt | śraddhādīnāṃ vyavadāne| tair hi vyavadāyate|* Năm căn bắt đầu là lạc, theo thứ tự có tác dụng tăng thượng trong nhiễm, vì các tùy miên như tham v.v... tiềm phục trong đó. Tám căn bắt đầu là tín có tác dụng tăng thượng trong tịnh, vì chúng làm cho các pháp thanh tịnh. *Thuận chánh lý 9*, p0377c26. Tám căn bắt đầu là tín tăng thượng trong tịnh, như trong Kế kinh nói: Thánh đệ tử của ta đầy đủ tín chính là tường hào, đầy đủ cần là thế lực, đầy đủ niệm là phòng vệ, tâm định là giải thoát, tuệ là đao kiếm, nói chi tiết. Vì trong đây bao hàm cả ba căn cuối, nên chúng nhất định tăng thượng trong phẩm tịnh. Xem ⌷ tập 18, *Câu-xá* q. 1, tr. 176.

[99] Skt. *asādhāraṇakāraṇatva*.

Hay xa lìa khổ hoạn.[100]
Nghe nhiều hiểu biết pháp
Nghe nhiều xa lìa tội
Nghe nhiều bỏ vô nghĩa
Nghe nhiều đắc Niết-bàn.

Tụng:

Thân do ăn mà sống
Mạng nhờ ăn tồn tại
Ăn đã khiến thân tâm
Dễ chịu, vui an ổn.

Nếu nhập thai là nam thì sinh ái người mẹ, sinh giận ghét người cha. Nếu nhập thai là nữ thì sinh ái người cha, sinh giận ghét người mẹ. Do vậy nên biết kết nối đời sau đều là tâm nhiễm ô, vì thế ý căn có uy lực trong việc kết nối đời sau.

Kinh nói: "Cái nhập vào tinh huyết của cha mẹ để thành thai là thức, thức phải nhiếp trì mới có thể thành tựu yết-lạt-lam."[101]

Trong đây nêu rõ thân ngữ tùy chuyển theo tâm. Như khế Kinh nói: "Tâm dẫn dắt thế gian; tâm chi phối hoàn toàn. Một pháp tâm như vậy, tùy hành hết thảy pháp."[102]

Tụng:

Tăng thượng cảnh cá biệt
Tổng quát lập sáu căn.[103]

[100] Để bản: 能離當苦惠; *Thuận chánh lý* 9, p0377b19: 能離當苦惡. *Giải thoát giới kinh* 1, p0659b14: 能遠離眾患. Ở đây khắc nhầm chữ *hoạn* 患 thành chữ *huệ* 惠.

[101] 羯剌藍. [skt] kalala: giai đoạn tối sơ của đời sống mới trong bào thai.

[102] *Vyākhyā*: cittena nīyate lokaś cittena parikṛsyate| ekadharmasya cittasya sarvadharmā vaśānugāḥ|

[103] AK. ii.k.2ab. Pradhan 39[8-9]: cakṣurādīnāṃ pañcānāṃ svasya svasyārthasyopalabdhāv ādhipatyam| manasaḥ punaḥ sarvārthopalabdhāv ādhipatyam| ata etāni ṣaṭ pratyekam indriyam| Năm căn bắt đầu là mắt có uy lực tăng thượng trong việc nắm bắt

Từ thân lập hai căn,
Tăng thượng nữ, nam tính.[104]
Tăng thượng trong nhiễm tịnh,
Tồn tại chúng đồng phần,
Nên biết, mạng, năm thọ,
Tín các thứ, lập căn.[105]
Căn sẽ biết, đã biết,
Biết hoàn toàn cũng vậy

---

từng đối tượng của chính nó. Ý lại có uy lực tăng thượng trong việc nắm bắt tất cả các đối tượng. Do đó, sáu căn này, mỗi một căn đều là căn. *Thuận chánh lý 9*, p0378a12. Nhận thức cảnh của riêng nó là sáu thức thân. Năm căn gồm mắt v.v..., mỗi một căn có tác dụng tăng thượng trong việc nhận thức từng cảnh riêng biệt. Ý căn thứ sáu có tác dụng tăng thượng trong việc nhận thức tất cả cảnh. Cho nên, sáu căn này bắt đầu là mắt đều lập làm căn. Xem 🔳 tập 18, *Câu-xá* q. 1, **tr. 178.**

[104] AK. ii.k.2cd.: *strītvapuṃstvādhipatyatāt tu kāyāt strīpuruṣendriye|* Nhưng từ trên thân có hai căn nữ nam, vì nó có uy lực tăng thượng trong hai tính nữ và nam. *Thuận chánh lý 9*, p0378b05. Từ thân căn lập hai căn, vì có tăng thượng trong hai tính nữ nam. Nữ căn tăng thượng trong nữ tính, nam căn tăng thượng trong nam tính. Hai giới tính nữ nam có thân hình, giọng nói, cử chỉ và tâm tư đều khác nhau. Nhưng thể của nữ và nam căn không tách rời thân căn, vì ở trong một bộ phận của thân nên lập tên này. Xem 🔳 tập 18, *Câu-xá* q. 1, **tr. 179.**

[105] AK. ii.k.3. *Pradhan* 39[18-22]: *nikāyasthitisaṃkleśavyavadānādhipatyataḥ| jīvitaṃ vedanāḥ pañca śraddhādyāścendriyaṃ matāḥ|| nikāyasabhāgasthitau jīvitendriyasyādhipatyaṃ saṃkleśe vedanānām|... vyavadāne śraddhādīnāṃ pañcānām|* Mạng, năm thọ, và năm căn bắt đầu là tín, vì chúng có uy lực tăng thượng trong sự tồn tại của chúng đồng phần, trong nhiễm, và trong tịnh, nên được cho là căn. Mạng căn có uy lực tăng thượng trong sự tồn tại của chúng đồng phần, năm thọ có uy lực tăng thượng trong nhiễm, và năm căn bắt đầu là tín có uy lực tăng thượng trong tịnh. Xem 🔳 tập 18, *Câu-xá* q. 1, **tr. 180.**

> *Tăng thượng trong chứng đắc*
> *Đạo liên tiếp, Niết-bàn.*[106]

Luận tụng:

> *Thân không sướng gọi khổ,*
> *Thân vui sướng, gọi lạc,*
> *Và tâm vui tam thiền.*[107]
> *Trường hợp khác gọi hỷ.*[108]
> *Tâm không vui gọi ưu,*[109]

---

[106] AK. ii.k.4. *Pradhan* 40¹⁻⁵: *ājñāsyāmyākhyam ājñākhyam ājñātāvīndriyaṃ tathā| uttarottarasamprāptinirvāṇādyādhipatyataḥ ||... tatrājñāsyāmīndriyasyājñendriyasya prāptāv ādhipatyam| ājñendriyasyājñātāvīndriyaprāptau ājñātāvīndriyasya parinirvāṇe|* Căn của sự chưa biết sẽ biết, căn của sự đã biết, căn của sự đã biết hoàn toàn cũng như vậy, vì có uy lực tăng thượng trong sự đắc các đạo liên tiếp và Niết-bàn các thứ... Trong đó, căn của sự chưa biết sẽ biết có uy lực tăng thượng trong sự chứng đắc căn của sự đã biết, căn của sự đã biết có uy lực tăng thượng trong sự chứng đắc căn của sự đã biết hoàn toàn, căn của sự đã biết hoàn toàn có uy lực tăng thượng trong sự chứng đắc Niết-bàn hoàn toàn. Xem [TVH] tập 18, *Câu-xá* q. 1, tr. **185**.

[107] AK. ii.k.7. *Pradhan* 41⁷⁻¹³: *duḥkhendriyam aśātā yā kāyikī vedanā | sukham śātā dhyāne tṛtīye tu caitasī sā sukhendriyam||* Cảm thọ không vui sướng thuộc thân gọi là khổ căn. Cảm thọ vui sướng thuộc thân gọi là lạc căn. Cảm thọ vui sướng thuộc tâm trong tĩnh lự thứ ba gọi là lạc căn. Xem [TVH] tập 18, *Câu-xá* q. 1, tr. **186**.

[108] AK. ii.k.8a. *Pradhan* 41¹⁶⁻¹⁸: *tṛtīyād dhyānād anyatra kāmadhātau prathame dvitīye ca dhyāne sā caitasikī śātā vedanā saumanasyendriyam| tṛtīye tu dhyāne prītivītarāgatvāt sukhendriyam eva sā na saumanasyendriyam|* Trừ đệ tam tĩnh lự, cảm thọ vui sướng thuộc tâm trong Dục giới, sơ tĩnh lự và đệ nhị tĩnh lự đều là hỷ căn. Vì trong đệ tam tĩnh lự có trạng thái viễn ly tham với hỷ, nên cảm thọ vui sướng chỉ là lạc căn chứ không phải hỷ căn. Xem [TVH] tập 18, *Câu-xá* q. 1, tr. **186**.

[109] AK. ii.k.8b.: *aśātā caitasī punaḥ daurmanasyam|* Lại nữa, cảm thọ không vui thích thuộc tâm là ưu căn. *Vyākhyā: upaghātikā caitasikī*

Trung, xả, hai, không khác.[110]
Y kiến, tu, vô học,
Chín căn lập ba căn.[111]

Tụng:

[327c01] Ba căn cuối vô lậu,
Sắc, mạng, ưu, khổ căn,
Nên biết, chỉ hữu lậu,
Chín căn thông cả hai.[112]

---

vedanā daurmanasyam| Cảm thọ có sự tổn hại thuộc tâm gọi là
ưu căn.

[110] AK. ii.k.8cd. Pradhan 41$^{22-26}$- 42^1: naivaśātānāśātā aduḥkhāsukhā
vedanā madhyety ucyate| sopekṣendriyam| kiṃ kāyikī caitasikīty
āha| ubhayī| kiṃ punaḥ kāraṇam iyam abhisamasyaikam indriyaṃ
kriyate| avikalpanāt||.. upekṣā tu svarasenaivāvikalpayata
evotpadyate kāyikī caitasikī vety ekam indriyaṃ kriyate| Cảm thọ
không vui sướng cũng không phải không vui sướng, tức không khổ
không lạc, được gọi là trung dung, nó là xả căn. Cảm thọ này thuộc
thân hay tâm? Nó thuộc cả hai. Vì sao tổng hợp chúng làm thành một
căn duy nhất? Vì không có sự phân biệt... Xả căn phát sinh theo bản
chất tự nhiên nên dù thuộc thân hay tâm cũng không phân biệt mà
chỉ được làm thành một căn duy nhất. Xem [T.] tập 18, Câu-xá q. 1,
tr. 187-188.

[111] AK. ii.k.9ab. Pradhan 42$^{8-10}$: manaḥsukhasaumanasyopekṣāḥ śraddhādīni
ca pañca | tāni navendriyāṇi triṣu mārgeṣu trīṇīndriyāṇy ucyante
| darśanamārge anājñātamājñāsyāmīndriyam| bhāvanāmārge
ājñendriyam| aśaikṣamārge ājñātāvīndriyam | Ý, lạc, hỷ, xả, và năm
căn bắt đầu là tín, chín căn này ở trong ba đạo được gọi là ba căn.
Trong kiến đạo, chúng trở thành căn của sự chưa biết sẽ biết. Trong
tu đạo, chúng trở thành căn của sự đã biết. Trong vô học đạo, chúng
trở thành căn của sự đã biết hoàn toàn. Xem [T.] tập 18, Câu-xá q. 1,
tr. 188-189.

[112] AK. ii.k.9cd. Pradhan 42$^{17-24}$: uktamājñāsyāmīndriyādikam
etad amalaṃ trayam|... rūpīṇi saptendriyāṇi jīvitendriyaṃ
duḥkhadaurmanasyendriye caikāntasāsravāṇi| rūpīṇi punaḥ
sapta cakṣuḥśrotraghrāṇajihvākāyastrīpuruṣendriyāṇi

Nói ba căn sau cùng tất yếu là vô lậu, ngoài ba căn này ra không có căn nào thông vô lậu.[113] Khế kinh nói: "Bấy giờ Thế Tôn đã thành Chánh Giác, tư duy như vầy: 'Pháp được Ta chứng ngộ sâu xa vi diệu, khó thấy khó hiểu, không thể nghĩ bàn, không phải cảnh giới của tư duy, là chỗ biết của bậc trí, hạng phàm ngu không thể đạt đến. Các chúng sanh này từ lâu đã huân tập tà giáo, ái trước các hữu, bị các kiến chấp mê hoặc nên không thể hiểu rõ. Vì không hiểu rõ nên không thể tin và tiếp nhận, lại còn sanh phiền não; vậy thì lời dạy của Ta không lợi ích gì, luống uổng lại thêm mệt nhọc, chi bằng Ta an trú trong pháp tịch tịnh thọ hưởng pháp lạc giải thoát." Nghĩ như vậy rồi Ngài mặc nhiên an trụ. Bấy giờ, Đại Phạm Thiên vương chủ của thế giới Ta-bà biết được đức Phật Thế Tôn tư duy như vậy, liền nghĩ: "Các chúng sanh trong thế giới này bị nhiều sự hoại diệt. Nay Phật Thế Tôn chứng pháp vô thượng, rộng sâu vi diệu mà tâm tư các chúng sanh lại không thể tín thọ, Ngài bèn ở nơi tịch tịnh thọ hưởng pháp lạc hiện tiền. Ta nên đi đến thỉnh cầu Ngài chuyển bánh xe diệu pháp." Sau khi suy nghĩ như vậy, thí như lực sĩ co duỗi cánh tay trong khoảnh khắc, Đại Phạm thiên vương từ cung Phạm thiên biến mất, đến chỗ Phật, đảnh lễ sát chân Phật, nhiễu quanh phải ba vòng, rồi đứng sang một bên chấp tay cung kính bạch Phật: "Bạch Thế Tôn! Chúng sanh trong thế giới này từ lâu đã huân tập dị giáo, bị các kiến chấp mê hoặc, trói buộc, lưu chuyển trong sanh tử, không nơi nương tựa, không người cứu hộ. Thế Tôn từ vô lượng kiếp đã dẫn dắt chúng sanh tu hành, nay Ngài đã thành Vô Thượng Chánh Giác, chứng pháp vô thượng, xuất hiện ở thế gian như hoa Ưu Đàm, không tùy theo căn cơ thuyết pháp cho chúng sanh, mà vào nơi tịch tịnh mặc nhiên an

---

rūpaskandhasaṃgrahāt| manaḥsukhasaumanasyāpekṣāḥ śraddhādīni ca pañca etāni navendriyāṇi sāsravāṇi, anāsravāṇy api | Ba căn bắt đầu là căn chưa biết sẽ biết vừa được nói trên đây là ba căn vô lậu... Bảy căn thuộc sắc, mạng căn, khổ và ưu căn chỉ thuần là hữu lậu. Lại nữa, bảy căn mắt, tai, mũi, lưỡi, thân, nữ và nam căn đều thuộc sắc, vì chúng được bao hàm trong sắc uẩn. Các căn ý, lạc, hỷ, xả, và năm căn bắt đầu từ tín, chín căn này là hữu lậu, cũng là vô lậu. Xem [TVĐ] tập 18, *Câu-xá* q. 1, tr. 190-191.

[113] Xem [TVĐ] tập 18, *Câu-xá* q. 1, tr. 190-191.

trú. Cúi xin đức Thế Tôn ban rãi tâm đại bi, thương xót thế gian, diễn thuyết chánh pháp cho chúng sanh. Có những chúng sanh các kết rất mỏng, cơ duyên chín muồi, lợi căn dễ giáo hóa, vì không được nghe pháp nên tự nhiên bị tổn giảm, mất pháp lợi lớn. Cúi xin đức Thế Tôn mở cánh cửa cam lộ, thuyết pháp vi diệu cho chúng sanh, khiến chúng hữu tình được lợi ích an lạc." Bấy giờ, Đại Phạm thiên vương thỉnh cầu đức Thế Tôn bằng kệ tụng:

> *Thế Tôn xuất hiện như hoa Ưu Đàm,*
> *Vô lượng kiếp khó gặp nay được gặp.*
> *Để cho khắp hữu tình được pháp lợi,*
> *Cúi xin Ngài rộng mở cửa cam lộ.*

Bấy giờ, đức Thế Tôn sau khi nghe bài kệ thỉnh cầu của Phạm thiên vương, khởi tâm đại bi, liền **[328a01]** dùng đạo nhãn quan sát chúng hữu tình, hoặc có hạng độn căn chấp trước các hữu, hoặc có hạng trung căn hơi nhàm chán sanh tử, hoặc có hạng lợi căn lại không phóng dật. Đức Thế Tôn đã quán sát tất cả các hữu tình trong thế gian như vậy, hoặc sinh ra, hoặc lớn lên trong thế gian, căn có lợi có độn, hoặc có hạng dễ hóa độ đắc đạo, đã biết như thật rồi, Ngài chấp nhận lời thỉnh cầu của Phạm thiên vương, hứa khả chuyển bánh xe pháp, rồi nói kệ:

> *Đại Phạm thiên vương khéo lắng nghe!*
> *Pháp Ta chứng vi diệu sâu xa*
> *Vì các ngươi mở bày diễn nói*
> *Khiến đạt được an lạc lâu dài.*

Tụng:

> *Mạng căn duy dị thục,*
> *Ưu, tám căn sau, phi.*
> *Sắc căn, ý, bốn thọ,*
> *Mỗi mỗi đều thông hai.*[114]

---

[114] AK. ii.k.10ac. Pradhan 44²⁶-45¹⁻²: antyam aṣṭakaṃ śraddhādīni daurmanasyaṃ ca varjayitvā| jīvitendriyād anyāni dvādaśa dvividhāni indriyāṇi vipākaścāvipākaśca|tatra cakṣurādīni sapta upacayikāni avipākaḥ| śeṣāṇi vipākaḥ|

Chỉ duy nhất mạng căn được xác định là dị thục. Không có mạng căn nào không phải là dị thục.

2. Thọ lượng

Tụng:

> *Bắc châu định ngàn tuổi*
> *Tây, Đông nửa nửa hai*
> *Châu này thọ bất định*
> *Cuối mười, đầu vô lượng.*[115]

Phần lớn chúng sanh trong thế gian này khi phước nghiệp còn đều cầu mong: 'Mong cho tôi sống lâu', chứ không cầu mong: 'Mong cho tôi sống thọ đến một trăm tuổi, chín mươi tuổi, hay tám mươi tuổi...' Hoặc những bậc tôn quí hay thân hữu cũng thường cầu chúc nhau: 'Cầu mong ngài trường thọ,' chứ nhất định không nói những điều như

---

manoduḥkhasukhasaumanasyopekṣendriyāṇi kuśalakliṣṭāni, tāny avipākaḥ| Tám căn cuối bắt đầu là tín, và ưu căn là hữu ký, nên là phi dị thục. Trừ mạng căn ra, mười hai căn còn lại thông cả hai loại dị thục và phi dị thục. Trong đó, bảy sắc căn bắt đầu là mắt thuộc sở trưởng dưỡng nên là phi dị thục, còn lại là dị thục. Năm căn ý, khổ, lạc, hỷ, xả là thiện nhiễm ô nên chúng là vô ký. Xem ▨ tập 18, *Câu-xá* q. 1, **tr. 198**.

[115] AK. iii.k.78ab. *Pradhan* 172²¹⁻²⁵-173¹⁻⁶: *sahasram āyuḥ kuruṣu varṣāṇām| dvayor dvīpayor ardhārdhaṃ varjayitvā pañca varṣaśatāni godānīyānām| ardhatṛtīye varṣaśate pūrvavidehānām| jambūdvīpe nāstyāyuṣo niyamaḥ| kadācit bhūyo bhavati kadācidalpīyaḥ| abdaḥ saṃvatsaraḥ| ante hīyamānaṃ daśa varṣāṇy āyur bhavati| āditaḥ prāthamakalpikānām manuṣyāṇām aparimāṇam āyur bhavati|* Tuổi thọ người Bắc Cu-lô một nghìn tuổi. Sau khi giảm trừ phân nửa và phân nửa của hai châu thì tuổi thọ của người Tây ngưu hóa châu là năm trăm tuổi, tuổi thọ của người Đông thắng thân châu là hai trăm năm mươi tuổi, tuổi thọ của người ở châu Thiệm-bộ thì không nhất định, có lúc rất nhiều có lúc rất ít. Vào giai đoạn cuối của thời kiếp giảm, tuổi thọ con người giảm còn mười tuổi. Trong thời kiếp sơ, tuổi thọ con người là vô lượng. Xem ▨ tập 19, *Câu-xá* q. 2, **tr. 270-271**.

trên, do vì người ở châu này tạo các nghiệp với tâm tham nên đều cầu mong như vậy.

Khế kinh nói: "Tỳ Kheo nên biết, thời Phật Tỳ-bà-thi, con người thọ đến tám vạn tuổi, cho đến thời Phật Ca-diếp-ba, con người thọ hai vạn tuổi. Nay Ta xuất hiện ở thế gian, con người thọ một trăm tuổi, ít ai vượt qua con số này, phần nhiều là giảm." Nếu tuổi thọ không có hạn định, vì sao Thế Tôn lại nói như vậy? Trong thời kiếp sơ, đại chủng các căn thù thắng nên tuổi thọ kéo dài, còn thời nay yếu kém dần nên tuổi thọ giảm sút cho đến chỉ còn mười tuổi, phước hết liền chết, không thể theo mạng. Vì vậy tu sửa chùa tháp có thể kéo dài tuổi thọ của mình. Tụng:

> *Phạm hạnh đã khéo hành,*
> *Thánh đạo đã khéo tu*
> *Khi mạng chung hoan hỷ*
> *Như người không còn bệnh.*[116]

---

[116] Hết quyển 5.

SÁCH DẪN
〖CÂU-XÁ LUẬN THẬT NGHĨA SỚ〗

Liên lạc HỘI ĐỒNG HOẰNG PHÁP

Hòa thượng Thích Như Điển, Chánh Thư Ký, HĐHP
Chùa Viên Giác. Karlsruher Str. 6, 30519 Hannover, Germany
Website: www.hoangphap.org; Email: hdhp.ctk@gmail.com;
Tel: + 49 511 879 630

Thượng tọa Thích Nguyên Tạng, Trưởng ban Báo Chí & Xuất Bản, HĐHP
Tu Viện Quảng Đức, 105 Lynch Road, Fawkner, Vic.3060 Australia
Website: www.hoangphap.org; Email: hdhp.bbc@gmail.com;
Tel: +61 481 169 631

Hòa thượng Thích Tâm Hòa, Trưởng ban Bảo Trợ, HĐHP
Trung Tâm Văn Hóa Phật Giáo Pháp Vân, Ontario, Canada
420 Traders Blvd E, Mississauga, ON L4Z 1W7, Canada
Website: www.phapvan.ca; Email: thichtamhoa@gmail.com
Tel: +1 905-712-8809